आकाशात ढग नसतानाही कुठून तरी गर्जनेचा आवाज ऐकू आला. मागे वळून आकाशाकडे पाहिल्यावर दिसून आले की वाळलेल्या फांद्या आणि पानांसोबत धूळ आणि वाळू आकाशात उडत अतिशय वेगाने येत होती. बांधा-बांधा, सांभाळा-सांभाळा करता करता एका क्षणात सर्व होत्याचे नव्हते झाले. कोणीही काही सांगू शकत नव्हते. एक वादळ चिंचोळ्या मार्गाने अतिशय वेगात सर्व काही उखडून टाकीत आणि चौपट करीत अनेक नावांना कुठल्या कुठे घेऊन गेले होते.

- याच पुस्तकातून.

नौका अपघात

रवींद्रनाथ टागोर

डायमंड बुक्स

www.diamondbook.in

© प्रकाशकाधीन

प्रकाशक : डायमंड पॉकेट बुक्स (प्रा.) लि.
X-30, ओखला इंडस्ट्रियल एरिया, फेज - II
नवी दिल्ली-110020

फोन : 011-40712200

ई-मेल : wecare@diamondbooks.in

वेबसाइट : www.diamondbooks.in

प्रकाशन : 2024

नौका अपघात (मराठी)
NAUKA APGHAT (NOVEL-MARATHI)
By - Rabindranath Thakur

दोन शब्द

दोन दोन राष्ट्रगीतांचे कवी असलेले रवींद्रनाथ टागोर पारपंरिक पद्धतीत सामावणारे लेखक नव्हते. ते वैश्विक समता आणि एकतेच्या बाजूने होते. ब्रह्म समाजी असूनदेखील त्यांचे तत्त्वज्ञान एकुलत्या एका व्यक्तीला समर्पित केलेले होते. त्यांनी आपले बंहुतेक लेखन बंगाली भाषेत केले असले तरीही केवळ त्यामुळे ते भाषिक चौकटीत अडकून पडत नाही. तसेच त्यावर प्रांतवादाच्या कोत्या मर्यादाही घालायला नकोत. शेवटच्या माणसाचा भावनिक अविष्कार करणे हेच मुख्य तत्व असलेले ते एक लोक कवी होते. ज्याच्या रंगामझ्ये शाश्वत प्रेमाची गडद अनुभूती आहे असा एक कलावंत, रंगमंचावर फक्त शोकांतिकाच नाही तर माणसाची गडद जिज्ञासा असणारा नाटककार आहे. आपल्या आसपासच्या वातावरणातून कथा बीज शोधून काढणारा एक कथाकार. आपल्या कथांमधून फक्त माणसाचे दुःख अनावृत्त करणारा किंवा माणसाची वेदना मांडणारा कथाकार नाही तर माणसांच्या अंतिम ठिकाणाचा शोध घेणारा कथाकार, वर्तमानातील संवदेना, तर्क आणि स्थितीबद्दल रवीद्रनाथ नेहमी सजग राहिले. त्यामुळे फक्त आर्थिक संपन्नता किंवा जैविक गरजा पूर्ण झाल्या म्हणजे माणसाचे सर्व काही मिळते असे ते मानत नसत. मुलभूत सुविधा मिळाल्यानंतर माणसांने पुढे काय याचा विचार करायला हवे, असे त्यांना वाटते. उत्पादन करणे, उत्पादन आणि त्याचा उपभोग याच्या नंतरही असे काही तर असे असते, जिथपर्यंत आपण पोहचू शकत नाही. याच कारणामुळे रवींद्रनाथ क्षीतिजाच्या आकांक्षा असलेले लेखक आहेत.

या सर्व आधारामुळे रवींद्रनाथ कीट्स आणि कालिदासांच्या समकक्ष होतात. त्यांची पाऊस गाणी या गोष्टीचे समर्थन करतात. 'प्रक्रिया' आणि 'व्यक्तिवादा'वरील आस्थेमुळे ते पारंपरिकदृष्ट्या परंपरावादी होत नाहीत. आपला निबंध कला आणि पंरपरामध्ये ते म्हणतात,

'कला म्हणजे काही भडक मकबरा असत नाही. भूतकाळाच्या एकाकी वैभवावरील गाढ चिंतनात्मक जीवनाच्या उरूसाची निवेदित, यथार्थ चेतना आहे. भविष्याच्या तीर्थाटनाला निघालेली यथार्थ चेतना, बीजापासून झाड वेगळे असते तितकेच

भूतकाळापासून भविष्य वेगळे असते. तीर्थांच्या संपूर्ण विखरलेल्या संदर्भांशिवायही रवींद्र साहित्य पुनरुत्थानवादी नाही. ते कोणत्याही साच्यात माऊ शकत नाही. जसे-

ग़र्दीपासून वेगळे
आपले भावविश्व
टांगले आहे मी
भर चौकात....'

चौकात तसाही माणूस मुक्त भावनेने राहतो. ज्याला शापानेहार व्यक्तिवादाचा संत्रास म्हणतो. ते सादर करण्याची रवींद्रनाथांची पद्धत वेगळी राहिली आहे. व्यक्तींची अभिव्यक्ती वेगळी असू शकते, पण त्याची नियती वेगळी असू शकत नाही. असे ते समजत असत. आपल्या प्रत्येक कृतीमध्ये त्याच शाश्वताचे आकर्षण करावे, सर्वांचा निर्माता असलेल्याचा स्पर्श अनुभव घ्यावा. टायनबी यालाच रेशीरिलायझेशन म्हणावे. असे म्हणतात की मार्क्सने जर अतिरिक्त भौतिक स्वरूप व्यक्त केले असेल तर रवींद्र अर्धभौतिक. रॉबर्ट फ्रास्ट यांच्या प्रमाणने तेही असे समजतात की देवी अतिरेकाच्या स्पर्शाने माणूस लौकिक यथार्थाच्या पलिकडे जाऊ शकतो.

रवींद्र साहित्यावर, त्याच्या मूल्यांकनावर आणि त्यातील मानवी समजूतींवर आणखी खूप काम होणे बाकी आहे. वैश्विक जाणीवेचा इतका मोठा कवी दुसरा कोणीच नसल्यामुळेही असे असू शकेल. डायमंड पॉकेट बुक्स आणि त्यांचे संचालक श्री नरेंद्र कुमार यांनी सातत्याने भारतीय भाषांमधील साहित्य सामान्य वाचकांपर्यंत पोहचविण्यासाठी प्रयत्न केले आहेत. हे पुस्तक या मालिकेतील एक कडी आहे.

- प्रदीप पंडित

१

रमेश कायद्याची परीक्षा पास झाल्यावर सर्वजण निश्चिंत झाले.तो नेहमीच पहिला येत राहिला आहे. त्याने सातत्याने स्कॉलरशीप मिळविली आहे. परीक्षा पास झाल्यावर खरं तर त्याला आपल्या घरी जायचे होते; पण अद्यापपर्यंत तरी त्याने आपल्या सामानाची काही आवरा आवर केली नव्हती. लवकर घरी परत येण्याविषयी त्याच्या वडिलांचे पत्रही आले होते. त्यावर परीक्षेचा निकाल लागल्यावर आपण घरी परत येऊ असे त्याने कळविले होते.

आनंदबाबूंचा मुलगा योगेद्रं रमेशचा वर्गमित्र आहे. शेजारच्या घरातच तो राहतो. आनंदबाबू ब्राह्मण आहेत. त्यांची मुलगी हेमनलिनीने नुकतीच एम.ए.ची परीक्षा दिली आहे. रमेशचे आनंदबाबूंच्या घरी सातत्त्याने येणे जाणे होते. .

हेमनलिनी स्नानानंतर आपले ओले केस वाळविण्यासाठी बहुतेक वेळा छतावर बसून आपला अभ्यास करीत असे. त्याच वेळी रमेशही आपल्या छतावर आपले पुस्तक घेऊन बसलेला असे. खरं तर अभ्यासासाठी ही जागा तशी चांगली असली तरीही तिथे काही कमी अडचणी नसतात.

आतापर्यंत विवाहासाठी कोणाच्याही बाजूने काहीही प्रस्ताव मांडण्यात आला नव्हता. आनंदाबाबूकंडून प्रस्ताव न मांडला जाण्याचे एक कारण होते. त्यांचा एक मुलगा बॅरिस्टरचे शिक्षण घेण्यासाठी विलायतेला गेला होता. आनंदाबाबूची सर्व भिस्त त्यांच्यावरच आहे.

त्या दिवशी चहा घेत असताना एका वादाला सुरूवात झाली. अक्षय तसा काही खूप जास्त शिकेलला नव्हता, पण त्याच्या आवडी निवडी मात्र शिकलेल्यापेक्षा जराही कमी नव्हत्या. त्यामुळे हेमनलिनीच्या घरी चहाच्या टेबलावर तो अधून मधून दिसत असे. त्यानेच वादाला सुरुवात केली की पुरुषांची बुद्धी तलवारीसारखी धारदार असते. तिला जास्त धारा नसली तरीही ती खूप कामे करते. स्त्रियांची बुद्धी मात्र थोडासा दाब दिला की अनेक कामे करू शकत नाही. स्त्रियांची बुद्धी एखाद्या चाकूसारखी असते. तिच्यापासून खूप मोठे काम करता येत नाही. हेमनलिनी अक्षयच्या या वादाकडे दुर्लक्ष करण्याच्या बाजूने होती; पण तिचा भाऊ योगेंद्रनेही या वादात उडी घेतली. तोही काही तर्क मांडू लागला. रमेशला हे सहन झाले नाही. तो उत्तेजित होऊन स्त्रियांचे गुणगाण करू लागला.

अशा प्रकारे स्त्री भक्तीच्या सळसळत्या उत्साहाता नेहमीपेक्षा दोन ग्लास जास्त चहा पिला तेव्हा नोकराने त्याच्या हातात एक चिठ्ठी दिली. चिठ्ठीच्या वरच्या भागात त्याच्या वडिलांच्या अक्षरात त्याचे नाव होते. चिठ्ठी वाचल्यावर वाद अर्धवट सोडून रमेश उभा राहिला. सर्वांनी विचारले, 'काय झाले?' रमेश म्हणाला, 'गावाकडून माझे वडील आले आहेत.' हेमनलिनी योगेंद्रला म्हणाली, 'दादा, रमेशबाबूंच्या वडिलांना इकडेच का नाही बोलावत? इथे चहा वगैरे सर्व तयारच आहे.'

रमेश घाईत म्हणाला, 'नाही. आज राहू दे. मी जातो.'

अक्षय मनातल्या मनात आनंदी होत म्हणाला, 'कदाचित त्यांना इथे काही अक्षेप असू शकेल.'

रमेश घरी परतल्यावर त्याचे वडील बृजमोहनबाबू रमेशला म्हणाले, 'उद्या सकाळच्या पहिल्या गाडीनेच तुला घराकडे निघावे लागेल.'

रमेशने मान हालवित विचारले, 'काही महत्त्वाचे काम आहे का?'

बृजमोहन बाबू म्हणाले, 'असे काही आवश्यक काम नाही.'

तरीही मग इतका आग्रह कशासाठी हे माहीत करून घेण्यासाठी रमेश आपल्या वडिलांच्या चेहऱ्याकडे पाहत राहिला. पण त्यांनी मात्र त्याची उत्सुकता दूर करण्याचा काहीही प्रयत्न केला नाही.

संध्याकाळी बृजमोहन बाबू कलकत्त्यांमधील आपल्या काही मित्रांना भेटण्यासाठी बाहेर पडल्यावर रमेश आपल्या वडिलांना पत्र लिहिण्यासाठी बसला. 'श्रीचरणी चरण वंदे' इतके लिहिल्यावर तो पुढे काहीही लिहू शकला नाही. रमेश मनातल्या मनात म्हणू लागला, 'मी हेमनलिनीच्या बाबतीत, तिला कसलेही वचन न देता सत्याने बांधलो गेलो आहे. आता हे सर्व वडिलांपासून लपविणे कोणत्याही दृष्टीने योग्य होणार नाही.' त्याने अनेक प्रकारे अनेक पत्रे लिहिली आणि फाडून टाकली.

दुसऱ्या दिवशी सकाळच्या गाडीने रमेशला निघावे लागले. बृजमोहनबाबूंच्या दक्षतेमुळे गाडी सुटण्याची अजिबात शक्यता नव्हती.

घरी गेल्यावर रमेशला कळले की त्याच्या विवाहासाठी मुलगी आणि विवाहाचा दिवस नक्की करण्यात आला आहे. मुलीचे वडील बृजमोहन यांचे बालमित्र ईशान वकालत करीत होते तेव्हा बृजमोहन यांची परिस्थिती चांगली नव्हती. ईशानंच्या मदतीनेच त्यांनी आपली इज्जत कमावली होती. त्याच ईशान यांचे अकाली निधन झाल्यावर त्यांच्याकडे कर्जाशिवाय दुसरे काहीही नसल्याचे त्यांना कळले. विधवा पत्नी एका लहान मुलीसह दारिद्र्यात जीवन कंठीत होती. तीच मुलगी आता विवाहयोग्य झाली होती. बृजमोहन यांनी तिच्यासोबतच रमेशचे लग्न ठरविले होते. रमेशच्या मित्रांपैकी काहींनी या लग्नाबद्दल अक्षेप नोंदविताना म्हटले होते, 'असे म्हणतात की मुलगी काही फारशी सुंदर नाही.' त्यावर बृजमोहन म्हणाले होते, 'या सर्व गोष्टी मला चांगल्या वाटत

नाहीत. माणूस म्हणजे फूल किंवा फुलपाखरू नाही त्यामुळे त्याच्यासाठी दिसायला सुंदर असण्याचा सर्वात आधी विचार करायला हवा. मुलीची आई तर जणू एखादी साध्वी आहे. मुलगीही तिच्यासारखीच असेल तर ते आपले नशीबच समजायला हवे.'

लग्नाच्या चर्चेमुळे रमेशचा चेहरा सुकला होता. तो उदास होऊन इकडे तिकडे भटकत होता. यातून सुटका मिळविण्यासाठी अनेक प्रकारचे उपाय शोधूनही त्याला एकही उपाय योग्य वाटला नाही. शेवटी अतिशय दुःखाने सर्व लाज लज्जा बाजूला ठेवून तो वडिलांना म्हणाला, 'बाबा, हे लग्न करणे माझ्यासाठी शक्य नाही. मी दुसऱ्या मुलीला वचन दिले आहे.'

बृजमोहन म्हणाले, 'हे काय सांगतोस? पाणीग्रहनही झाला आहे? आता...'

रमेश 'नाही. योग्य प्रकारे पाणीग्रहन झाले नाही. पण,...'

बृजमोहन, 'मुलीच्या बाजूने सर्व बोलणी पक्की झाली आहेत?'

रमेश 'ज्याला बोलणी म्हणता येतील, असे काही झाले नाही.'

बृजमोहन 'बोलणीच झाली नाहीत तर इतके दिवस गप्प होतास तसेच आणखी काही दिवस गप्प राहणे हिताचे होईल.'

थोडा वेळ शांत राहिल्यावर रमेश म्हणाला, 'दुसऱ्या एखाद्या मुलीली पत्नी म्हणून स्वीकारणे माझ्यासाठी अन्याय होईल.'

बृजमोहन, 'नाही केले तर तुझ्यासाठी ते जास्त अन्याय होईल.'

रमेश आणखी काही बोलू शकला नाही. त्याच्या लग्नासाठी जी तिथी काढण्यात आली होती त्यानंतर सुमारे वर्षभर तरी लग्न मुहुर्त नव्हता. तो विचार करू लागला की कशा तरी पद्धतीने हा एक दिवस टाळला तर पुढे एका वर्षाचा वाढीव कालावधी मिळेल.

वधूच्या घरी जाण्यासाठी नदी पार करावी लागत असे. लहान मोठ्या दोन तीन नद्या पार करण्यासाठी तीन- चार दिवस लागत असत. बृजमोहन यांनी ही गोष्ट लक्षात घेऊन एक दोन आठवडे आधीच एक शुभ मुहुर्त काढून त्या दिशेने प्रवासाला सुरुवात केली. हवा अनुकूल असल्यामुळे शिमुल घाट पोहचायला तीन दिवसही लागले नाहीत. लग्नासाठी आणखी चार दिवस बाकी होते.

दोन-चार दिवस आधीच जाऊन पोहचण्याची बृजमोहन बाबूंची इच्छा होती. शीमुल घाटावर त्यांची विहीण निर्धन अवस्थेत राहत होती. त्यांच्या कुटुंबाला आपल्या गावी आणण्याची बृजमोहन बाबूंची इच्छा होती. त्यामुळे ते आरामशीरपणे राहू शकले असते आणि ते आपल्या मित्राच्या ऋणातून मुक्त होऊ शकले असते. पण त्या दोघांमध्ये कोणत्याही प्रकारचा नाते संबंध नसल्यामुळे अशा प्रकारचा प्रस्ताव मांडणे त्यांना योग्य वाटत नव्हते. यावेळी विवाहाच्या निमित्ताने त्यांनी आपल्या विहीणबाईंना इथून आपला घर संसार हलविण्यासाठी तयार केले. या जगात विहिणबाईंना फक्त एकुलती एकच मुलगी होती. तिच्याकडे त्या राहू शकत होत्या. त्या म्हणाल्या सुद्धा, 'कोणी काहीही म्हणाले तरी जिथे

माझी मुलगी आणि जावई राहील तिथेच मी सुद्धा राहीन.'

लग्नाच्या काही दिवस आधीच येऊन बजमोहन बाबू आपल्या विहिणीला तिचे घर हालविण्यासाठी मदत करू लागले. लग्न झाल्यावर लगेच सर्वांनी एकत्रित प्रवास करून आपल्या गावी जावे, अशी त्यांची इच्छा होती. त्यामुळेच ते आपल्या नातेवाईकांसोबत आले होते.

विवाहाच्या वेळी रमेशने योग्य प्रकारे मंत्रांचे उच्चार केले नाहीत. शुभ दृष्टीच्या वेळी त्याने आपले डोळे मिटून घेतले होते. फूलशय्येवरील हास्य विनोद तो शांतपणे मान खाली घालून सहन करीत होता. रात्री आंथरुणावर तो तोंड फिरवून झोपला. सकाळी लवकरच बाहेर निघून गेला.

विवाहाचे सर्व विधी पूर्ण झाल्यावर स्त्रिया एका नावेमध्ये, म्हातारी माणसे एका नावेत तर रमेश आणि त्याचे सोबती एका स्वतंत्र नावेतून प्रवास करीत होते. दुसऱ्या एका स्वतंत्र नावेवर वाजंत्र्याचे पथक वेळो वेळी विविध प्रकारचे राग आळवित होते.

दिवसभर असाह्य उकाडा होत होता. आकाशात ढग नव्हते तरीही आकाशाचा रंग बदलला होता. किनाऱ्यावरील वृक्षांची पिवळी पानेही गळून पडत नव्हती. नावाडी घामाने नाहूण निघाले होते. संध्याकाळचा आंधार होण्याआधीच नावाड्याने सांगितले, 'बाबू, आज नाव घाटावरच बांधतो. पुढे खूप दूरवर नाव बांधण्यासाठी जागा नाही.' बृजमोहन बाबूंना वाटेत उशीर करायचा नव्हता. ते म्हणाले, 'इथे नावा बांधणे योग्य होणार नाही. आज पहिल्या रात्रीचा चंद्र आहे. आज बालूहट्ट्याला पोहचूनच नावा बांधा. तुम्हाला खूप सारे बक्षिस मिळेल.'

गाव सोडून नावा पुढे निघाल्या. एका बाजूला वाळूचे मैदान होते, दुसऱ्या बाजूला तुटके- फुटके किनारे होते. आकाशात चंद्र निघाला होता, पण तो मद्यपीच्या डोळ्यांसारखा आंधुकसा दिसत होता. अशा वेळी आकाशात ढग नसतानाही कुठून तरी गर्जनेचा आवाज ऐकू आला. मागे आकाशाकडे वळून पाहिल्यावर दिसले की वाळलेल्या आणि तुटलेल्या फांद्या पानांसह धूळ आणि वाळू आकाशात उडत अतिशय वेगाने धावत येत आहे. 'बांधा-बांधा, सांभाळा-सांभाळ' असे करीत असतानाच एका क्षणात होत्याचे नव्हते झाले. कोणीही काहीही सांगू शकत नव्हते. एक वादळ चिंचोळ्या मार्गाने अतिशय वेगाने सर्व काही उखडून टाकीत आणि मोड तोड करीत अनेक नावांना कोणीकडच्या कोणीकडे घेऊन गेले. खरं तर याचा कोणालाच पत्ता लागला नाही.

२

वादळ शांत झाले. खूप दूरवर पसरलेल्या रेताड जमिनीला स्वच्छ चांदणे एखाद्या विधवेच्या पांढऱ्या वस्त्राप्रमाणे झाकून टाकीत होते. नदीमध्ये नाव नाही, लाटा नाहीत, सर्व काही शांत आणि निरव होते.

शुद्धीत आल्यावर रमेशने पाहिले की आपण नदीच्या काठावर पडलेलो आहोत. काय झाले? हे कळण्यासाठी त्याला थोडासा वेळ लागला. त्यानंतर त्याच्या मनात सर्व घटना जाग्या झाल्या. आपले वडील आणि इतर नातेवाईकांची काय अवस्था झाली असेल, हे पाहण्यासाठी तो उठून उभा राहिला. चहुकडे त्याने नजर फिरविली. कुठेही काही ओळखीच्या खाणा खुणा नव्हत्या. तेव्हा तो नदीच्या काठा काठाने शोध घेत निघाला.

पद्मानदीच्या दोन धारांच्या मधल्या जागेत कोणाचा तरी अभास झाला. रमेश एका धारेच्या काठावर वळून दुसऱ्या धारेच्या काठावर पोहचला तेव्हा त्याला काही तरी दिसले. पुढे जाऊन पाहिल्यावर त्याला कळले की लाल ओढणी पांघरलेली नववधू प्रेतासारखी निर्जीव पडली आहे.

पाण्यात बुडालेल्या व्यक्तीची श्वाच्छोश्वासाची क्रिया कशा प्रकारे सुरू केली जाते ते रमेशला माहीत होते. त्या मुलीचे दोन्ही हात एकदा डोक्याकडे तर एकदा तिच्या पोटावर असे तो अनेक वेळा नेत राहिला. हळूहळू त्या नवरीचा श्वास सुरू झाला आणि तिने डोळे उघडले. थकवा जाणवत असल्यामुळे रमेश थोडा वेळ शांत राहिला. त्या मुलीला काही विचारावे इतकेही त्याच्यात बळ उरले नव्हते.

ती मुलगी उद्याप चांगल्या प्रकारे शुद्धीत आली नव्हती. एकदा डोळे उघडल्यावर तिने परत डोळे मिटून घेतले होते. तिचा श्वास चांगल्या प्रकारे सुरू असल्याचे रमेशला आढळून आले. चांदण्याचा पिवळसर प्रकाश त्या मुलीच्या चेहऱ्यावर पडला होता. श्वास सुरू झाल्यामुळे पोट खाली वर होत होते. रमेशचे डोळे तिच्या चेहऱ्यावर स्थिरावले.

सुशीला दिसायला चांगली नाही, असे कोण म्हणते? हा डोळे मिटलेला इतका सुंदर चेहरा आकाशात पसरलेल्या चांदण्याच्या प्रकाशात फक्त आपल्या सौंदर्याच्या गर्वानेच फुलला आहे. ऊर्जायुक्त आणि देदीप्यमान.

सर्व गोष्टी विसरून रमेश आता विचार करू लागला, 'लग्नमंडपातील गोंधळाच्या वातावरणात आणि गर्दीमध्ये मी हिला पाहू शकलो नाही, हे चांगलेच झाले. तिथे मी तिला अशा प्रकारे कधीही पाहू शकलो नसतो. तिच्यामध्ये श्वास फुंकून मी मंत्रोच्चारापेक्षा जास्त आपुलकीने स्वीकारले आहे. मंत्रोच्चारण करण हिला मी एखाद्या वस्तूसारखे मिळविले असते, पण इथे मात्र मी तिला विधात्याचा एक प्रसाद म्हणून तिला स्वीकारले आहे.'

शुद्धीत आल्यावर त्या नवरीने आपली विखुरलेली वस्त्रे सावरली आणि चेहऱ्यावरून पडदा घेतला. रमेशने तिला विचारले, 'तुमच्या नावेतील बाकीचे लोक कुठे गेले? काही माहीत आहे?'

तिने निःशब्दपणे मान हालविली. रमेशने तिला विचारले, 'तू इथे एकटी थोडा वेळ थांबू शकशील? मी जरा चारही बाजूला फिरून शोध घेतो.'

त्या मुलीने याचे काहीही उत्तर दिले नाही. तिचे सर्व शरीर संकुचित झाले. तेच सांगू लागले होते, इथे मला एकटीला असे सोडून जाऊ नका.

रमेशला कळले. त्याने एकदा उभे राहून सर्वत्र पाहिले. पांढऱ्या वाळूत कुठेही काहीही खुणा नव्हत्या. त्याने सर्व शक्ती पणाला लावून अतिशय मोठ्याने आपल्या सर्व माणसांना आवाज दिला. मात्र कुठूनही काहीही उत्तर आले नाही.

उगीचच प्रयत्न करण्याचे सोडून रमेश बसला. त्याने पाहिले, ती तोंडावर दोन्ही हात धरून आपले रडणे थांबविण्याचा प्रयत्न करीत होती. त्याची छाती वेगाने खाली वर होत होती. तिला धीर देणारा एकही शब्द न बोलता रमेश तिच्या जवळ बसून तिच्या डोक्यावरून आणि पाठीवरून हात फिरवू लागला. आता तिला आपले रडणे आवरता आले नाही. ती जोराने स्फुंदू लागली. रमेशच्या दोन्ही डोळ्यांतूनही आसवे वाहू लागली.

हृदय शांत झाल्यावर रडणे बंद झाले तेव्हा चंद्रास्त झाला होता. आंधारामध्ये ही अदभूत जमिन एखाद्या स्वप्नलोकासारखी जाणवत होती. वाळूच्या मैदानावरील पांढरेपणा प्रेत लोकांप्रमाणे मलीनझाला होता. ताऱ्यांच्या क्षीण प्रकाशात एखाद्या अजगराच्या तेलकट चामड्यासारखी नदी दिसत होती.

त्या वेळी रमेशने त्या मुलीचे भीतीने गारठलेले कोमल हात आपल्या हातात घेऊन तिला आपल्या जवळ ओढले. भयभीत झालेल्या त्या मुलीने काहीच प्रतिकार केला नाही. कदाचित त्यावेळी ती माणसाचे सानिध्य अनुभवण्यासाठी व्याकुळ असावीत. गडद अंधारात श्वासावर झोके घेणाऱ्या रमेशच्या छातीचा आधार मिळाल्यावर तिला थोडे बरे वाटले. त्यावेळी तिला लाज वाटून घेण्याइतका वेळ नव्हता. रमेशच्या दोन्ही बाहूंमध्ये तिने अतिशय आग्रहाने आपले स्थान निर्माण केले होते.

सकाळचा शुक्र तारा अस्ताला गेला होता. पूर्व दिशेला नील नदीच्या रेषेवर सर्वात आधी आकाशाचे पिवळेपण लालेलाल झाले तेव्हा निद्रेच्या आधीन गेलेला रमेश वाळूवरच पहुडला आहे. त्याच्या छातीला चिपकून आपल्या हातांवर आपले डोके ठेवलेली ती नववधूही गाढ झोपेत मग्न होती. शेवटी सकाळच्या कोवळया गोड ऊन्हामुळे दोघांचीही झोप गेली. थोडा वेळे दोघेही चहुबाजूला पाहत राहिले. हे आपले घर नसल्याचे त्यानंतर अचानक त्यांना आठवण झाली. आपण वाहत इथे आल्याचेही त्याने आठवले.

सकाळच्या वेळी मासेमारी करणाऱ्यांच्या नावांचे पांढरे पाल नदीत पडलेले दिसले.

रमेशने त्यांना आवाज दिले. मासेमारांच्या मदतीने एक मोठी नौका भाड्याने ठरविली आणि हरवलेल्या लोकांचा शोध घेण्यासाठी पोलिस नियुक्त करून त्या वधूला सोबत घेऊन तो घराच्या दिशेने निघाला.

गावातील घाटावर पोहचताच रमेशला बातमी कळली की पोलिसांनी त्याचे वडील, सासू आणि इतर अनेक नातेवाईकांचे मृतदेह नदीतून बाहेर काढले. नावाड्यांशिवाय

दुसरे कोणी तरी वाचले असू शकेल, अशी कोणालाही आशा वाटत नव्हती.

घरी रमेशची म्हातारी आजी होती. नववधूसोबत रमेशला आलेले पाहताच ती जोर जोराने रडू लागली. शेजारचे लोकही रमेशच्या लग्नासाठी वऱ्हाडी म्हणून गेले होते. त्यांच्या घरातही आक्रोश सुरू झाला. ना शंख वाजला की ना शुभ ध्वनी झाली. ती नववधू कोणालाही आवडली नाही. कोणी तिच्याकडे पाहिलेही नाही.

रमेशने त्याच क्षणी ठरवले की सर्व विधी पार पाडल्यावर नववधूला घेऊन दुसऱ्या एखाद्या ठिकाणी जायचे. तसेही वडिलोपार्जित संपत्तीची व्यवस्था लावल्याशिवाय तो कुठे जाऊ शकत नव्हता. कुटुंबातील शोकाकुल स्त्रियांनी तीर्थस्थळी जाण्यासाठी त्याला घेराव घातला होता. त्यांचीही काही तरी व्यवस्था लावणे आवश्यक होते.

या सर्व कामामधून रिकामा वेळ मिळाल्यावर रमेश प्रेम चर्चा करण्यापासूनही विरक्त राहिला नव्हता. अर्थात पूर्वी जसे ऐकले होते त्याप्रमाणे वधू काही आता लहान मुलगी नव्हती. गावातील स्त्रिया तिचे जास्त वय पाहून तिचा निषेध करीत असत. अर्थात तिच्या सोबत कशाप्रकारे प्रेम वाढवावे याचा उपाय काही या बी.ए. पास झालेल्या मुलाला सापडत नव्हता. तरीही पुस्तकातील अज्ञानामुळे त्याला काहीही समजत नव्हते तरीही आश्चर्याची गोष्ट अशी होती की त्याचे उच्च शिक्षित मन एका अनुपम रसाने भरलेल्या त्या इवल्याशा मुलीसमोर झुकत होते. त्याने कल्पनेच्या विश्वातच त्या मुलीला आपली गृह लक्ष्मी म्हणून विराजमान केले होते. ती त्याची पत्नी असूनही ती बालिका वधू युवती, प्रेयसी आणि आपल्या संततीची प्रतिभावान माता म्हणून त्याच्या कल्पनेत थोड्याशा विचित्र प्रकारे विकसित झाली होती. एखाद्या चित्रकाराने आपल्या भावी चित्राकडे किंवा एखाद्या कवीने आपल्या भावी कवितेची कल्पना करून त्या कलाकृतीला आपल्या हृदयात अतिशय आदराने पूजित असतो, त्याच प्रमाणे रमेशही त्या नववधूला केंद्रस्थानी ठेवून तिच्या भोवताली आपल्या कल्पनेचे सर्व रंग सजवित असे.

३

अशा प्रकारे तीन महिने निघून गेले. वडिलोपार्जित संपत्तीची व्यवस्था झाली. म्हाताऱ्या स्त्रिया तीर्थवासासाठी तयार झाल्या. शेजार पाजारच्या दोन-तीन घरातील स्त्रीयांही नववधूशी ओळख वाढविण्यासाठी जाणे येणे करीत होत्या. त्या मुलीची रमेशसोबत प्रेमाची पहिली गाठ पक्की होत चालली होती.

आता संध्याकाळच्या वेळी निर्मणुष्य छतावर मोकळ्या आकाशाखाली दोघे चटई टाकून बसू लागले होते. रमेश पाठीमागून येऊन अचानक पणे तिचे डोळे झाकीत असे आणि तिचे डोके मागे ओढून आपल्या छातीवर टेकवित असे. जास्त रात्र झाली नसली

तरीही नववधू खाऊन पिऊन लवकर झोपत असे तेव्हा रमेश वेगवेगळ्या कृल्प्त्या करून तिला जागे करीत असे आणि तिचे बोलणे ऐकत असे.

एके दिवशी रमेश तिच्या डोक्यावरील केसांचा बुचडा हालवित म्हणाला, 'सुशीला, तू आज चांगल्या प्रकारे वेणी फणी केली नाहीस?'

नववधू म्हणाली, 'तुम्ही मला सुशीला का म्हणता?'

या प्रश्नाचा अर्थ न कळल्यामुळे रमेश शांतपणे तिच्या चेहऱ्याकडे पाहतच राहिला.

नववधू म्हणाली, 'माझे नाव बदलल्यावरच मला सन्मान मिळेल का? मी तर लहानपणापासूनंच कमनशिबी, दुर्दैवी आहे. कदाचित मेल्यावरच हे दुर्दैव माझी पाठ सोडेल.'

हे ऐकल्यावर रमेशचे हृदय जोराने धडकू लागले. त्याचा चेहरा पिवळा पडला. त्याच्या मनात एक संशय अचानकपणे निर्माण झाला. जणू काही आपल्या हातून काही अपराध घडला आहे. रमेशने तिला विचारले, 'लहानपणापासूनच तू दूर्दैवी कशी काय?'

नववधू म्हणाली, 'मी जन्माला यायच्या आधीच माझ्या वडिलांचे निधन झाले. मला जन्म दिल्यावर सहा महिन्यांनी माझी आई वारली. मी मामाच्या घरी अतिशय त्रासात आणि संकटात राहिले. काय माहीत कुठून तरी येऊन तुम्ही मला पसंत केल्याचे माझ्या अचानकपणे ऐकण्यात आले. दोनच दिवसात विवाह झाला. त्यानंतर तर किती तरी समस्या निर्माण झाल्या आहेत?'

रमेश निश्चल होऊन उशीवर डोके ठेवून पडून राहिला. आकाशातील चांदणे त्याला काळे दिसू लागले. रमेशला आणखी काही विचारण्याची भीती वाटू लागली. जे काही कळले होते त्यालाच स्वप्न समजून आपल्यापासून दूर ठेवण्याचा तो प्रयत्न करीत होता. बेशुद्ध व्यक्ती शुद्धीवर आल्यानंतर त्या व्यक्तीच्या दीर्घ श्वसनाप्रमाणे उन्हाळयाच्या दिवसांत दक्षिणेकडून हवा वाहू लागली होत. चांदण्यामध्ये विरहीनी कोकिळा कुहू कुहू करीत होती. जवळच असलेल्या नदीच्या घाटावर बांधलेल्या नावेतील नावाड्यांच्या गाण्याचे स्वर आकाशात घुमत होते. बराच वेळ काहीही बोलले नाहीत म्हणून नववधूने हळू हळू रमेशला हलवित विचारले, 'झोपले का?'

रमेश म्हणाला, 'नाही तर...'

त्यानंतरही बराच वेळ रमेश शांतच राहिला. नववधू केव्हा झोपली माहीत नाही. रमेश उठून बसला आणि तिच्या चेहऱ्याकडे पाहू लागला. विधात्याने तिच्या ललाटी जो काही गुप्त लेख लिहून ठेवला होता, त्याची एखादी खूणही त्याला तिच्या चेहऱ्यावर आता दिसत नव्हती. अशा सौंदर्यामध्ये असा भयानक परिणाम कसा काय मुक्काम करून राहू शकतो?

ही नववधू म्हणजे आपली विवाहिता पत्नी नसल्याचे रमेशला कळून चुकले. अर्थात मग ती कोणाची पत्नी आहे, हे माहीत करून घेणे, किंवा त्याचा शोध लावणे

काही तितकेसे सोपे नव्हते. सकाळी रमेशने तिला विचारले, 'लग्नाच्या वेळी तू मला पहिल्यांदा पाहिल्यावर तुझ्या मनात कोणता विचार आला?'

नववधू म्हणाली, 'मी तुम्हाला पाहिलेच नाही. मी डोळे झुकवून उभी होते.'

ती पुढे सांगू लागली, 'आपले लग्न होणार आहे, हे कळले त्याच्या दुसऱ्याच दिवशी लग्न झाले. मी तर तुमचे नावही ऐकले नव्हते. मामीने मला झटपट निरोप दिला.'

रमेश - 'तू लिहायला वाचायला तर शिकली असशील? जरा चांगल्या अक्षरांमध्ये लिही तर खरं... '

रमेशने तिच्या हातात कागद आणि पेन्सिल दिली. ती म्हणाली, 'कदाचित, मी आता लिहू शकणार नाही. माझे नाव लिहायला खूप सोपे आहे.' असे म्हणून तिने मोठ्या मोठ्या अक्षरांत आपले नाव लिहिले, 'श्रीमती कमला देवी.'

रमेश - 'ठीक आहे, आता मामांचे नाव लिही.'

क़मलाने लिहिले, 'श्रीमान तारिणीचरण चट्टोपाध्याय.'

रमेश म्हणाला, 'आता तुझ्या गावाचे नाव लिही तर खरं...'

तिने लिहिले, 'धोबी पोखरा.'

अशा प्रकारे अनेक उपायांनी अतिशय सावधगिरी बाळगीत रमेशने त्या मुलीच्या जीवनातील काही मिळविली, पण त्याचा काही विशेष उपयोग झाला नाही.

त्यानंतर रमेश आपल्या कर्तव्याबद्दल विचार करू लागला. तिचा पती बुडून मेला असल्याची शक्यता आहे. कशी तरी तिच्या सासरची माहिती काढली आणि तिला तिथे पाठविले तर ते लोक कदाचित तिचा स्वीकार करणार नाहीत. मामाच्या घरी पाठविल्यावर तिला काहीही मिळणार नाही. इतके दिवस परक्याच्या घरी सून म्हणून राहिल्यावर तिची सत्य स्थिती मांडली तर तिची काय अवस्था होईल? तिला ठिकाणा कुठे मिळेल? तिचा पती जिवंत असला तरीही तो तिला स्वीकारण्याचे धाडस दाखवू शकेल का? इथून या मुलीला जिथे कुठे पाठविले जाईल तिथे ती अथांग सागरात जाऊन पडेल.

तिला आपल्या स्त्रीच्या शिवाय दुसऱ्या कोणत्याही स्वरूपात रमेश आपल्याकडे ठेवू शकत नव्हता. दुसरीकडे कुठे तिच्या राहण्याची जागा नाही. पण अशा प्रकारे तिला आपली स्त्री म्हणून ग्रहण करणेही योग्य होणार नव्हते. रमेशने जी प्रतिमा स्थापन केली होती, ती त्याला अतिशय वेगाने पुसून टाकावी लागली.

रमेश आता आपल्या गावात राहू शकत नव्हता. कलकत्त्यामध्ये लोकांच्या गर्दीआड लपून एखादा उपाय केला जाऊ शकतो, असा विचार करून रमेश कमलाला घेऊन कलकत्त्याला आला. पूर्वी जिथे रहात होता, तिथपासून खूप दूर अंतरावर त्याने आपल्यासाठी घर केले.

कलकत्ता पाहण्यासाठी कमलाच्या उतावीळपणाला मर्यादा नव्हती. पहिल्या दिवशी घरात प्रवेश केल्यावर ती खिडकीजवळ जाऊन बसली. तेथील लोकांची अविश्रांत

धावपळ पाहून तिच्या मनात कुतुहल जागे झाले. घरात एक मोलकरीण होती. तिच्यासाठी कलकत्ता खूप जुने होते. त्या मुलीला वाटणारे आश्चर्य म्हणजे निरर्थक मूर्खपणा आहे असे समजून चिडून म्हणाली, 'माताजी, तोंड वासून काय पाहता? दिवस खूप वर आला आहे. आंघोळ करायची नाही का?'

मोलकरीण दिवसभर काम करून रात्री निघून जात असे. रात्रंदिवस राहणारी एकही मोलकरणी भेटली नाही. रमेश विचार करू लागला आता मी कमलाला एकाच आंथरुणात ठेवू शकत नाही. मग अनोळखी ठिकाणी ही मुलगी एकटी कशी काय रात्र काढेल?

रात्रीच्या जेवणानंतर मोलकरीण निघून गेली. रमेश कमलाला तिचे आंथरूण दाखवित म्हणाला, 'तू झोप आता. मी हे पुस्तक वाचल्यावर झोपतो.'

अशा प्रकारे रमेश एक पुस्तक घेऊन वाचण्याचे नाटक करीत होता. थकलेल्या कामलाला झोप यायला वेळ लागला नाही.

ती रात्र अशीच गेली. दुसऱ्या रात्रीही रमेशने कसे तरी तिला अशाच प्रकारे एकटीला झोपविले. त्या रात्री खूप उकाडा होत होता. झोपण्याच्या खोलीच्या समोर एक उघडे लहानसे छत होते. तिथे एक सतरंजी आंथरून रमेश झोपी गेला. अनेक प्रकारच्या चिंता करीत करीत हाताच्या पंख्याने वारा घेत रात्री बऱ्याच उशिरा तो झोपी गेला

रात्रीच्या दोन-तीन वाजता अर्धवट झोपेच्या अवस्थेत आपल्यासाठी कोणी तरी हळू हळू हताचा पंखा हालवित असल्याचे रमेशला जाणवले. रमेशने झोपेतच जवळ झोपलेल्या कमलाला आपल्या कुशीत घेतले आणि पुटपुटला, 'सुशीला, तू जा. मला पंख्याने वारा घालू नकोस.' आंधारातही घाबरलेली कमला रमेशच्या छातीला टेकून शांतपणे झोपली.

सकाळी उठल्यावर रमेश चकीत झाला. त्याने पाहिले की झोपलेल्या कमलाचा उजवा हात त्याच्या गळयात आहे. ती निःसंकोचपणे रमेशवर आपल्या विश्वस्त अधिकाराचा विस्तार करून त्याच्या छातीला चिकटून झोपली आहे. झोपलेल्या मुलीच्या चेहऱ्याकडे पाहून रमेशचे डोळे भरून आले. त्या निःसंशयी कोवळ्या हातांचा विळखा कसा वेगळा करायचा? रात्री ती मुलगी आपल्या जवळ झोपून हळूहळू पंखा चालवित असल्याचेही त्याला आठवले. थंड सुसकारे सोडीत हळू हळू त्या मुलीच्या बाहु पाशातून मोकळा होऊन रमेश उठला.

बराच वेळ विचार केल्यावर कमलाला कन्या शाळेच्या बोर्डिंगमध्ये ठेवणेच योग्य असल्याचे रमेशला जाणवले. असे झाल्यावर काही दिवस तरी या चिंतेपासून सुटका मिळेल.

रमेशने कमलाला विचारले, 'कमला, तुला पुढे शिकायचे आहे?'

कमला रमेशच्या तोंडाकडेच पाहत राहिली. म्हणजे तुम्हाला नेमके काय म्हणायचे आहे?

लिहिल्या वाचल्यामुळे काय फायदे होतात आणि समजून घेतल्यामुळे किती मजा येते, याच्याशी संबंधित डझनावरी गोष्टी रमेशने तिला सांगितल्या.

कमला म्हणाली, 'मला लिहायला वाचायला शिकवा.'

रमेश म्हणाला, 'मग तुला शाळेत जावे लागेल.'

कमला आश्चर्याने म्हणाली, 'शाळेत? इतकी मोठी झाल्यावर मी शाळेत जाऊ?'

कमलाने मांडलेल्या वयाच्या मुद्द्यावर रमेश हासून म्हणाला, 'तुझ्यापेक्षाही मोठ्या मुळी शाळेत जातात.'

त्यानंतर कमला काहीच बोलली नाही. एके दिवशी गाडीतून प्रवास करीत ती रमेश सोबत शाळेत गेली. खूप मोठे घर होते. कमलापेक्षा लहान आणि मोठ्या अशा किती तरी मुली तिथे होत्या. विद्यालयाच्या शिक्षिकेच्या ताब्यात कमलाला देऊन रमेश निघायला लागला तेव्हा कमलाही त्याच्यासोबत निघाली. रमेश म्हणाला, 'तू कुठे निघालीस? तुला इथेच रहावे लागेल.'

४

आपण अलिपूरमध्ये वकिली सुरू करायची असे रमेशने नक्की केले होते, पण त्याचे मन आता विदीर्ण झाले होते. यावेळी आपले मन स्थिर करून कामामध्ये येणाऱ्या अडी अडचणी दूर करण्याची, समस्या सोडविण्याची त्याच्यात शक्ती उरली नव्हती. तो काही दिवस गंगेच्या काठावरून आणि गोलदीवीच्या काठावरून उगीच फिरत होता. काही दिवसांसाठी पाश्चात्य देशात जावे, असाही एक विचार त्याच्या मनात आला. त्याच दरम्यान आनंदाबाबूंकडून एक निरोप आला.

आनंदाबाबूने आपल्या चिठ्ठीत लिहिले होते,

'तुम्ही पास झाले असल्याचे गॅझेटमध्ये पाहिले. पण ही बातमी तुमच्याकडून न कळल्यामुळे मन दुःखी झाले. बऱ्याच दिवसांपासून तुमच्याबद्दल काहीही कळले नाही. तुम्ही कसे आहात आणि परत कलकत्त्याला कधी येणार आहात? याबद्दल निरोप कळवा म्हणजे मग मी निश्चिंत राहू शकेल.'

इथे हे सांगणे अप्रायोजित होणार नाही की आनंदाबाबूंची विलायतेला गेलेल्या ज्या मुलावर सर्व भिस्त होती, तो बॅरिस्टर होऊन परत आला होता आणि त्याचा विवाह एका श्रीमंताच्या मुलीशी केला जाण्याची तयारी सुरू होती.

या दरम्यान ज्या काही घटना घडल्या होत्या त्यानंतर हेमनलिनीसोबत पूर्वीप्रमाणे भेटी गाठी करणे योग्य होईल का नाही ते रमेश ठरवू शकत नव्हता. यावेळी कमलासोबत त्याचा जो काही संबंध आहे तो इतर कोणासमोर उघड करणे त्याला योग्य वाटत नव्हते. निरापराध कमलाला या जगासमोर बदनाम करण्याचा त्याचा विचार नव्हता. तरीही हेमनलिनीला सर्व गोष्टी स्पष्टपणे सांगू शकला नाही तर तिच्यावर तो आपला पूर्वीचा हक्क कसा मिळवू शकला असता?

अर्थात आनंदाबाबूंच्या पत्राचे उत्तर न देणे कोणत्याही प्रकारे योग्य होणार नव्हते.

त्याने लिहिले, 'अनेक कारणांमुळे तुमची भेट घेऊ शकलो नाही. मला माफ करा.' या पत्रात त्याने आपला नवीन पत्ता दिला नाही.

हे पत्र त्याने पोस्टात टाकले. त्यानंतर दुसऱ्याच दिवशी तो वकिलाचा वेश घालून अलिपूरच्या न्यायालयात हजेरी देण्यासाठी गेला.

एके दिवशी तो अलिपूरहून येताना थोडे अंतर पायी चालून गेल्यावर एका गाडीवाल्याशी भाड्याचे बोलत होता. त्याच वेळी त्याला अचानकपणे कोणाचा तरी ओळखीचा आवाज कानावर ऐकू आला, 'बाबा, ते बघा रमेश बाबू.'

'गाडीवान, थांब.थांब.'

गाडी रमेशच्या शेजारी येऊन थांबली. त्या दिवशी अलिपूरच्या एका मेजवानीच्या कार्यक्रमात सहभागी होऊन आनंदाबाबू आणि त्यांची मुलगी परत येत होते. त्याच वेळी अचानक भेट झाली.

गाडीमध्ये बसलेल्या हेमनलिनीचा स्निग्ध आणि गंभीर चेहरा, विशेषत्वाने घातलेली ती साडी, केसांची वेणी घालण्याची तिची ती वेगळी पद्धत. तिच्या हातातील चोपडे कडे आणि डॅमलकट पद्धतीने कोरलेल्या सोन्याच्या दोन दोन बांगड्या पाहून रमेशच्या छातीपासून गळ्यापर्यंत एक लाट उसळली.

आनंदाबाबू म्हणाले, 'काय म्हणता रमेशबाबू? खूपच नशिबाने आज भेट झाली. आज काल तर तुम्ही पत्र पाठविणेही बंद केले आहे. लिहिले तरी त्यामध्ये पत्ता लिहित नाहीत. यावेळी कुठे निघालात? काही विशेष महत्त्वाचे काम आहे का?'

रमेश म्हणाला, 'नाही. ऑफिसवरून परत येत आहे.'

आनंदा बाबू म्हणाले, 'तर मग चला, आमच्याकडे चहा घेऊनच जाऊ.'

रमेशचे मन भरून आले. आता नकार द्यायला संधीच नव्हती. तो त्यांच्या गाडीत बसला. खूप प्रयत्नाने लाज बाजूला सारून हेमनलिनीने त्याला विचारले, 'तुम्ही बरे आहात ना?'

आपल्या प्रश्नाचे उत्तर नाही मिळाल्यावर हेमनलिनीने पुन्हा विचारले, 'तुम्ही पास झाल्याची बातमीही आम्हाला कळविली नाहीत?'

या प्रश्नाचे रमेशकडे काहीही उत्तर नव्हते. तो म्हणाला, 'मी गॅझेटमध्ये तुम्ही पास झाले असल्याचे वाचले होते.'

हेमनलिनी हासून म्हणाली, 'आमच्या सारख्या लोकांना तुम्ही लक्षात ठेवता, हेच आमच्यासाठी खूप झाले.'

आनंदाबाबूने विचारले, 'तुम्ही आता घर कुठे केले आहे?'

रमेश म्हणाला, 'दाजीपाडा मध्ये.'

आनंदाबाबू म्हणाले, 'कोलूटोलामधील तुमचे घर काही इतके वाईट नव्हते?'

रमेश म्हणाला, 'होय, आता त्याच घरात परत येण्याचा विचार आहे.'

दुसऱ्या बाजूने पुन्हा काही प्रश्न विचारण्यात आला नाही. हेमनलिनी गाडीतून बाहेर रस्त्यावर पाहत होती. रमेशला राहवले नाही. तो स्वतःशीच बोलल्याप्रमाणे म्हणाला, 'माझ्या नात्यातील एक जण हेदुसामध्ये राहते. तिची देखभाल करण्यासाठीच मला दाजीपाड्यामध्ये रहावे लागत आहे. '

रमेश काही एकदम खोटे बोलत नव्हता, तरीही ऐकायला मात्र ते अतिशय विसंगत वाटत होते. नातेवाईकाची चौकशी करण्यासाठी केलुटोलापासून हेदुआ काय खूपच दूर आहे का? हेमनलिनीचे दोन्ही डोळे गाडीच्या बाहेर रस्त्यावरच खिळले होते. त्यानंतर काय बोलावे हे काही रमेशला सूचले नाही. तरीही त्याने एकदा विचारून पाहिले, 'योगेंद्रचे काय चालले आहे?'

आनंदा बाबू म्हणाले, 'तो कायद्याच्या परीक्षेत नापास झाला आहे. आता पाश्चात्य देशांची हवा खायला गेला आहे.'

गाडी योग्य ठिकाणी पोहचल्यावर ओळखीचे घर आणि त्याची सजावट याने रमेशवर जणू मोहजाल टाकले. रमेशच्या हृदयातून एक दर्घ उसासा बाहेर पडला.

रमेश काहीही न बोलता चहा पीत होता. अचानक आनंदा बाबूंनी विचारले, 'यावेळी तर तुम्ही गावाकडे खूप दिवस राहिलात, काही विशेष काम होते का?'

रमेश म्हणाला, 'वडिलांचे निधन झाले.'

आनंदा बाबू म्हणाले, 'ए, हे काय सांगतोस? असे कसे झाले? कसे काय निधन झाले?'

रमेश म्हणाला, 'ते पद्मावतीमधून नावेद्वारे परत येत होते. अचानक आलेल्या वादळात नाव बुडाल्यामुळे त्यांचे निधन झाले.'

वेगात वारे वाहू लागल्यावर अचानक ढग विखुरतात आणि आकाश निरभ्र, स्वच्छ होते, त्याचप्रमाणे या दुःखद बातमीमुळे रमेश आणि हेमनलिनी यांच्यातील दुरावा एका क्षणात दूर झाला. हेम पश्चाताप करीत मनातल्या मनात म्हणाली, 'माझी समजून घेण्यात चूक झाली. पितृ वियोगाचे दुख आणि इतर काही समस्या यामुळे ते घाबरून गेले असतील. कदाचित अजूनही ते यामुळेच उदास असावेत. त्यांच्यावर जगातील कोणते संकट कोसळले होते, त्यांच्या मनावर काय परिणाम झाला असेल, याची काहीच माहिती नसल्यामुळे आपण त्यांनाच जबाबदार धरीत होतो.'

आता हेमनलिनी रमेशचा जास्तच आदर करू लागली. खरं तर रमेशची जेवण करण्याची इच्छा नव्हती, पण तिने खूप हट्ट करून त्याला जेवायला भाग पाडले. ती म्हणाली, 'तुम्ही खूपच अशक्त झाले आहात. शरीराकडे दुर्लक्ष करू नका. ' मग आनंदाबाबूंना म्हणाली, 'बाबा, रमेश बाबू रात्रीचे जेवणही आपल्याकडेच करतील.'

आनंदा बाबू म्हणाले, 'चांगली गोष्ट आहे.'

त्याच वेळी अक्षय आला. आनंदाबाबूच्या चहाच्या टेबलावर काही दिवस अक्षयने

ताबा मिळविला होता. आज अचानकपणे रमेशला पाहून तो आश्चर्यचकित झाला. पण लगेच स्वतःला सावरत तो हासून म्हणाला, 'हे काय, हे तर रमेश बाबू आहेत. तुम्ही आम्हाला विसरून गेला होतात की काय, असे मला तुम्हाला विचारायचे आहे.'

काहीही उत्तर न देता रमेश फक्त हसला. अक्षय म्हणाला, 'तुमचे वडील ज्या घाईने तुम्हाला घेऊन गेले, त्यावरून मला असे वाटले होते की यावेळी ते तुमचे लग्न लावल्याशिवाय तुम्हाला सोडणार नाहीत. तुम्ही सुटका करून आलात की नाही?'

हेमनलिनीने नाराज होऊन अक्षयकडे पाहिले.

आनंदाबाबू म्हणाले,' अक्षय, रमेशच्या वडिलांचे निधन झाले आहे.'

रमेश मान खाली घालून उदासपणे बसून राहिला. त्याच्या जखमेवर मीठ चोळल्याबद्दल मनातल्या मनात हेमनलिनी अक्षयवर खूप नाराज झाली. ती घाई घाईने रमेशला म्हणाली, 'रमेश बाबू, तुम्ही आमचा नवीन अल्बम पाहिला नाही.' असे म्हणून ती अल्बम घेऊन आली. रमेशच्या टेबलाच्या एका कोपऱ्यावर तो ठेवून त्यातील एकेका फोटोबद्दल ती सांगू लागली. याच वेळी तिने हळूच रमेशला विचारले, 'रमेशबाबू, तुमच्या नवीन घरात तुम्ही एकटेच राहता वाटतं?'

रमेश म्हणाला, 'हो.'

हेमनलिनी म्हणाली, 'आमच्या शेजारच्या घरात तुम्ही लवकरात लवकर रहायला या.'

रमेश म्हणाला, 'होय. मी या सोमवारी नक्की येईल.'

हेमनलिनी म्हणाली, 'मला असे वाटते की बी.ए.च्या फिलॉसॉफीबद्दल तुम्हाला विचारावे.'

त्यावर रमेशने खूप उत्साह दाखविला.

दुसऱ्याच दिवशी रमेश पूर्वीच्या घरात परत आला.

आता पर्यंत हेमनलिनीच्या बाबतीत जो काही दुरावा निर्माण झाला होता, तो आता उरला नव्हता. रमेश जणू काही घरातीलच व्यक्ती झाला होता. हास्य विनोद, येणे- जाणे श्वासासारखे सामान्य झाले होते.

वारंवार अभ्यास केल्यामुळे पूर्वी हेमनलिनीचा चेहरा उदास राहत असे. जरा जोराची हवा सुटली तर तिचे कोमल शरीर थरथरून विखरून जाईल, असे वाटत होते. त्या काळात ती खूप कमी बोलत असायची आणि तिच्याशी बोलायलाही इतरांना भीती वाटत असे. कारण ती कोणत्या क्षुल्लक गोष्टीवरून नाराज होईल हे सांगता येत नव्हते.

इकडे काही दिवसांपासून तिच्याच आश्चर्यकारक बदल घडून आला होता. तिच्या कोमल गालांवर लावण्याची आभा दिसू लागली होती. तिचे डोळे जरा जराशाला हास्य छटांचे नृत्य करीत असत. पूर्वी तिला वेशभूषेसाठी वेळ देणे म्हणजे चपळता आणि

अन्याय वाटायचे. आता कोणाशीही वाद न घालता काय माहीत कशामुळे पण तिचे मन पुष्कळच पलटले आहे.

कर्तव्याचे ओझे आणि विचार प्रवाह याने तिच्या जीवनात हा सर्व बदल घडवून आणला होता. तिच्या शरीरात आणि मनात काय माहीत कोठून पण आश्चर्यकारक सामर्थ्य निर्माण झाले होते.

५

काव्यामध्ये प्रेमिकांना ज्या ज्या गोष्टींची आवश्यकता असते, त्या सर्वांचा कलकत्त्यामध्ये तुटवडा आहे. कुठे ते फुललेले अशोक आणि मौलश्रीच्या त्या रांगा, कुठे विकसित जुईचा प्रसन्न असा लता मंडप, कुठे आंब्याच्या रसापेक्षाही गोड असलेली कोकीळेची कुहकुहू? तरीही अशा या कोरड्या आणि कठोर असलेल्या सौंदर्यहीन आधुनिक नगरात प्रेमाची जादू धक्का खाऊन निघून जात नाही.

या घोडा गाडीच्या गर्दीत, लोखंडी पट्टीमध्ये बांधलेल्या ट्रामच्या रस्त्यावर ती चीर किशोर प्राचीन देवता आपले धनुष्याच्या लपलेल्या खुणा लाल पगडीवाल्याच्या रखवालदारीसमोर किती रात्री किंवा किती दिवस चढल्या. किती वेळा आणि किती ठिकाणावरून वार करीत असतात, याचा काहीही अंदाज असत नाही.

हेमनलिनी आणि रमेश प्रणय विकासात कोणाच्या मागे आहेत, असे कोणीही म्हणू शकले नसते. हेमनलिनीने पाळलेल्या मांजरीलाही रमेश प्रेमाने कुरवाळीत असे आणि ती मांजरही धनुष्यासारखी पाठ करून आळसाचा त्याग करून आपलेच अंग चाटून आपली शोभा वाढवित असे.

हेमनलिनी परीक्षेत व्यस्त राहिल्यामुळे आपल्या शिवणकलेकडे जास्त लक्ष देऊ शकली नाही. काही दिवसांपासून शिवणकलेत दक्ष असलेल्या एका मैत्रिणीकडे ती शिवणकलेचे धडे घेत होती. शिवणकाम मात्र रमेशला अनावश्यक वाटत होते. साहित्य आणि तत्त्वज्ञान याविषयावर हेमनलिनीसोबत त्याचा खूप वाद होत असे. शिवणे आणि कापड कापणे या पासून मात्र तो दूरच राहत असे. याला वैतागून तो एखादे वेळी म्हणत असे, 'आज काल तुला शिवणकलेत इतका रस का निर्माण झाला आहे? ज्यांच्याकडे वेळ घालविण्यासाठी दुसरे काहीही साधन नाही, त्यांच्यासाठी शिवणकाम ठीक आहे.' हेमनलिनी याचे काहीही उत्तर न देता हासून सुईमध्ये धागा ओवत असे. अक्षय चढ्या आवाजात म्हणत असे, 'ज्या कामाची या जगामध्ये आवश्यकता आहे, ती सर्व कामे रमेशबाबूच्या दृष्टीने तुच्छ आहेत. महोदय, कोणी कितीही मोठा तत्त्वज्ञानी किंवा कवी असला तरीही तुच्छ कामाशिवाय त्याचे एक दिवसही चालू शकत नाही.' रमेश उत्तेजित होऊन वाद घालू लागत असे. हेमनलिनी मध्येच हस्तक्षेप करून त्याचा

बचाव करीत असे, 'रमेश बाबू, तुम्ही सर्व गोष्टींचे उत्तर देण्यासाठी इतके व्यग्र का असता? त्यामुळेच जगात ज्याला कधीही अंत असत नाही, अशी निरर्थक भांडणे होत राहतात.' इतके बोलून झाल्यावर ती मान खाली घालून आपली सुई चालवित असे.

एके दिवशी रमेशने आपल्या अभ्यासाच्या खोलीत बसल्यावर पाहिले की त्याच्या अभ्यासाच्या टेबलावर एका दोरीने बांधलेले फूल आणि त्यावव मखमली ब्लाटिंग पॅड सजवून ठेवले आहे. त्याच्या एका कोपऱ्यात 'र' हे अक्षर रेखले होते आणि दुसऱ्या कोपऱ्यात सोनेरी जरीच्या तारेने कमल काढले होते. त्याचा अर्थ कळण्यासाठी रमेशला जराही वेळ लागला नाही. त्याचे मन फुलले. शिवणकाम तुच्छ नसल्याचे आता या क्षणी त्याच्या अंतरात्म्याने कोणत्याही तर्क आणि प्रतिवादाशिवाय हे मान्य केले होते. ब्लाटिंग पॅड हृदयाशी धरीत तो अक्षयकडूनही पराभव मान्य करायला तयार झाला होता. त्या ब्लास्टिंग पॅडमध्ये एक पत्र ठेवून त्यामध्ये त्याने लिहिले,'मी कवी असतो तर कविता लिहून याची परतफेड केली असती, पण मी काव्य प्रतिभेपासून वंचित आहे. परमेश्वराने मला देण्याची क्षमता दिली नाही, पण घेण्याची क्षमता तर दिली आहे. ही अनपेक्षिथ भेट मी कशी स्वीकारली ते अंतर्यामी असल्याशिवाय इतर कोणालाही कळणार नाही. प्रदान साध्या डोळयांना दिसते, पण आदान मनात दडलेले असते. कायम ऋणाईत. '

हे पत्र हेमनलिनीच्या हाती लागले. त्यानंतर त्या दोघांमध्ये याबद्दल काहीही बोलणे झाले नाही.

पावसाळा सुरू झाला, पण बरसणाऱ्या धारा जंगलात राहणाऱ्या लोकांसाठी जितक्या उपयुक्त असतात तितक्या त्या शहरी लोकांसाठी असत नाहीत. शहरातील लोक आपल्या घराच्या खिडक्या बंद करतात. रस्त्याने चालताना छत्र्या उघड्या करतात. ट्राम गाडी आपले पडदे खाली सोडून पाऊस अडविण्याचा प्रयत्न करीत असतात. नदी, वन आणि पर्वत मात्र पावसाला सखा मित्र समजून त्याचा आदर सत्कार आणि स्वागत करतात. इथे श्रावणात देवलोक आणि भूलोकातील आनंदाच्या समागमात कोणत्याही प्रकारचा विरोध असत नाही. प्रेमाचा प्रवाह मात्र माणसाला वन पर्वतांच्या रांगेत नेऊन बसवितो. सतत पडणाऱ्या पाऊसाने आनंदाबाबूंची चूल विझली असली तरीही रमेश आणि हेमनलिनीच्या मनातील स्फूर्तीमध्ये मात्र कोणताही व्यत्यय आला नाही. ढगांची सावली, वीजेची चमक आणि पावसाचे टपटपणारे टपोरे थेंब यामुळे या दोघांची मने आणखी जवळ आली होती. पावसामुळे रमेशच्या ऑफिसला जाण्यात रोजच अडचणी निर्माण होऊ लागल्या. एखाद्या दिवशी सकाळीच असा मुसळधार पाऊस कोसळत असे की घाबरून हेमनलिनी म्हणायची 'रमेशबाबू, या पावसात तुम्ही घरी कसे जाणार?' रमेश अतिशय लाजून उत्तर देत असे, 'कोणत्याही प्रकारे जाईलच.' मग हेमनलिनी म्हणायची, 'पावसात भिजल्यामुळे सर्दी होईल. आमच्याकडेच जेवण करून जा ना.' सर्दी होण्याची रमेशला काही आठवण नसायची. त्याच्या मित्रांनीही त्याला कधी सर्दी

झाल्याचे पाहिले नाही. पावसाळ्यात मात्र त्याला हेमनलिनीच्या सेवेच्या आधीन व्हावे लागत असे. दोन पाऊले चालून घरी जाणे म्हणजेही त्याला दु:साहस वाटत असे. एखाद्या दिवशी ढगांची आकाशात विशेष लक्षणे दिसू लागताच हेमनलिनीच्या घरून रमेशसाठी खिचडी आणि संध्याकाळी कचौरी खाण्याचे निमंत्रण जात असे. या लोकांना अचानक सर्दी होण्याची जितकी भीती वाटत होती, तितकी स्वंयपाक करण्याची वाटत नसल्याचे आढळून आले आहे.

अशा प्रकारे काळ पुढे सरकत होता. अशा प्रकारे विस्मृती झाल्यावर हृदयातील आवेशाचा काय परिणाम होईल, याचा कधी रमेशने विचारही केला नाही. अर्थात आनंदाबाबूंना हे कळले होते आणि त्यांच्या समाजातील चार माणसेही त्याबद्दल टीका करीत होती. रमेशमध्ये जितकी हुशारी होती तितके कर्तव्य ज्ञान नव्हते. आनंदा बाबू रोज त्याच्याकडून काही विशेष अपेक्षा ठेवीत असत, पण त्यांना तिकडून काही उत्तर मिळत नसे.

अक्षयचा आवाज काही विशेष चांगला नव्हता; पण जेव्हा तो स्वतः व्हायोलिन वाजवून गात असे तेव्हा चांगल्या गायकांच्या मैफलींना दाद देणारे सामान्य श्रोते त्याबद्दल काही आक्षेप नोंदवित नसत. इतकेच नाही तर त्याला आणखी गाण्याची विनंती करीत असत. आनंदा बाबूंना काही संगीताची विशेष आवड नव्हती. समजा कोणी अक्षयला गाण्यासाठी विनवू लागले तर ते इतकेच म्हणत, 'हाच तर तुमच्यामधला दोष आहे. बिचाऱ्याला गाणे कळते, पण म्हणून काही त्याच्यावर असा अत्याचार करू नये.'

अक्षय नम्रपणे म्हणत असे, 'नाही, नाही. आनंदा बाबू तुम्ही काळजी करू नका. यामध्ये अत्याचाराचा प्रश्न येतोच कुठे?'

विनंती करणाऱ्या व्यक्तीकडून मग उत्तर मिळत असे, 'तर मग गाणे आवश्य व्हायला हवे.'

एके दिवशी संध्याकाळी आकाश ढगांनी भरून गेले होते. अंधार झाला तरीही पाऊस काही थांबायचे नाव घेत नव्हता. पावसामुळे अक्षय थांबला होता. हेमनलिनी म्हणाली, 'अक्षयबाबू, एखादे गाणे तरी म्हणा.'

असे म्हणून हेमनलिनी हार्मोनियमवर स्वरसाथ करू लागली.

अक्षयने त्यात व्हायोलिन मिसळून गाणे म्हणायला सुरुवात केली,

'पूर्वेची हवा अशी वाहे गार गार, सख्याविना झोप नाही डोळ्यामधी धार धार.'

गाण्यातील प्रत्येक शब्दाचा अर्थ काही कळत नव्हता तरीही त्यातील प्रत्येक शब्द समजून घेण्याची काही आवश्यकता पडत नव्हती. मनामध्ये विरह वेदनेचा संचार होतो, तेव्हा त्याचा थोडासा अभास होणेही खूप असते. ढगांमधून थेंब ओघळत आहेत, मोर नाचत आहे आणि एकासाठी दुसऱ्याच्या व्याकुळतेला अंत असत नाही.

स्वरांच्या भाषेतून अक्षय आपल्या मनातील दडलेली भावना व्यक्त करण्याचा प्रयत्न करीत होता, पण ही भाषा आणखीन दोन व्यक्तींच्या उपयोगी पडत होती. दोन माणसांची मने त्या स्वर लहरींचा आधार घेत एक दुसऱ्यावर घात-प्रतिघात करीत होती. या जगात सर्व काही मनोहर झाले होते. या जगामध्ये आतापर्यंत ज्या व्यक्तीने जितके प्रेम केले आहे, ते सर्व जणू काही दोन हृदयांमध्ये विभक्त होऊन निशब्द सुख-दुःखाची आकांक्षा आणि व्याकुळतेने कंपित होतात.

त्या दिवशी आकाशात जसे मेघ दाटून आले होते तसेच गाणेही जमून आले होते. हेमनलिनी शिफारस करू लागली, 'अक्षय बाबू, गाणे संपवू नका. आणखी एक राग छेडा.'

उत्साह आणि आवेगात अक्षयचे गाणे सुरूच होते. गाण्याचे सूर जुळून आले होते. त्यामध्ये कशानेही काहीही फरक पडत नव्हता. जणू काही राहून राहून वीज चमकावी तसे होत होते. वेदनेने भरलेले जणू हृदय जणू त्याने व्यापून टाकले होते.

रात्री खूप उशिरा अक्षय आपल्या घरी परतला. रमेश शांतपणे हेमनलिनीच्या चेहऱ्याकडे पाहत होता. हेमनलिनीनेही त्याच्या चेहऱ्याकडे पाहिले. दोघांच्या दृष्टीमध्ये गाण्यांची सावली दरवळत होती.

काही क्षणासाठी पाऊस थांबला होता. रमेश आपल्या घरी गेला. मग पुन्हा रिमझिम पावसाला सुरुवात झाली. रमेशला त्या रात्री झोप आली नाही. हेमनलिनीही बराच वेळ शांच बसून आंधारात पावासाचे थेंब ऐकत होती. तिच्या मनाच्या तारा झंकारत होत्या,

'पूर्वेची हवा अशी बाहे गार गार, सख्याविना झोप नाही डोळ्यामधी धार धार.'

दुसऱ्या दिवशी सकाळी रमेश उसासे टाकीत विचार करीत होता, 'मी जर गाणे म्हणू शकलो असतो तर त्याच्या बदल्यात मी अनेक विद्या दान केल्या असत्या.'

काही तरी उपाय करून आपणही गाणे म्हणावे, अशी काही रमेशची इच्छा नव्हती. आपण व्हायोलिन वाजवायला शिकण्याचे त्याने ठरविले. याच्या आधी एके दिवशी त्याने एकांत पाहून आनंदाबाबूंच्या घरातील व्हायोलिन उचलून काडीने तारा घासल्या होत्या. काडीच्या एकाच घर्षणाने सरस्वतीने असा काही अंतर्नाद केला होता की त्याने व्हायोलिनशी छेडछाड करणे सोडून दिले होते आज त्याने एक लहानशी हार्मोनियम खरेदी करून आणली. घराची आतील कडी लाऊन तो अतिशय सावधगिरीने हार्मोनियमवर बोटे फिरवित होता. काहीही असले तरीही यापेक्षा सहनशील दुसरे कोणतेही यंत्र असू शकत नाही, हे त्याच्या लगेच लक्षात आले.

दुसऱ्या दिवशी आनंदाबाबूंच्या घरी पोहचल्यावर हेमनलिनी रमेशला म्हणाली, 'तुमच्या घरातून काल हार्मोनियचा आवाज येत होता.' आतून दार बंद केल्यावर कोणाला काही कळणार नाही, असे रमेशला वाटले होते, पण कान ही अशी वस्तू आहे जी रमेशच्या घरातील प्रत्येक शब्दाची बित्तंबातमी ठेवते. रमेशला थोडेसे शरमिंदे होऊन

मान्य करावे लागले की काल आपण एक हार्मोनियम खरेदी केली असून ती वाजवायला शिकण्याची आपली इच्छा आहे.

हेमनलिनी म्हणाली, ‘घराचा दरवाजा बंद करून अशा प्रकारे प्रयत्न केल्याने काय फायदा होईल? त्यापेक्षा तुम्ही आमच्याकडे येऊन सराव करा. मला येते त्याप्रमाणे मी तुम्हाला मदत करीन.’

रमेश म्हणाला, ‘पण मी तर नवशिक्या आहे. मला शिकविण्यासाठी तुम्हाला खूप त्रास सहन करावा लागेल.’

हेमनलिनी म्हणाली, ‘मला जे काही येते तितके तर मी अनोळखी व्यक्तीलाही शिकवू शकते.’

रमेशने आपली जी काही ओळख सांगितली होती ती अगदी बरोबर होती. न सांगताही असा शिक्षक मिळाल्यावरसुद्धा संगीत विद्येला रमेशच्या डोक्यात शिरण्याचा मार्ग काही सापडला नाही. एखादी पोहता न येणारी व्यक्ती पाण्यात पडल्यावर वेड्यासारखे हात- पाय हालविते तशाच प्रकारे रमेशसुद्धा संगीताच्या गुढगाभर पाण्यात करू लागला. त्याचे बोट कधी कुठे पडेल याचा काहीच नेम नव्हता. बेसूर सूर वाजू लागत, पण रमेशला मात्र ते बेसूर वाटत नसत. हेमनलिनी मध्येच बोलत असे, ‘हे काय करीत आहात? चुका होताहेत.’ तो मात्र सतत चुका करीत असे. एक चूक दुसऱ्या चुकेला निमंत्रित करीत असे. गंभीर स्वभावाचा आणि परिश्रम करण्याची तयारी असलेला रमेश सहजपणे सोडून देणाऱ्यांपैकी नव्हता. रस्त्यावर मिक्सिंग करणारे मशिन जसे मंद गतीने सतत सुरू असते, आपल्याखाली काय दळले जात आहे, याचा त्याला जराही पत्ता असत नाही, अभागी स्वर आणि हार्मोनियमच्या पडद्यावर रमेशची बोटेही त्याच आंधळेपणाने इकडे तिकडे भटकत असत.

रमेशच्या या मूर्खपणावर हेमनलिनी हासत होती आणि रमेशही हासत होता. चुका करण्याची रमेशची असामान्य शक्ती पाहून हेमनलिनीला खूप आनंद होत होता. चुकातून निर्माण होणारा आनंद मिळविणे हे सुद्धा प्रेमाच्या सामर्थ्याचेच काम आहे. लहान मूल चालायला सुरुवात करते तेव्हा चुकून इकडे तिकडे पाय फेकित असते; पण मातेचे प्रेम मात्र तेवढ्यावरच ऊतू जात असते. वाजविण्याच्या बाबतीत रमेश ज्या विचित्रपणे आपली चूक व्यक्त करीत असे, हेमनलिनीला तितके त्याचे कौतुक वाटत असे.

मध्ये मध्ये रमेश म्हणत असे, ‘बरं, मग तू इतकी हासतेस का? तू पहिल्यांदा वाजवायला शिकत होतीस तेव्हा तुझ्याकडून चुका होत नव्हत्या का?’

हेमनलिनी म्हणे, ‘चूक तर होत असे, पण खरं सांगते रमेश बाबू, तुमच्याशी माझी तुलना केली जाऊ शकत नाही.’

संगीतातील भल्या -बुऱ्याबद्दल आनंदाबाबूंना काही कळत नव्हते. ते अधून मधून गंभीर भावनेने कान लाऊन बसत, ‘बरं आहे. रमेशचा हात हळूहळू सुधारत आहे.’

हेमनलिनी म्हणाली, 'त्याच्या हाताला बेसुरेपणाची सवय होत चालली आहे.'

आनंदाबाबू म्हणत, 'नाही, नाही. पूर्वी जसे ऐकले होते त्याचा आता थोडा थोडा सराव होत आहे. मला तर असे वाटते की रमेश जर असाच सुरू ठेवीत राहिला तर त्याची अवस्था इतकी वाईट राहणार नाही. गाणे-वाजविणे यासाठी दुसरे काही नाही तर खूप सराव करावा लागतो. सरगमचा सराव झाल्यावर सर्व काही आपोआप होते.'

६

दर वर्षी पूजेच्या दिवसांत सवलतीच्या दरातील तिकिट सुरू झाल्यावर आनंदाबाबू जबलपूरला आपल्या बहिणीकडे फिरण्यासाठी जात असत.

आता पूजेच्या सुटीसाठी जास्त दिवस राहिले नसल्यामुळे आनंदाबाबू आपल्या प्रवासाच्या तयारीला लागले होते.

विरह समोर दिसू लागल्यावर आज काल रमेश खूप मन लाऊन हार्मोनियम शिकायला लागला आहे. एके दिवशी बोलता बोलता हेमनलिनी म्हणाली, 'रमेशबाबू, मला असे वाटते की किमान काही दिवस तरी तुम्हाला हवा पालट करण्याची आवश्यकता आहे. काय बाबा?'

आनंदाबाबूंनी विचार केला की गोष्ट तर चांगली हे. कारण या दरम्यान रमेशवर दुःख आणि निराशेचा खूप मोठा प्रभाव आहे. ते म्हणाले, 'काही दिवस फिरून येणेच चांगले. समजले का रमेश? मग ते पाश्चात्य देश असोत की अन्य कुठले देश असो. त्यामुळे फायदा नक्की होतो. आधी तर काही दिवस भूक वाढते. मग पोट जड होते. छातीत जळजळ सुरू होते. जे खाल्ले जाते तेही पचत नाही.'

हेमनलिनीने विचारले, 'रमेशबाबू, तुम्ही नर्मदेवरील धबधबा पाहिला आहे?'

रमेश म्हणाला, 'नाही. मी पाहिला नाही.'

हेमनलिनी म्हणाली, 'आता तो तुम्ही पहायला हवा. काय बाबा?'

आनंदाबाबू म्हणाले, 'होय, चांगले तर आहे. रमेश तू आमच्यासोबतच का येत नाहीस? हवापालटही होईल आणि संगमरमरी डोंगरही पहायला मिळतील.'

वातावरणात बदल करणे आणि संगमरमरी डोंगर पाहणे हे दोन्हीही यावेळी रमेशसाठी अतिशय आवश्यक होते. त्यामुळे रमेशही तयार झाला.

रमेशचा आत्मा हवेमध्ये उडत होता. अशांत मनातील आवेग थांबविण्यासाठी तो आपल्या घराचा दरवाजा बंद करून हार्मोनियम घेऊन बसला. आज त्याला इकडचे तिकडचे काहीच भान उरले नाही. बाजाच्या सुरांवर वेड्यासारखी त्याची बोटे फिरत होती. हेमनलिनी दूर जाणार म्हणून गेल्या काही दिवसांपासून त्याचे मन जड झाले होते. आज आनंदाच्या आवेशात त्याने सर्व बंधन खोलून टाकले होते. बरोबर त्याच वेळी दार

वाजले, 'अरे रे! सर्व चौपट झाले. थांबा, रमेश बाबू, हे तुम्ही काय करीत आहात?'

रमेशचे तोंड रंगले होते. तो शर्मिंदाही झाला होता. तरीही त्याने दरवाजा उघडला. अक्षयने आत प्रवेश करताच विचारले, 'रमेशबाबू, तुम्ही लपून छपून हे काय कांड करीत आहात? तुमचा हा वेडेपणा कायद्याच्या एखाद्या कलमात बसत नाही का?'

रमेश म्हणाला, 'मी माझा गुन्हा स्वीकार करतो.'

अक्षय म्हणाला, 'रमेश बाबू, तुम्हाला वाईट वाटणार नसेल तर एका गोष्टीवर मला टीका करायची आहे. इतक्या दिवसांत तुम्हाला हे सुद्धा कळले नाही की हेमनलिनीच्या भले-बुरेपणाबद्दल मीही निष्काळजी नाही.'

काहीही उत्तर न देता रमेश शांतपणे ऐकत होता.

अक्षय म्हणाला, 'तिच्या बाबतीत तुमचा काय विचार आहे, हे विचारण्याचा मला अधिकार आहे. कारण मी आनंदाबाबूंचा शुभचिंतक आहे.'

बोलण्याची ही पद्धत रमेशला योग्य वाटली नाही. अर्थात कठोर उत्तर देण्याची क्षमता आणि सराव रमेशला नव्हता. तो गोड शब्दात म्हणाला, 'या शंकेबद्दल तुमच्या मनात काही कारण तरी आहे?'

अक्षय म्हणाला, 'हे बघा, तुम्ही हिंदू कुटुंबातील आहात. तुमचे वडील हिंदू होते. मला सर्व माहीत आहे. तुमचे वडील तुम्हाला लग्न करण्यासाठी आपल्या गावाकडे घेऊन गेले होते.'

ही बातमी अक्षयला कळण्याचे एक कारण होते. कारण रमेश एखाद्या ब्राह्मण मुलीच्या मागे लागला असल्याची शंका अक्षयनेच रमेशच्या मनात निर्माण केली होती. रमेश एका क्षणासाठीही अक्षयच्या चेहऱ्याकडे पाहू शकला नाही.

अक्षय म्हणाला, 'अचानकपणे तुमच्या वडिलांचे निधन झाले म्हणून काय तुम्ही स्वतःला स्वतंत्र समजता? त्यांची इच्छा होती...'

रमेश आता सहन करू शकला नाही. तो म्हणाला, 'हे बघा, अक्षय बाबू. दुसऱ्याच्या बाबतीत मला उपदेश देण्याचा तुम्हाला अधिकार असेल तर तुम्ही मला तो देऊ शकता. मी ऐकून घेईन. पण माझ्या वडिलांशी असलेल्या माझ्या संबंधांबाबत तुम्ही काहीही बोलू नका.'

अक्षय म्हणाला, 'चला, बरं झालं. या गोष्टी सोडून द्या. हेमनलिनीबद्दल तर सांगा. तिच्या वयाबद्दल तुम्हाला काही माहीत आहे? तुम्हाला काय तिच्याशी लग्न करायचे आहे?'

घावावर घाव बसत असल्यामुळे रमेश उत्तेजित होत होता. तो म्हणाला, 'हे बघा, अक्षय बाबू. तुम्ही आनंदाबाबूंचे मित्र असू शकता. पण माझ्यासोबत काही तुमची तितकी दाट मैत्री नाही. कृपा करून तुम्ही हे सर्व सोडून द्या.'

'मी सोडून दिल्यामुळे जर सर्वांची तोंडे बंद होणार असतील, तर मग काही म्हणणे

नाही. पण समाजात तुमच्यासारख्या निश्चल स्वभावाच्या व्यक्तीसाठी काहीही जागा नाही. अर्थात तुम्ही लोक मोठे लोक आहात. जगाच्या बोलण्याला तितके महत्त्व देत नाहीत, तरीही प्रयत्न केल्यावर इतके तर कळेलच की ज्या भल्या माणसाच्या कन्येसोबत तुम्ही असे करीत आहात, त्या व्यक्तीला समाजासमोर उत्तर देण्यापासून तर तुम्ही वाचवू शकणार नाहीत. तुम्ही ज्या लोकांचा आदर करता, त्यांच्या तर अब्रूचा पंचनामा होईल.'

रमेश म्हणाला, 'तुम्ही केलेला उपदेश मी कृतज्ञतापूर्वक स्वीकारतो. माझे जे काही कर्तव्य आहे, ते मी लवकरच समजून घेईन. त्याचे पालन करीन. याबद्दल तुम्ही निश्चिंत रहा. आता या विषयावर आणखी वाद घालण्याची आवश्यकता नाही.'

अक्षय म्हणाला, 'मला तुम्ही खूप वाचविले आहे, रमेश बाबू. इतक्यामुळेच मी निश्चिंत झालो आहे. तुमच्यावर निंदा करण्याचा मला काही छंद नाही. तुमच्या संगीत शिक्षणात बाधा आणल्याबद्दल मी गुन्हेगार आहे. मला क्षमा करा. मी जातो.'

डोक्याखाली दोन्ही हात घेऊन रमेश आंथरुणावर पडून राहिला. बराच वेळ अशा प्रकारे पडून राहिला. अचानकपणे घड्याळात पाचचे ठोके पडताच तो वेगाने उठून बसला. त्याने काय विचार केला होता देवालाच माहीत. पण तो लगेच शेजारच्या घरी गेला. हेमनलिनीने आश्चर्याने विचारले, 'रमेश बाबू, तुमची तब्येत तर ठीक आहे?'

रमेश म्हणाला, 'तसे काहीही नाही.'

आनंदाबाबू म्हणाले, 'फार काही पचनाची काही तरी गडबड झाली असावी. ऊन्हाळा अधिक आहे. मी ज्या गोळ्या घेतो, त्यातील एक गोळी घेतली तर बरे वाटेल.'

हेमनलिनी हासून म्हणाली, 'बाबा, तुम्ही आपल्या सोबत्यांना ती गोळी खाऊ घातली आहे. पण त्यामुळे त्यांना तर काही बरे वाटले नाही.'

आनंदा बाबू म्हणाले, 'पण काही वाईटही झाले नाही. मी स्वतः परीक्षा घेऊन पाहिले आहे की आतापर्यंत मी जितक्या गोळ्या घेतल्या आहेत, त्यामध्ये या सर्वांत आरोग्यदायी आहेत.'

हेमनलिनी पुन्हा हासून म्हणाली, 'बाबा, तुम्ही एखादी नवीन गोळी खायला लागता तेव्हा काही दिवस तिची खूप स्तुती करता.'

आनंदाबाबू म्हणाले, 'तुम्हा लोकांचा तर काही विश्वास बसत नाही. ठीक आहे, अक्षयला विचारा. माझ्या औषधांमुळे त्याचा काही फायदा झाला आहे की नाही?' त्या प्रत्यक्ष साक्षीदाराच्या भीतीने हेमनलिनीला गप्पच बसावे लागले.

साक्षीदार मात्र तिथे स्वतः होऊन उपस्थित झाला. येताच तो आनंदाबाबूंना म्हणाला, 'आनंदा बाबू, तुमची ती गोळी तुम्ही मला द्या. तिच्यामुळे मला खूप फायदा झाला आहे. आज शरीर खूप हलके हलके वाटते आहे.'

आनंदाबाबूने अतिशय अभिमानाने आपल्या मुलीच्या चेहऱ्याकडे पाहिले.

गोळी खायाला दिल्यावर आनंदाबाबूने अक्षयला लगेच सोडले नाही. अक्षयही

जाण्यासाठी विशेष उत्सुक नव्हता. वारंवार रमेशच्या चेहऱ्याकडे कटाक्ष टाकीत होता.

फिरायला जाण्यासाठीचा काळ जवळ आला होता. मनातल्या मनात त्याच विचाराने हेमनलिनेची मन आज खूप आनंदी होते. आज रमेशबाबू आल्यावर सुटी घालविण्याविषयी त्यांच्याशी सल्लामसलत करण्याचे तिने मनातल्या मनात ठरवून टाकले होते. तिथे एकांतात कोणकोणती पुस्तके वाचून संपवायला हवीत, हेही ठरवायला हवे. आज जरा रमेश लवकरच येणार असल्याचे ठरले होते कारण चहाच्या वेळी अक्षय किंवा दुसरे कोणी तरी नक्कीच येते. त्यामुळे मग त्यावेळी सल्ला मसलत होत नाही.

आज मात्र रमेश रोजच्यापेक्षाही जरा उशिरानेच आला. त्याच्या चेहऱ्यावरील भावही चिंतायुक्त होते. त्यामुळे हेमनलिनीच्या उत्साहाला ठोकर बसली. काळ वेळ पाहून तिने हळूच रमेशला विचारले, 'आज तुम्ही यायला खूप उशीर केलात?'

रमेश दुसऱ्याच कोणत्या तरी विचारात हरवला होता. थोड्या वेळाने म्हणाला, 'होय, आज जरा उशीरच झाला.'

हेमनलिनीने आज घाईघाईत वेणी घातली होती. केस विंचरल्यावर आणि कपडे बदलल्यावर तिने अनेक वेळा घड्याळीत पाहिले होते. आपली घड्याळ तर चुकीची वेळ दाखवित नाही ना? असाही विचार कधी मधी तिच्या मनात चमकून जात होता. अजून कदाचित जास्त वेळ झाला नसेल. धीर धरणे असाह्य झाल्यावर तिने शिवणकामाची मशिन घेतली आणि ती खिडकीजवळ जाऊन बसली. शिवणकामात आपले मन रमविण्याचा तिने प्रयत्न चालविला. त्यानंतर तो गंभीर चेहऱ्याने आला. कशामुळे उशीर झाला याचे रमेशकडे काहीही कारण नव्हते. जणू काही आज लवकर येण्याचे ठरले असल्याचे त्याच्या गावीही नव्हते.

हेमनलिनीने कसा तरी चहा संपवून टाकला. त्या खोलीच्या कोपऱ्यातील एका टीपॉयवर काही पुस्तके होती. रमेशचे लक्ष तिकडे आकर्षित करण्यासाठी हेमनलिनीने जाणीवपूर्वक ती पुस्तके उचलली आणि त्यांना घेऊन त्या रूमच्या बाहेर निघाली. तेव्हा अचानक रमेशला काही तरी आठवले. तो घाईने तिच्याजवळ जात म्हणाला, 'ही घेऊन कुठे निघालीस?'

'आज जरा पुस्तके निवडायला हवीत.'

असे म्हणून हेमनलिनी आपल्या खोलीत गेली.

रमेश आणखीनच विव्हळ झाला. अक्षय मनातल्या मनात हासून म्हणाला, 'रमेश बाबू, आज तुमचे शरीर निरोगी असावे असे वाटत नाही.' त्याच्या उत्तरादाखल रमेश काही तरी बडबडला. अर्थात ते कोणालाही कळले नाही. शरीराच्या उल्लेखामुळे उत्साहित झालेले आनंदाबाबू म्हणाले, 'मी तर रमेशला पाहिल्याबरोबरच ही गोष्ट सांगितली होती.'

अक्षय म्हणाला, 'शरीराकडे लक्ष देणे रमेश बाबूसारख्या लोकांना योग्य वाटत नसावे

कदाचित. जेवण न पचल्यावर त्यासाठी प्रयत्न करणे त्यांना गावंढळपणाचे वाटते.'

रमेश शांतपणे बसून मनातल्या मनात विव्हळ होत होता.

अक्षय म्हणाला, 'रमेश बाबू, माझा सल्ला ऐका. आनंदाबाबूंचे औषध घेऊन आज जरा सकाळीच झोपा.'

रमेश म्हणाला, 'आनंदाबाबूंशी आज मला काही विशेष बोलायचे आहे. त्यासाठी मी इथे थांबलो आहे.'

अक्षय आपल्या खुर्चीवरून उठत म्हणाला, 'पहा तर खरं, ही गोष्ट आधीच सांगायला हवी होती. रमेश बाबू सर्व गोष्टी मनात ठेवतात. शेवटी मग वेळ निघून गेल्यावर घाबरून जातात.'

अक्षय निघून गेल्यावर रमेश आपली नजर खाली झुकवून बोलू लागला, 'आनंदाबाबू, तुम्ही मला एखाद्या नातेवाईकाप्रमाणे तुमच्या घरी येण्या जाण्याचा अधिकार दिला आहे. हे तर मी माझे नशीब समजतो, त्या बद्दलच्या माझ्या भावना मी शब्दात व्यक्त करू शकत नाही.'

आनंदाबाबू म्हणाले, 'विचित्र गोष्ट आहे. तू योगेंद्रचा मित्र आहेस. तुला घरातील मुलगा समजू नको तर काय समजू?'

आता पुढे काय बोलायला हवे हे काही रमेशला कळले नाही. आनंदा बाबूंनी रमेशला मार्ग मोकळा करून देण्याच्या उद्देशाने सांगितले, 'तुझ्या सारख्या मुलाला मी आपला बनवू शकलो, यामध्ये माझेही सुदैव आहे.'

त्यावरही रमेश काही बोलू शकला नाही.

आनंदाबाबू म्हणाले, 'हे पहा, तुमच्याबद्दल आमच्या समाजातील लोक अनेक प्रकारच्या गोष्टी करतात. असे म्हणतात की हेमनलिनी विवाहयोग्य झाली आहे. अशा वेळी तिचा जोडिदार निवडण्यासाठी खूप सावधगिरी बाळगण्याची आवश्यकता आहे. माझा रमेशवर विश्वास असल्याचे मी त्या लोकांना उत्तर देतो. तो माझ्याशी कधीही अयोग्य प्रकारे वागणार नाही.'

रमेश म्हणाला, 'आनंदाबाबू, मला तर तुम्ही चांगल्या प्रकारे ओळखता. तुम्ही जर मला आपल्या मनातून योग्य व्यक्ती समजत असाल तर... '

आनंदा म्हणाला, 'असे सांगण्याची काहीच आवश्यकता नाही. आम्ही लोकांनी तर एक प्रकारे सर्व काही विचार करून टाकला आहे. तुमच्या घरी जी काही दुर्दैवी घटना घडली त्यामुळे आम्ही दिवस नक्की करू शकलो नाही. पण मुला, आता आणखी उशीर करणे योग्य होणार नाही. समाजात या बद्दल विविध प्रकारच्या गोष्टी बोलल्या जात आहेत. त्यामुळे वेळीच त्या दाबून टाकणे योग्य होईल.'

रमेश म्हणाला, 'तुम्ही जशी आज्ञा कराल तसेच होईल. सर्वात आधी तुम्ही आपल्या मुलीचा सल्ला घेणे योग्य होईल.'

आनंदा म्हणाले, ‘ ते तर आहेच, पण तिला सर्व काही माहीत आहे. तरीही उद्या सकाळी सर्व काही नक्की करतो.’

रमेश म्हणाला, ‘तुम्हाला झोपण्यासाठी आता वेळ होत आहे. कृपया मला आज्ञा द्या.’

आनंदा बाबू म्हणाले, ‘जरा थांबा, मी जबलपूरला जायच्या आधीच तुमचा विवाह झाला तर बसे होईल असे मला वाटते. ’

रमेश म्हणाला, ‘आता त्यामध्ये काय उशीर आहे?’

आनंदा म्हणाले, ‘नाही. त्यासाठी अजून दहा दिवसांचा अवधी आहे. पुढच्या रविवारी तुमचा विवाह झाला तर त्यानंतरही प्रवासाची तयारी करण्यासाठी दोन-तीन दिवस मिळतील. तुला कळते का रमेश, मला घाई करायची नाही, पण या शरीराचा काय भरवसा?’

७

शाळेच्या सुट्या आता जवळ आल्या आहेत. सुट्यामध्येही कमलाला शाळेतच ठेवण्याविषयी रमेशने शिक्षिकेशी आधीच बोलून सर्व काही नक्की केले आहे.

सकाळी उठल्यावर मैदानावरील एकांतात फिरताना रमेशने नक्की केले की लग्नानंतर तो हेमनलिनीला कमलाबाबतच्या सर्व घटना सुरुवातीपासून अखेरपर्यंत सविस्तरपणे सांगेन. त्यानंतर कमलालाही या सर्व गोष्टी सांगण्यासाठी वेळ मिळेल. अशा प्रकारे दोन्ही बाजूंचा मेळ घातल्यावर कमला स्वच्छंद मैत्रिणीच्या रुपात हेमनलिनीसोबत राहू शकेल. गावाकडे या गोष्टीवरून अनेक गोष्टींचे वादळ निर्माण होऊ शकते, हे समजूनच त्याने हजारी बागेत जाऊन वकालत करण्याचे ठरविले.

परत आल्यावर रमेश आनंदाबाबूंच्या घरी गेला. पायऱ्यावर अचानकपणे हेमनलिनीची भेट झाली. इतर दिवशी अशा प्रकारे भेट झाल्यावर काही बोलणे झाले असते, पण आज मात्र हेमनलिनीचा चेहरा लाल झाला. त्या लालिम्यामध्ये ती हास्याच्या आभाच्या प्रकाशाप्रमाणे चमकली. ती डोळे खाली झुकवून घाईने निघून गेली.

हार्मोनियमवर जे सरगम शिकले होते, त्याची रमेश घरी जाऊन उजळणी करीत होता, पण दिवसभर एकच सरगम वाजविल्यामुळे काम भागणार नव्हते. त्याने कवितेचे पुस्तक वाचण्याचा प्रयत्न केला, पण फसला. त्याच्या प्रेमाचा सूर खूप वरच्या पट्टीत लागला होता, तिथपर्यंत कोणत्याही कवितेतील भावना पोहचू शकत नव्हत्या.

इकडे हेमनलिनी आनंदाने उन्मत होऊन घरातील सर्व काम आटोपल्यावर दुपारच्या वेळी आपल्या खोलीचे दार बंद करून शिवणकाम घेऊन बसली. तिच्या चेहऱ्यावर आनंदाची आभा फाकली होती. एक सर्वांगिण उन्माद तिच्या देहात भिनला होता.

आज रमेश चहाच्या वेळेपूर्वीच हार्मोनियम आणि कवितेचे पुस्तक सोडून

आनंदाबाबूंच्या घरी आला होता. याच्या आधी चहाच्या टेबलावर हेमनलिनीशी भेट व्हायला वेळ लागत असे, पण आज त्याने चहाच्या कॅटलीमध्ये पाहिले. तीही रिकामी होती. दुसऱ्या मजल्यावरील बैठकीत पाहिले. तीही रिकामी होती. हेमनलिनी आतापर्यंत आज खाली आली नव्हती. आनंदाबाबू ठरलेल्या वेळी चहाच्या टेबलावर येऊन बसले. रमेश चकीत होऊन वारंवार दरवाजाकडे पाहत होता. पावलांचा आवाज ऐकू आला, पण घरामध्ये अक्षयने प्रवेश केला होता. तो अतिशय सहृदयता दाखवित म्हणाला, 'इथे आहात रमेश बाबू. मी तुमच्या घरी गेलो होतो.' हे ऐकल्यावर रमेशच्या चेहऱ्याचा रंग उडाला त्यावर उद्वेग पसरला.

अक्षय हासत हासत म्हणाला, 'घाबरता कशाला, रमेश बाबू? मी काही तुमच्यावर आक्रमण करायला आलो नव्हतो. शुभ बातमीबद्दल अभिनंदन करण्यासाठी आलो होतो.'

त्यावर तिथे हेमनलिनी उपस्थित नसल्याचे आनंदाबाबूंच्या लक्षात आले. त्यांनी हेमनलिनीला आवाज दिला. काहीही प्रतिसाद न मिळालेला पाहून ते स्वतः वर जाऊन म्हणाले, 'हेम, हे काय चालले आहे? अजून शिलाई मशिनच घेऊन बसली आहेस? चहा तयार झाला आहे. रमेश आणि अक्षयही आले आहेत.'

हेमनलिनी लाजून म्हणाली, 'बाबा, माझा चहा वरच पाठवा. आज मला शिवणकाम पूर्ण करायचेच आहे.'

आनंदाबाबू म्हणाले, 'तुझ्यामध्ये हा खूप मोठा दोष आहे, हेम. एखादी गोष्ट घेऊन बसल्यावर तुला दुसऱ्या कशाचेच भान राहत नाही. नाही, नाही. आधी खाली चल. चहा घे.'

असे म्हणत आनंदा बाबूंनी जबरदस्तीने हेमनलिनीला खाली आणले. ती आल्यावर कोणाकडेही न बघता घाई घाईन चहा देण्यात मग्न झाली.

आनंदाबाबू घाबरून म्हणाले, 'हेम, हे काय करतेस? माझ्या कपात साखर का घालतेस? मी तर कधी साखर घातलेला चहा घेत नाही.'

अक्षय हासून म्हणाला, 'आज ती आपला उदारपणा सावरू शकत नाही. ती आज सर्वांना गोड खाऊ घालणार असे दिसते.'

अशा प्रकारे हेमनलिनीची थट्टा केल्यामुळे रमेशच्या मनात कडवटपणा निर्माण झाला. त्याने मनातल्या मनात त्याच वेळी ठरवून टाकले की काहीही झाले तरी लग्नानंतर अक्षयसोबत काहीही संबंध ठेवायचा नाही.

तीन-चार दिवसानंतर एका संध्याकाळी चहाच्या टेबलावर अक्षय म्हणाला, 'रमेश बाबू, आता तुम्ही तुमचे नाव बदलून टाका.'

रमेश चिडून म्हणाला, 'का? नाव का बदलू?'

अक्षय वृत्तपत्र उघडून म्हणाला, 'हे पहा, तुमच्याच नावाच्या एका विद्यार्थ्याने

दुसऱ्या कोणाला तरी आपली परीक्षा द्यायला लाऊन तो पास झाला. त्याला अचानक अटक करण्यात आली आहे.'

सामान्यपणे अशा गोष्टीला रमेश उत्तर देत नाही, हे हेमनलिनीला चांगले माहीत होते. त्यामुळे अक्षय रमेशवर कितीही घाव करीत असला तरीही रमेश काही प्रत्युत्तर करीत नसे. त्यामुळे संतापाची लक्षणे आवरून थोडेसे हासत हेमनलिनी म्हणाली, 'कदाचित तुरुंगात अक्षय नावाचे खूप सारे लोक असावेत.'

अक्षय म्हणाला, 'हे पहा, एक मित्र म्हणून चांगला सल्ला द्यायला गेल्यावर लोकांना त्याचे वाईट वाटते. काही इतिहास सांगू का? तुम्हाला माहीत आहे की माझी लहान बहीण शरत बालिका विद्यालयात शिकते. तिने काल संध्याकाळी परत आल्यावर मला सांगितले की तुमच्या रमेश बाबूंची पत्नी आमच्या विद्यालयात शिकते. त्यावर मी तिला म्हणालो, 'हट वेडे, आमच्या रमेश शिवाय या जगात रमेश नावाचे दुसरे कोणी नाही का?' त्यावर शरत म्हणाली, 'जे काही असेल ते असो, तो मात्र आपल्या पत्नीवर खूप अत्याचार करीत आहे. सुट्या लागल्यावर बहुतेक सर्व मुली आपापल्या घरी परत जातात, पण त्यांनी मात्र आपल्या पत्नीला बोर्डिंगमध्येच ठेवण्याची व्यवस्था केली आहे. ती बिचारी रडून रडून मरत आहे.'

आनंदा बाबू हासले, म्हणू लागले, 'अक्षय, तू का वेड्यासारख्या गोष्टी करीत आहेस? कोणत्या तरी रमेशची पत्नी शाळेत शिकते आणि रडते. म्हणून मग रमेशने आपले नाव बदलावे?'

त्याच वेळी रमेश उठून निघून गेला. अक्षय म्हणाला, 'हे काय रमेश बाबू, तुम्ही तर खरोखरच नाराज होऊन निघालात? तुम्हाला वाटते की मी तुमच्यावरच संशय घेत आहे? '

अक्षयही रमेशच्या मागोमाग निघून गेला.

आनंदा बाबू म्हणाले, 'हा काय गडबड घोटाळा आहे?'

आनंदा बाबू घाबरून म्हणाले, 'हे काय हेम? तू का रडतेस?'

हेमनलिनी भरलेल्या आवाजात बोलू लागली, 'हा अक्षय बाबूंचा अन्याय आहे. ते आपल्या घरी आलेल्या एका भल्या व्यक्तीचा सतत अशा प्रकारे अपमान करीत असतात.'

आनंदा बाबू म्हणाले, 'अक्षय मस्करी करण्याच्या नादात काय बोलून गेला, त्यावर इतके घाबरण्याची काय आवश्यकता आहे?'

'अशा प्रकारची मस्करी असह्य आहे,' असे म्हणून हेमनलिनी वेगाने वर निघून गेली.

यावेळी कलकत्त्याहून परतल्यावर रमेश अतिशय परिश्रमाने कमलाच्या पतीचा शोध घेत होता. त्याने अतिशय परिश्रमाने धोबीपोखरची माहिती मिळवून तिच्या मामालाही एक पत्र पाठविले.

या घटनेनंतर दुसऱ्याच दिवशी रमेशला त्याच्या पत्राचे उत्तर मिळाले. कमलाचे मामा तारिणीचरण यांनी लिहिले होते, 'या अपघातानंतर माझे जावई श्री नलिनाक्ष यांची आतापर्यंत काहीही माहिती मिळाली नाही. ते रंगापूरला डॉक्टरी करीत होते. तिथे पत्र लिहिल्यावर असे कळले आहे की, तिथेही आतापर्यंत कोणालाच त्यांचा पत्ता लागलेला नाही. त्यांचे जन्मस्थळ कोणते आहे, याचीही काही माहिती मिळत नाही.'

नलिनाक्ष जिवंत आहे, ही रमेश बाबूंना वाटणारी आशाही आज मावळली होती.

रमेशला इतरही अनेक पत्रे मिळाली. त्याच्या लग्नाची बातमी कळल्याबद्दल त्याच्या नातेवाईकांनी त्याचे अभिनंदन केले होते. त्यामध्ये कोणी आपल्या अधिकाराचा उल्लेख केला आहे तर कोणी चोरून लग्न केले म्हणून त्यांचा तिरस्कारही केला आहे.

अशाच प्रकारे आनंदाबाबूच्या घरातील एका नोकराने रमेश बाबूच्या हातात एक पत्र दिले. त्यावरील हस्ताक्षर पाहून रमेशच्या हृदयाचे ठोके वाढले. ते पत्र हेमनलिनीचे होते. अक्षयच्या गोष्टी ऐकून हेमनलिनीच्या मनात संशय निर्माण झाल्याचे रमेशच्या लक्षात आले. तोच दूर करण्यासाठी तिने मला पत्र लिहिले आहे.

त्याने पत्र उघडून पाहिले. त्यामध्ये लिहिले होते, 'अक्षयबाबूने काल तुमच्यावर खूप मोठा अन्याय केला आहे. तुम्ही आज सकाळीच याल, असे मला वाटले होते, पण तसे काही झाले नाही. तुम्ही का आला नाहीत? अक्षय बाबूंचे बोलणे तुम्ही इतके का मनाला लाऊन घेता? माझा त्यांच्या बोलण्यावर विश्वास नाही, हे तर तुम्हाला चांगले माहीत आहे. आज तुम्ही जरा लवकर या.'

या पत्राने हेमनलिनीच्या धीराने भरलेल्या कोमल हृदयावर घाव पोहचविल्याचा अनुभव आल्यामुळे रमेशच्या डोळ्यात आसवे आली. हेमनलिनी कालपासूनच आपले दुःख दूर करण्यासाठी मार्ग शोधीत असल्याचे रमेशला जाणवले. अशाच प्रकारे ती रात्र गेली आणि सकाळही गेली. शेवटी अधीर होऊन न राहवल्यामुळे तिने हे पत्र लिहिले.

हेमनलिनीला या सर्व गोष्टी सांगणेच योग्य होईल, असा रमेश कालापासून विचार करीत होता. अर्थात कालच्या वातावरणामुळे ते सर्व अवघड झाले. आता सर्व गोष्टी उघड झाल्यावर मी माझे निरपराधीत्त्व सिद्ध करण्याचा प्रयत्न करीत असल्याचे ती समजेन. फक्त इतकेच नाही तर यामुळे अक्षयचा विजय होईल आणि त्याला ते सहन होणार नाही.

रमेश विचार करू लागला, 'कमलाचा पती दुसराच एखादा रमेश आहे, असा नक्कीच अक्षयच्या मनात विचार असेल. नाही तर आतापर्यंत तो फक्त इशारा करूनच शांत राहिला नसता. सर्व गल्लीत आवज गोंधळ केला असता. त्यामुळे यावेळी काही ना काही उपाय करणे आवश्यक आहे.'

तोच पोस्टाने एक पत्र आले. रमेशने पत्र उघडून वाचले. ते पत्र स्त्री विद्यालयाच्या व्यवस्थापिकेकडून आले होते. कमला खूप दुःखी असल्याचे त्यांनी लिहिले होते. अशा

परिस्थितीत सुटीच्या काळात तिला विद्यालयाच्या बोर्डिंगमध्ये ठेवणे योग्य होणार नाही. येत्या शनिवारपासून शाळेला सुटी लागणार आहे. त्यावेळी तिचेही विद्यालयातून घरी परतणे योग्य होईल.

शनिवारी कमलाला विद्यालयातून आणावे लागेल आणि लगेच रविवारी लग्न होणार.

'रमेश बाबू, मला क्षमा करा.' असे म्हणत अक्षय तिथे आला. तो म्हणाला, 'एक सामान्य मस्करी केल्यामुळे तुम्ही इतके नाराज व्हाल, असे मला वाटले नव्हते. माझ्या अशा वागण्यामुळे तुम्हाला इतका त्रास होईल, हे माहीत असते तर मी कदाचित कधीच आलो नसतो. मस्करीमध्ये सत्यता असल्यावरच लोक चिडतात, पण एखाद्या निराधार गोष्टीमुळेही तुम्ही इतके नाराज झालात. आनंदाबाबू तर कालपासूनच माझा निषेध करीत आहेत. हेमनलिनीने माझ्याशी बोलणे सोडून दिले आहहे. आज सकाळी मी त्यांच्या घरी गेलो होतो. मी गेल्यावर ते सर्व जण रूमधून उठून गेले. मी असा कोणता गुन्हा केला आहे, ते तरी तुम्ही सांगा?'

रमेश म्हणाला, 'यावेळी मला क्षमा का. मला जर एक महत्त्वाचे काम आहे.'

अक्षय म्हणाला, 'कदाचित बँडवाल्यांना आणि बत्तीवाल्यांना बयाणा द्यायला जायचे असेल कारण वेळ खूप कमी उरला आहे. मी तुमच्या शुभ कार्यात अडथळा आणीत नाही. जातो मी.'

अक्षय गेल्यावर रमेश आनंदाबाबूंच्या घरी गेला. घरात प्रवेश करताच हेमनलिनीशी त्याची भेट झाली. आज रमेश जरा लवकर येणार या विचारानेच ती आधीच तयार होऊन बसली होती.

रमेशने घरात प्रवेश करताच हेमनलिनीच्या चेहऱ्यावर एक उज्ज्वल आणि कोमल अभा प्रकटली. दुसऱ्याच क्षणी ती मलीन झाली कारण रमेशने तिच्याशी काहीही न बोलता आनंदा बाबू कुठे आहेत म्हणून चौकशी केली.

हेमनलिनीने उत्तर दिले, 'बाबा, आपल्या बैठकीत बसले आहेत. का? आता त्यांच्याशी काही काम आहे का? ते तर आता चहा पिण्यासाठी खाली येतील.'

रमेश म्हणाला, 'मला त्यांना भेटणे अत्यावश्यक आहे. उशीर करणे योग्य होणार नाही.'

हेमनलिनी म्हणाली, 'मग जा. ते आपल्या रूममध्येच आहेत.' रमेश निघून गेला. आवश्यक आहे. या जगामध्ये गरजेसाठी कोणाकडेही वेळ असत नाही. त्यासाठी प्रेमाला सुद्धा दारात थांबून वाट पहावी लागते.

रमेशने आनंदाबाबूच्या रुममध्ये प्रवेश केला तेव्हा तोंडावर वर्तमानपत्र पांघरून आनंदाबाबू आराम खुर्चीत झोपले होते. रमेश घरात पोहचताच ते दचकून उठले आणि तोंडावरचे वृत्तपत्र हातात घेऊन म्हणाले, 'हे पहिलस रमेश, यावेळी कॉलरामुळे किती लोक मेले आहेत?'

रमेश म्हणाला, 'हा विवाह काही दिवस लांबणीवर टाकावा लागेल. मला काही आवश्यक काम आहे.'

आनंदाबाबूच्या चेहऱ्यावरून शहरात चाललेल्या मृत्यूच्या तांडवाचा तपशील एकदम गायब झाला. काही क्षण रमेशच्या चेहऱ्याकडे पाहत राहिल्यावर ते म्हणाले, 'हे काय बोलणे झाले, रमेश? मी तर सर्वांना निमंत्रणे पाठविली आहेत.'

रमेश म्हणाला, 'या रविवार ऐवजी पुढच्या रविवारची तारीख नक्की करा. आजच पुन्हा निमंत्रण पत्र पाठवायला हवे.'

आनंदा म्हणाले, 'रमेश तू तर मला अस्वस्थ केले आहेस. हा काय एखादा खटला आहे की काय, सोयीची तारीख पुन्हा पुन्हा बदलायला?'

रमेश म्हणाला, 'एक अतिशय आवश्यक काम आहे. त्याला उशीर झाला तर चालणार नाही.'

हवेच्या जोरदार झोक्यामुळे एखाद्या केळीचा खांब कोसळावा तसे आनंदाबाबू आरामखुर्चीत पडले. ते म्हणाले, 'उशीर केल्यावर काम होणार नाही, तर मग चांगली गोष्ट आहे. तुझी जशी इच्छा आहे तसे कर. लोकांनी मला विचारले तर मला याबद्दल काहीही माहीत नसल्याचे मी त्यांना सांगून टाकील. त्यांना काय काम आहे ते त्यांनाच माहीत. त्यांना जेव्हा सोयीचे होईल तेव्हा तेच सांगू शकतील.'

रमेश काहीही न बोलता शांतपणे रालि. आनंदा बाबू पुन्हा म्हणाले, 'हेमनलिनीला हे सर्व काही सांगून टाकले आहे?'

रमेश म्हणाला, 'नाही. तिला काहीही माहीत नाही.'

आनंदा बाबू म्हणाले, 'पण तिला हे सर्व माहीत असणे गरजेचे आहे. लग्न काही तुमचे एकट्याचेच नाही.'

रमेश म्हणाला, 'आधी तुम्हाला सांगावे आणि नंतर मग तिला सांगावे, असा मी विचार केला होता.'

आनंदाबाबूंनी आवाज दिला, 'हेम, हेम,'

हेमनलिनी त्या रूममध्ये आली आणि तिने विचारले, 'काय झाले, बाबा?'

आनंदा बाबू म्हणाले, 'रमेशचे असे म्हणणे आहे की त्याला काही महत्त्वाचे काम आहे. त्यामुळे त्यांना आता लग्न करण्यासाठी वेळ नाही.'

हेमनलिनीने उदास होऊन रमेशकडे पाहिले. एखाद्या गुन्हेगाराप्रमाणे रमेश शांतपणे बसला होता.

ही बातमी हेमनलिनीला अशा प्रकारे सांगितली जाईल, असे रमेशला वाटले नव्हते. या बातमीने हेमनलिनीच्या वर्मावरच घाव घातला. तिचा उमललेला चेहरा एकदम कोमेजून गेला. आपल्या निष्ठूरपणामुळे हेमनलिनीच्या हृदयाच्या मधोमध वार केला असल्याचे रमेशला जाणवले.

ह्या गोष्टीची कठोरता कोणत्याही प्रकारे कमी करण्याचा काहीच मार्ग नव्हता. रमेशचे लग्न स्थगित व्हावे, ही त्याची अंतरिक गरज होती. पण कोणती गरज? हे तो कसे नि कोणाला सांगणार? यापेक्षा मोठी एखादी व्यथा असू शकेल का? आनंदाबाबू हेमनलिनीकडे पाहत म्हणाले, 'आता हे तुम्हा लोकांचेच काम आहे. तुम्हीच याची काय ते कारणमिमांसा करून निर्णय घ्या.'

हेमनलिनी मान खाली घालून म्हणाली, 'बाबा, मला याबद्दल काहीही माहीती नाही.'

असे म्हणून ती तिथून निघून गेली.

आनंदाबाबू वृत्तपत्र समोर धरून वाचण्याच्या निमित्ताने विचारात पडले. रमेश गुपचूप बसून राहिला.

अचानक रमेश उठून उभा राहिला आणि निघून गेला. बसायच्या मोठ्या रूममध्ये गेल्यावर हेमनलिनी खिडकीजवळ शांतपणे उभी असल्याचे त्याला दिसले. तिच्या डोळयांसमोर पूजेच्या सुटीच्या आधीचे कलकत्ता, उधान आलेल्या नदीसारखा समोरचा रस्ता, गल्ली बोळातून वाहणारी लोकांची रहदारी असे सर्व काही होते.

एका क्षणी रमेशला तिच्या समोर जाण्याची लाज वाटली. मागील बाजूने तो तिच्याकडे स्थिर दृष्टीने पाहत होता. शरद ऋतूतील संध्या प्रकाशात खिडकीत उभी असलेली ती मूर्ती रमेशच्या मनात कायम स्वरूपी अंकित झाली. विशेष प्रयत्न करून घातलेली वेणी कपाळावर रुळत होती, मानेवर काही केस लीलया खेळत होते. त्याच्या खाली सोन्याच्या हाराची पिवळसर छटा, डाव्या बाजूला टाकलेल्या वाकड्या पदराची लकब, असे सर्व काही त्याच्या मनावर आणि शरीरावर अमीट छाप सोडून गेले.

रमेश हळूहळू हेमनलिनीच्या जवळ जाऊन उभा राहिला. हेमनलिनी मात्र जणू काही रमेशपेक्षा रस्त्यावरून जाणाऱ्या लोकांना जास्त महत्त्व देत होती. रमेश भरलेल्या आवाजात म्हणाला, 'मी तुझ्याकडे एक भीक मागतो.'

रमेशच्या आवाजातील वेदनेचा आघात जाणवल्यामुळे हेमनलिनीने आपला चेहरा वळवला. रमेश म्हणाला, 'तू माझ्यावर अविश्वास दाखवू नकोस.' रमेश पहिल्यांदाच हेमनलिनीला तू म्हणाला होता. 'तू मला फक्त इतकेच सांग की तू कधीही माझ्यावर अविश्वास दाखवू नकोस. मी ही अंतर्यामी हृदयाला साक्षी ठेवून सांगतो की तुझ्यासमोर मी कधीही विश्वासघात करणार नाही.'

रमेशच्या तोंडून आणखी काहीही शब्द निघाले नाहीत. त्याच्या डोळयातून आसवे ओघळली. हेमनलिनीने निशब्द करुण रमेशच्या चेहऱ्याकडे पाहिले. त्यानंतर अचानकपणे हेमनलिनीच्या डोळयातून आसवांच्या धारा तिच्या गालांवर घळाघळा वाहू लागल्या. पाहता पाहता त्या एकांतातील खिडकीसमोर दोघेही शब्दांशिवाय स्वर्गाची निर्मिती करीत होते.

काही वेळ अशाच प्रकारे आसवात भिजल्यानंतर थोड्या वेळानंतर गंभीर मौनाचा भंग करीत आपले हृदय शांत ठेवण्याचा प्रयत्न करीत शांतपणे श्वास घेऊन रमेश म्हणाला, 'एका आठवड्यासाठी विवाह स्थगित करण्याचा मी जो प्रस्ताव ठेवला आहे, त्याचे कारण तुला माहीत करून हवे आहे?'

हेमनलिनीने काहीही न बोलता नकारार्थी मान हालविली. तिला काहीही माहीत करून घ्यायचे नव्हते.

रमेश म्हणाला, 'आपले लग्न झाल्यावर मी तुला सर्व काही विस्ताराने सांगणार आहे.'

आज जेवणानंतर हेमनलिनी जेव्हा रमेशला भेटण्याच्या आशेसह उत्सुक होऊन साज शृंगार करीत होती त्याच वेळी ती अनेक बारीक सारीक गोष्टींची आणि लहान मोठ्या सुख स्वप्नांची कल्पनाही करीत होती; पण आता थोड्या वेळापूर्वी दोघांच्या मनांनी विश्वासाची जी काही आदला बदल केली, डोळ्यातून जी आसवे ओघळली, त्यांच्यात काहीही बोलणे न होता ती दोघे परस्परांच्या शेजारी ज्या पद्धतीने उभी राहिली, त्या एकांत, आनंद, गंभीर शांतता आणि वीरोचित धैर्याची ती थोड्यावेळापूर्वी कल्पनाही करू शकत नव्हती.

हेमनलिनी म्हणाली, 'तुम्ही जरा बाबांकडे जा. ते खूप निराश झाले आहेत.'

रमेश आनंदी मनाने जगातील लहान मोठे आघात आपल्या हृदयावर झेलण्यासाठी निघून गेला.

रमेश पुन्हा आपल्या रुममध्ये प्रवेश करीत असल्याचे पाहून आनंदाबाबूंनी उत्साहाने त्याच्या चेहऱ्याकडे पाहिले. रमेश म्हणाला, 'निमंत्रणाची एक प्रत माझ्याकडे दिली तर लग्नाच्या तारखेत झालेल्या बदलाची माहिती मी आजच पाठवितो.'

आनंदाबाबूंनी विचारले, 'म्हणजे दिवस बदलण्याचा निर्णय अजून पक्का आहे तर...?'

रमेश म्हणाला, 'होय. मला तरी त्याशिवाय दुसरा काही उपाय दिसत नाही.'

आनंदाबाबू म्हणाले, 'हे बघ, बेटा, मला या प्रकरणात उगीच ओढू नकोस. जी काही व्यवस्था करायची असेल तर ती तूच कर. मला लोकांचे छदमी हास्य सहन होणार नाही. लग्नासारख्या गोष्टीचा तुम्ही मुले अशा प्रकारे खेळ करणार असाल तर माझ्या सारख्या माणसाने त्यामध्ये नसणेच जास्त चांगले. ही घे तुमच्या निमंत्रणाची पत्रिका. या दरम्यान मी किती रुपये खर्च केले आहेत त्यापेक्षा जास्त रुपये आता वाया जाणार आहेत. अशा प्रकारे वारंवार पाण्यात पैसे घालण्याचे माझे सामर्थ्य नाही.'

सर्व खर्च आणि व्यवस्था आपल्या शिरावर घ्यायला रमेश तयार झाला. तो तिथून उठण्याची तयारी करीत असतानाच आनंदा बाबू पुन्हा म्हणाले, 'लग्नानंतर वकालत कुठे करणार आहेस, याचा काही तू विचार केला आहेस का रमेश? कलकत्त्यातच आपली प्रॅक्टिस करणार आहेस ना?'

रमेश म्हणाला, 'नाही. पश्चिमेला एखादी चांगली जागा शोधीत आहे.'

आनंदा बाबू म्हणाले, 'ते चांगले आहे. पश्चिमेला चांगली जागा शोधणे. इटवा तसे काही वाईट स्थळ नाही. तेथील पाणी कॉलऱ्यासाठी खास उपयुक्त आहे. मी तिथे एक महिनाभर राहिलो आहे आणि त्या एका महिन्यात माझे जेवण दुप्पट झाले होते. हे बघ, मुला, या जगात माझी एकच मुलगी आहे. मी सदैव तिच्या जवळ राहिलो नाही तर तीही सुखी होणार नाही. तसेच मीही निश्चिंत राहू शकणार नाही. त्यामुळे एखादे आरोग्यदायी ठिकाण पाहून तुम्ही तिथे रहायला हवे, अशी माझी इच्छा आहे.'

एका गुन्ह्याची संधी मिळालेली पाहून आनंदा बाबू रमेशवर विविध प्रकारे सत्ता गाजवू लागले. अर्थात त्यावेळी त्यांनी इटव्याऐवजी गारो किंवा चेरापूंजीला राहण्याचा सल्ला दिला असता तरीही रमेश तयार झाला असता. रमेश म्हणाला, 'जशी तुमची इच्छा. मी तिथेच प्रॅक्टिस करतो.' असे म्हणून निमंत्रण बदलण्याचे काम आंगावर घेऊन रमेश तिथून निघून गेला.

काही वेळानंतर अक्षय आल्यावर आनंदाबाबू म्हणाले, 'रमेशने आपले लग्न एक आठवडा लांबणीवर टाकले आहे.'

अक्षय म्हणाला, 'नाही, नाही. तुम्ही असे काय बोलता? असेही कधी होऊ शकते का? परवाच्या दिवशी तर लग्न आहे.'

आनंदा बाबू म्हणाले, 'ही वेळ टळावी असे मलाही वाटत नव्हते. सामान्य लोकांमध्येही असे होत नाही. पण आज काल तुम्हा लोकांच्या बाबतीत सर्व काही शक्य आहे.'

अक्षय आपला चेहरा गंभीर करून विचार केल्यासारखे भासवू लागला. काही वेळानंतर तो म्हणाला, 'एखाद्याला तुम्ही सत्पात्री समजता तेव्हा त्याच्याकडे पूर्णपणे डोळेझाक करता. ज्याच्या स्वाधीन आपली मुलगी कायमस्वरुपी करायची आहे, त्याच्याबद्दल योग्य प्रकारे चौकशी आधीच करायला हवी. मग तो एखादी स्वर्गातील देवता असला तरीही. नेहमी सावध राहणाऱ्याचा कधीही विनाश होत नाही.'

आनंदाबाबू म्हणाले, 'रमेश सारख्या मुलांवरही संशय घ्यावा लागत असेल तर मग या जगामध्ये कोणाशीही संबंध ठेवणे शक्य होणार नाही.'

अक्षय म्हणाला, 'ठीक आहे. विवाह लांबणीवर टाकण्याचे रमेश बाबूंनी काही कारण सांगितले आहे का?'

आनंदा बाबू आपल्या कपाळावरून आणि डोक्यावरून हात फिरवित म्हणाले, 'नाही. त्याने तसे कारण तर काहीच सांगितले नाही, पण विचारल्यावर काही आवश्यक काम असल्याचे सांगितले.'

तोंड फिरवून अक्षय हसला. नंतर म्हणाला, 'कदाचित, तुमच्या मुलीला काही कारण सांगितले असेल?'

आनंदा बाबू म्हणाले, 'तसंही असू शकते.'

अक्षय म्हणाला, 'मग तिला बोलावून विचारा?'

'बरोबर आहे तुझे म्हणणे,' असे म्हणून आनंदाबाबूंनी उंच आवाजात हेमनलिनीला आवाज दिला. हेमनलिनी अशा प्रकारे आपल्या वडिलांच्या रूममध्ये आली की अक्षयला तिचा चेहरा दिसणार नाही.

आनंदा बाबूने विचारले, 'विवाह पुढे ढकलण्याविषयी रमेशने तुला काही सांगितले का?'

हेमनलिनी मान हालवून म्हणाली, 'नाही.'

आनंदा बाबू म्हणाले, 'आश्चर्याची गोष्ट आहे! जसा रमेश तशीच तूही. मला सध्या विवाहासाठी वेळ नसल्याचे तो येऊन म्हणाला आणि ठीक आहे. नंतर कधी तरी होईल असे तू म्हणालीस. मग तुमच्यात दुसरे काहीच बोलणे झाले नाही.'

हेमनलिनीची बाजू घेऊन अक्षय म्हणाला, 'एखादी व्यक्ती स्पष्टपणे कारण लपवित असेल तर त्याला काही विचारणे योग्य वाटत नाही. समजा, सांगण्यासारखी काही गोष्ट असती तर रमेश बाबूंनी स्वतःच सांगितली असती.'

हेमनलिनीचा चेहरा लाले लाल झाला. ती म्हणाली, 'या बद्दल मला आणखी कोणाकडून काहीही ऐकायचे नाही. जे झाले त्याबद्दल माझ्या मनात काहीही राग नाही.'

असे म्हणून हेमनलिनी वेगाने तिथून निघून गेली. अक्षय चेहऱ्यावर हासू आणीत म्हणाला, 'या जगामध्ये कोणाशी मैत्रिपूर्ण पद्धतीने वागणेच जास्त लांछनास्पद आहे. मी मैत्रितील गौरव खूप चांगल्या प्रकारे अनुभवला आहे. तुम्ही लोक मला शिव्या द्या किंवा माझा तिरस्कार करा. पण रमेशवर सशंय घेणे, हेच मित्र म्हणून माझे कर्तव्य असल्याचे मला वाटते. तुमच्यासाठी जिथे कुठे काही वाईट होण्याची शक्यता दिसून येते तिथे मी शंका घेतल्याशिवाय राहू शकत नाही. माझ्यामध्ये हाच एक मोठा दोष आहे. ते काहीही होवो. योगेंद्र सुद्धा उद्या येतील. आपल्या बहिणीबद्दल हे सर्व काही ऐकून आणि पाहून ते निश्चिंत झाले तर मी काहीही बोलणार नाही.'

आनंदा बाबूंना हे चांगल्या प्रकारे कळत होते की ही गोष्ट रमेशला विचारायला हवी होती तरीही त्यांना असे वाटत होते की अशा प्रकारे एखादे रहस्य उघड करण्याच्या नादात दुसराच एखादा वाद निर्माण होऊ नये. याच कारणामुळे इच्छा असूनही त्यांना त्याबद्दल आग्रह केला नाही.

अक्षयचा त्यांना राग आला. ते म्हणाले, 'अक्षय, तुझा स्वभाव खूपच संशयी आहे. कोणत्याही पुराव्याशिवाय तू उगीच... '

अक्षय तसे स्वतःला योग्य प्रकारे सावरू शकतो, पण सतत होणाऱ्या घावांमुळे आज त्याच धीर सुटला. तोही उत्तेजित होऊन म्हणाला, 'हे पहा आनंदा बाबू, माझ्यामध्ये अनेक दोष आहेत. मी सत्पात्रावर कुढतो. मी साधूवरही संशय घेतो. चांगल्या माणसांच्या मुलींना तत्त्वज्ञान शिकविण्याची विद्या माझ्याकडे नाही. तसेच

त्यांच्यासोबत काव्यावर टीका करण्याचीही माझी क्षमता नाही. माझी गणना सामान्य व्यक्तीमध्येच होते. तरीही मी तुमच्यावर प्रेम करतो. मी तुमचा मित्र आहे. रमेश बाबूंसोबत कोणत्याही विषयात माझी तुलना होऊ शकत नाही. पण थोडा- फार अहंकार माझ्यातही आहे. तुमच्यापासून मी कधीही काहीही लपविले नाही. तुम्हा लोकांसमोर माझे दैन्य प्रकट करून मला एक भिक्षा मागतो. अर्थात संधी साधूपणावर माझा विश्वास नाही. या गोष्टीचा नेमका अर्थ काय आहे, हे तुम्हाला उद्याच कळेल.'

पत्र लिहिता लिहिता बरीच रात्र झाली. रमेश झोपायला गेला, पण त्याला झोप काही आली नाही. त्याच्या मनात दुहेरी चिंतेच्या धारा वाहत होत्या. दोन्ही चिंताच्या एकत्रित होणाऱ्या कल्लोळाने त्याची विश्रांती उडवून टाकली होती. अनेक वेळा कुशी बदलल्यावर तो उठून बसला. खिडकीत उभे राहिल्यावर त्याला दिसले की आपल्या गल्लीच्या काठावर एका बाजूला घरांची सावली आणि दुसऱ्या बाजूला शुभ्र चांदण्याची रेषा आहे.

रमेश शांतपणे उभा राहिला. जे नित्य आहे, शांत आहे, विश्वव्यापी आहे, ज्यामध्ये द्वंद्व नाही, सुविधा नाही, त्यामध्येच रमेशचे हृदय विरघळून गेले. तो निशब्द, असीम अशा कोणालाही न ऐकता येणाऱ्या संगीताच्या लय तालाच्या विश्वात नाट्यभूमीवर प्रवेश कीरत आहे. रमेश त्या प्रकाश आणि आंधाराच्या गर्भात देशातील स्त्री-पुरूषांच्या प्रेमाला या ताऱ्यांच्या प्रकाशात साकार होताना पाहिले.

रमेश हळूहळू छतावर गेला. त्याने आनंदाबाबूंच्या घराकडे पाहिले. सर्वत्र भयाण शांतता पसरली होती. घराच्या भिंतीवर, झरोक्यांच्या खाली, खिडकीवर, आणि दरवाजांच्या फटीमध्ये चुना आणि रंगामध्ये चांदण्याचा प्रकाश आणि सावली यांची एका विचित्र आकारातील रेषा पसरली आहे.

बरीच रात्र होईपर्यंत रमेश छतावर फिरत राहिला. हळूहळू चंद्र कधी तरी मावळून गेला. पृथ्वीवर रात्रीचा काळोख गडद झाला, हे त्याला कळलेही नाही.

रमेशचे थकलेले शरीर थंडीमुळे थरथरू लागले. अचानकपणे एक शंका राहून राहून त्याच्या हृदयात वेदना निर्माण करीत होती. जीवनातील रणसंग्राम लढण्यासाठी उद्या पुन्हा आपल्याला रणमैदनावर जावे लागणार आहे, याची त्याला आठवण झाली. आकाशामध्ये चिंतेची रेषा नाही. चांदण्याची चंचलता नाही. रात्री आणि दिवस दोन्हीही निःशब्द, निरव शांत आहेत. तरीही माणसाच्या युद्धाला शेवट नाही. एका बाजूला अनंतात व्यापून उरलेली निशब्द शांतता आणि दुसरीकडे हा नित्यसंग्राम. दोन्ही एकाच वेळी एकत्ररित्या कसे राहू शकतात? रमेशच्या मनात द्विधा स्थिती होती तरीही हा प्रश्न गडद होत गेला. काही वेळापूर्वी रमेशला विश्वलोकातील अंतःपूरात प्रेमाची एक संपूर्ण शाश्वत मूर्ती दिसत होती. तेच प्रेम दुसऱ्याच क्षणी जगातील संघर्ष आणि जीवनातील गुंतागूंत पावलो पावली क्षुब्ध आणि सुन्न दिसू लागली.

८

दुसऱ्या दिवशी सकाळच्या गाडीने योगेंद्र आला. आज शनिवार आहे. उद्या रविवारी हेमनलिनीचा विवाह होणार आहे. घरी पोहचल्यावर त्याला उत्सवाचे कोणतेही चिन्ह दिसले नाही. योगेंद्र वाटेनेच विचार करीत येत होता की आतापर्यंत त्याच्या घराच्या दारांना देवदाराच्या पानांची तोरणे लावली असतील. पण घरी आल्यावर आपल्या शेजारच्या घरात आणि आपल्या घरात काहीच फरक जाणवत नसल्याचे त्याला आढळून आले.

घरात प्रवेश केल्यावर त्याने पाहिले की चहाच्या टेबलावर त्याच्यासाठी जेवण तयार असून आनंदाबाबू अर्धवट चहा असलेला कप समोर ठेवून वृत्तपत्र वाचत आहेत.

घरात प्रवेश करतानाच योगेंद्रने विचारले, 'हेम कशी आहे?'

आनंदा बाबू म्हणाले, 'चांगली आहे.'

योगेंद्रने विचारले, 'लग्नाची काय बित्तं बातमी आहे?'

आनंदा बाबू म्हणाले, 'ते पुढच्या रविवारी होणार आहे.'

योगेंद्रने विचारले, 'का?'

आनंदा बाबू म्हणाले, 'का? ते तुझ्या मित्रालाच विचार. काही अत्यावश्यक काम असल्यामुळे हे लग्न एक आठवडा लांबणीवर टाकण्यात येत आहे. इतकेच आम्हाला रमेशने सांगितले आहे.'

योगेंद्र मनातल्या मनात नाराज होऊन म्हणाला, 'बाबा, मी नसल्यावर तुम्ही एवढ्या मोठ्या चुका कसे काय करता? रमेशला अशा कोणत्या गोष्टीची आवश्यकता आहे? तो स्वतंत्र आहे. त्याचे आपले असे आता कोणीच नाही. त्याला काही आर्थिक अडचण असती तर तो तुम्हाला स्पष्टपणे तसे सांगू शकला असता. पण आश्चर्यच आहे. त्याने काहीही सांगितले नाही आणि तुम्ही तयार झालात?'

आनंदाबाबू म्हणाले, 'तो काही कुठे पळून गेला नाही. आता तूच त्याला विचार.'

असे ऐकल्यावर योगेंद्रने त्याच वेळी घाई घाईत चहा घेतला आणि तो बाहेर पडला.

आनंदा बाबू म्हणाले, 'अरे, योगेंद्र, इतकी काय घाई आहे? अजून तू जेवणही केले नाहीस.'

कदाचित हे म्हणणे योगेंद्रच्या कानावर पडलेच नाही. तो रमेशच्या घरी जाऊन अतिशय वेगाने त्याच्या खोलीत गेला. 'रमेश, रमेश,' त्याने आवाज दिला, पण रमेशचा काही पत्ता लागला नाही. त्याने सर्व ठिकाणी पाहिले, पण रमेश कुठेही दिसला नाही. शेवटी त्याने नोकराला विचारले, 'बाबू, कुठे आहेत?'

नोकर म्हणाला, 'बाबू तर सकाळीच बाहेर गेले आहेत.'

योगेंद्रने विचारले, 'केव्हा येणार आहेत?'

बाबू आपले काही कपडे घेऊन बाहेर गेले असल्याचे नोकराने सांगितले. परत यायला चार-पाच दिवस लागतील असे सांगून गेले आहेत. रमेश कुठे गेला आहे, हे

नोकराला माहीत नसल्यामुळे तो काहीच सांगू शकला नाही.

योगेद्रं गंभीर होऊन आपल्या चहाच्या टेबलावर परतला. आनंदा बाबूंनी विचारले, 'काय झाले?'

योगेंद्र चिडून म्हणाला, 'काय होणार? ज्या मुलासोबत तुमच्या मुलीचे उद्या लग्न होणार आहे, तो कुठला आहे याबद्दल तुम्हालाच काही माहिती नाही. तो काय करतो, कुठे राहतो? त्याला काय झाले? त्याला अशी कोणती आवश्यकता पडली?'

आनंदा बाबू म्हणाले, 'का? काल रात्री तर रमेश आपल्या घरीच होता?'

योगेंद्र संतप्त होऊन म्हणाला, 'तो कुठे जाणार आहे, हे तुम्हाला माहीत नाही. तो कुठे गेला आहे, हे त्याच्या नोकराला माहीत नाही. हे काय चालले आहे? मला तर हे सर्व काही ठीक वाटत नाही.'

आनंदा बाबू गंभीर होऊन म्हणाले, 'बरोबर तर आहे. हे सर्व का होत आहे?'

रमेश काल रात्री आनंदाबाबूंचा निरोप घेऊन जाऊ शकला असता, पण ही गोष्ट त्याच्या मनात आली नाही. तो 'आवश्यक काम आहे,' असे म्हणाला आणि आपण सर्व काही सांगितले आहे, असे त्याला वाटले. या एकाच गोष्टीवरून त्याने सर्व गोष्टींपासून सुटका मिळवली.

योगेंद्र म्हणाला, 'हेमनलिनी कुठे आहे?'

आनंदाबाबू म्हणाले, 'आज ती लवकरच चहा पिऊन वर निघून गेली.'

योगेंद्र म्हणाला, 'रमेशच्या अशा प्रकारच्या वागण्यामुळे कदाचित तू खूप शर्मिंदी झाली असेल. म्हणून ती माझ्या नजरेला नजर भिडवू शकली नाही.'

संकुचित आणि व्यथित हेमनलिनीला धीर देण्यासाठी योगेंद्र वर गेला. हेमनलिनी आपल्या रुममध्ये एका स्टुलावर शांतपणे बसली होती. योगेंद्रच्या पावलाचा आवाज कानावर पडताच तिने वाचण्याचा बहाणा करीत एक पुस्तक हातात घेतले. योगेंद्र तिथे पोहचताच ती हासून म्हणाली, 'अरे दादा, कधी आलास? तुला बरे वाटत नाही का?'

योगेंद्र दुसऱ्या एका स्टुलावर बसत म्हणाला, 'बरे वाटण्यासारख्या गोष्टीही तर घडत नाहीत. मी सर्व काही ऐकले आहे, पण तू काही काळजी करू नकोस. मी नसल्यामुळेच हे सर्व प्रकरण निर्माण झाले आहे. आता मी सर्व काही ठीक करतो. बरं हेम, रमेशने तुलाही काही सांगितले नाही?'

रमेशबद्दल सशंय़ घेणाऱ्या चर्चा ऐकणे हेमनलिनीसाठी असह्य झाले होते. रमेशने आपल्याला काहीही सांगितले नाही, असे तिला योगेंद्रला सांगायचे नव्हते. तरीही खोटे बोलणे तिच्यासाठी अशक्य होते. हेमनलिनी म्हणाली, 'ते मला कारण सांगण्यासाठी तयार होते, पण मलाच ते ऐकून घेणे योग्य वाटले नाही.'

योगेंद्र मनातल्या मनात म्हणाला ही तर खूप अभिमानाची बाब आहे. तसेच हा अभिमान वाटणे अतिशय स्वाभाविक आहे. तो म्हणाला, 'तू काही घाबरू नकोस. मी

आजच सर्व काही ठीक करतो.'

पुस्तकाचे पान पलटीत हेमनलिनी म्हणाली, 'दादा, मला काहीही भीती वाटत नाही. म्हणूनच दादा, तुम्ही त्यांच्यावर काहीही बळजबरी करू नका.'

योगेंद्रने विचार केला की ही सुद्धा अभिमानाची बाब आहे. तो म्हणाला, 'ठीक आहे, तू काही काळजी करू नकोस.' असे म्हणून तो जाण्यासाठी निघाला. त्याच वेळी हेमनलिनी स्टुलावरून उठली आणि म्हणाली, 'नाही दादा, त्यांच्याकडे गेल्यामुळे काहीही फायदा होणार नाही. तुम्ही त्यांच्याबद्दल काहीही विचार करीत असलात तरीही मला त्यांच्याबद्दल जराही सशंय वाटत नाही.'

प्रेमयुक्त करुणेने योगेंद्र मनातल्या मनात हासला. या लोकांना जगाची जरासुद्धा समज नसल्याचा तो विचार करू लागला. इतकी शिकलेली असूनसुद्धा हिला दुनियादारी, जनरीत काही कळत नाही. या निःशंक विश्वासासोबत रमेशच्या छदमी वागण्याची कल्पना करून योगेंद्र मनातल्या मनात रमेशवर चिडला. कारण जाणून घेण्याची इच्छा त्याच्या मनात आणखी दृढ झाली. दुसऱ्यांदा तिथून उठण्याचा प्रयत्न करताना हेमनलिनीजवळ जाऊन त्याचा हात धरीत म्हणाली, 'दादा, तुम्ही शपथ घ्या की त्याच्या समोर तुम्ही या गोष्टी अजिबात करणार नाहीत.'

योगेंद्र म्हणाला, 'पाहतो.'

हेमनलिनी म्हणाली, 'पाहतो नाही, दादा. मला तसे वचन द्या. हा मुद्दा काही चिंतेचे कारण नाही हे मला चांगल्या प्रकारे माहीत आहे. एकदा माझेही म्हणणे ऐका.'

हेमनलिनीचा असा ठामपणा पाहून योगेंद्रने विचार केला की कदाचित रमेशने हेमाला योग्य प्रकारे समजावले आहे. अर्थात हेमला कसे तरी समजावून सांगणे फारसे अवघड नाही. तो म्हणाला, 'हे बघ, हेम. अविश्वास दाखविण्यासारखे काहीही नाही. वधूपक्षाकडील पालक मंडळीचे जे कर्तव्य असते ते तर आम्हाला पार पाडावेच लागेल. तुझ्यासोबत त्याचा काही करार झाला असेल तर तो तुलाच माहीत. अजून विवाह झाला नाही, एकदा विवाह झाल्यावर आम्ही तुमच्या संसारात हस्तक्षेप करणे तसेही अनावश्यक होते.'

इतके बोलून योगेंद्र उठून निघून गेला. प्रेमाला जे आवरण आणि लपणे हवे असते, ते गळून पडले होते. योगेंद्र निघून गेल्यावर हेमनलिनी शांतपणे स्टुलावर बसून राहिली.

योगेंद्र खाली जाताच अक्षय म्हणाला, 'अरे, योगेंद्र तू आलास? तू तर सर्व काही ऐकलेच असशील? तुझे काय मत आहे?'

योगेंद्र म्हणाला, 'मनात तर अनेक प्रकारचे विचार येत आहेत. पण फक्त अंदाज व्यक्त करून त्यावरून हवा तो आशय काढला जाऊ शकत नाही.'

अक्षय म्हणाला, 'मला तर फक्त कामाच्याच गोष्टी कळतात. तेच सांगायला आलो आहे.'

योगेंद्र म्हणाला, 'ठीक आहे. रमेश आता कुठे आहे ते सांगू शकतोस?'

अक्षय म्हणाला, 'सांगू शकतो.'

योगेंद्रने विचारले, 'कुठे आहे?'

अक्षय म्हणाला, 'आता काही सांगणार नाही. मी आज दुपारी तीन वाजता रमेशची आणि तुमची भेट घालून देतो.'

योगेंद्र म्हणाला, 'काय गोष्ट आहे ते तर सांग. तुम्ही सर्व जण जणू काही एखाद्या कोड्यासारखे वागत आहात. काही दिवस हवा पालट केला. त्यासाठी थोडा काळ बाहेर काय राहिलो तर तुम्ही सर्व जण माझ्यासाठी रहस्यमय झालात?'

अक्षय म्हणाला, 'गप्प न राहिल्यामुळे माझ्यासाठी अनेक प्रकारच्या समस्या निर्माण झाल्या आहेत. तुझ्या बहिणीने तर माझे तोंड पाहणेही सोडले आहे. तुझे वडील मला शिव्या देतात आणि रमेश बाबू तर मला भेटल्यावर कधीच आनंदी होत नाहीत. आता फक्त तूच राहिला आहेस. तुझीही मला भीती वाटू लागली आहे.'

योगेंद्र म्हणाला, 'हे बघ अक्षय, तुझ्या अशाच प्रकारच्या गोष्टी मला आवडत नाहीत. मला चांगल्या प्रकारे माहीत आहे की तुला काही तरी सांगायचे आहे, मग ते लपवून त्याचा भाव वाढविण्याचा का प्रयत्न करतोस?'

अक्षय म्हणाला, 'बरंय तर ठीक आहे. मी सर्व गोष्टी सुरुवातीपासून सांगतो. अनेक गोष्टीची तुम्हाला माहीतीच नाही.'

९

दर्जिपाड्यातील ज्या घरात रमेश रहात होता, त्याचा करार अजून संपला नाही. ते घर दुसऱ्या कोणाला तरी भाड्याने देण्याचा विचार करण्याचीही रमेशला संधी मिळाली नाही. इकडे तो अनेक महिन्यांपासून धावपळ करीत आहे. नफा आणि नुकसान याचा त्याने कधीच विचार केला नाही.

आज सकाळीच घरी जाऊन त्याने घर-दार स्वच्छ करून घेतले आहे. पलंगावर आंथरूण घातले आणि जेवण वैगेरेची व्यवस्थाही केली. आज शाळेला सुटी लागल्यानंतर कमला येणार आहे.

तिला येण्याला अद्याप वेळ आहे. या दरम्यान पलंगावर उताणे पडून रमेश भविष्याचा विचार करू लागला. इटवा अद्याप त्याने कधी पाहिले नाही, पश्चिमेच्या दृष्याची कल्पना करणे सहज शक्य नाही. शहराच्या एका कोपऱ्यात त्याचे घर आहे. झाडांच्या रांगांमुळे रस्त्यावर पसरलेली गार सावली. त्याच्या दरम्यान विहीर आणि पाखरांना हुसकावून लावण्यासाठी बांधलेले मचाण. शेताला पाणी देण्यासाठी विहीरीवर चालणारी बैलांची मोट, दुपारभर त्या मोटेचा करुण आवाज कानावर येत राहतो. अधून मधून रस्त्यावर धूळ उडवित धावणारी एखादी घोडागाडी असते. त्या गाडीचे झुण झूण शब्द आकाश व्यापून उरतात. त्या दूरवरच्या प्रवासाचे कडक ऊन, उदासवाणी दुपा आणि शून्य

निर्जनतेत बंद दाराआड एखाद्या बंगल्यात पूर्ण दिवसभर एकटी हेमनलिनी राहणार असल्याची कल्पना आणि त्याचा क्लेशही तो अनुभवत होता. कमलाला पाहून त्याला थोडे बरे वाटले.

कमलाला आताच काही सांगायचे नाही, असे त्याने ठरवून टाकले. विवाहानंतरही एखादी योग्य संधी साधून हेमनलिनीला छातीशी धरून सर्व काही सांगून टाकायचे. कमलालाही कोणत्याही प्रकारचा आघात न करता सर्व परिस्थितीसाठी तयार करण्याचे त्याने ठरविले.

दुपारच्या वेळी सर्व गल्ली सुनसान होती. ज्यांना ऑफिसला जायचे होते, ते गेले होते. ज्यांना ऑफिसला जायचे नव्हते ते दुपारी झोपण्याची तयारी करीत होते. रमेश स्वतःतच मग्न होता.

त्याच वेळी एका गाडीचा आवाज ऐकू आला. ती गाडी रमेशच्या दारात येऊन थांबली. कमलाला आणून सोडण्यासाठी शाळेची गाडी आल्याचे रमेशला जाणवले. त्याचे मन चंचल झाले. कमला कोणत्या रुपात दिसेल, कमला रमेशला कशी भेटेल? तिच्याशी काय नि कसे बोलणे होईल? अचानक असे सर्व विचार त्याच्या मनाची घालमेल वाढवू लागले.

खाली रमेशचे दोन नोकर होते. त्यांनी आधी कमलाची ट्रंक वर आणून ठेवली. त्यानंतर घराच्या दारापर्यंत येऊन कमला तिथेच थांबली. आत नाही आली.

रमेश म्हणाला, 'कमला, ये ना...'

कमलाने लाज दूर सारून घरात प्रवेश केला. सुटीच्या काळात रमेश तिला विद्यालयातच ठेवू इच्छित होता. या घटनेमुळे गेल्या काही महिन्यांपासूनच्या विरहामुळे आता त्याच्या मनात लाज आली. याच दरम्यान घरात आलेली कमला रमेशच्या तोंडाकडे ना पाहताच मान वाकडी करून खोलीच्या बाहेर निघून आली.

कमलाला पाहून रमेश आश्चर्यचकित झाला. जणू काही परत तो तिला नव्याने पाहत होता. या काही महिन्यात तिच्यामध्ये खूपच बदल झाला होता. न फुललेल्या वेलीसारखी ती खूप वाढली होती. गावाकडच्या मुलीकडे अर्धोविकसित शरीरात आरोग्याची जी काही परिपुष्टता होती, ती कुठे गेली? तिच्या गालांवरील पूर्वीची शामलता गायब होऊन त्याची जागा आता कोवळया पिवळेपणाने घेतली होती. आता तिच्या चालण्या फिरण्यामध्ये आणि भावनांमध्ये कोणत्याही प्रकारची जडपणा नव्हता. आज घरात प्रवेश केल्यानंतर तिरपी मान करून खिडकीसमोर कमला उभी राहिली तेव्हा तिच्या चेहऱ्यावर शरदाच्या दुपारचा प्रकाश पडला होता. त्यावेळी तिच्या कपाळावर कपडा नव्हता. लाल रिबिन बांधलेली तिची वेणी पाठीवर होती. फिक्कट रंगाची साडी तिच्या शरीराभोवती गुंडाळली होती. तेव्हा रमेश तिच्याकडे काही वेळ पाहत राहिला आणि शांत बसला.

कमलाचे सौंदर्य या काही महिन्यांमध्ये रमेशच्या मनात सावलीसारखे होते. आज त्याच सौंदर्याने त्याच्या मनात अचानक चंचलता निर्माण केली होती. तो त्यासाठी तयार नव्हता.

रमेश म्हणाला, 'ये कमला, बस.'

कमला एका स्टुलावर बसली. रमेश म्हणाला, 'तुझा अभ्यास कसा चालला आहे?'

कमला अतिशय थोडक्यात म्हणाली, 'बरी चालली आहे.'

आता काय बोलावे, याचा रमेश विचार करू लागला. त्याला अचानक आठवले. तो म्हणाला, 'बऱ्याच वेळापासून तू काही खाल्ले नाहीस, असे वाटते. तुझ्यासाठी जेवण तयार आहे. का तुझ्यासाठी इथेच मागवू?'

कमला म्हणाली, 'मी जेवणार नाही. मी जेवण करून आले आहे.'

रमेश म्हणाला, 'काहीही खाणार नाहीस? गोड काही खायचे नसेल तर फळे खा, शरिफा,... सफरचंद, बेदाने...'

काहीही न बोलता कमलाने फक्त मान हालविली.

रमेशने पुन्हा एकदा कमलाच्या चेहऱ्याकडे पाहिले. कमला त्यावेळी जराशी मान वाकवून इंग्रजी पुस्तकांची चित्रे पाहत होती. शरदाच्या प्रकाशात जणू जीव ओतला गेला होता. अश्विनाच्या दिवसांनी आकार घेतला होता. केंद्र आपले परीघ नक्की करते, त्याचप्रमाणे या मुलीने आकाशाला, हवेला, प्रकाशाला, विशेषत्वाने आपल्याकडे आकर्षित केले आहे. तरीही याबद्दल काहीही न समजून घेता गुपचूपपणे पुस्तकांची चित्रे पाहत होती.

रमेश घाईघाईने उठला आणि एका प्लेटमध्ये काही सफरचंद, नाशपती आणि बेदाने आणून तिच्या समोर ठेवले. म्हणाला, 'कमला, तू काहीच खात नाहीस, असे मला वाटते. मला भूक लागली आहे. मी नाही थांबू शकत.'

हे ऐकून कमला हासली. या हासण्याच्या प्रकाशामुळे दोघांच्या मनातील दुराव्याचे धुके पार नाहीसे झाले.

रमेश हातात सुरी घेऊन रमेश सफरचंद कापायला निघाला. अर्थात हाताने कोणत्याही प्रकारचे काम करण्याची रमेशला सवय नव्हती. एकीकडे त्याला लागलेली भूक आणि दुसरीकडे त्याने केलेल्या सफरचंदाच्या वाकड्या तिकड्या फोडी पाहून ती मुलगी खूप हासली.

रमेश आनंदी होऊन म्हणाला, 'मला योग्य प्रकारे कापता येत नाही. म्हणून तू हासतेस. आता तू फोडी कर. तुझे कौशल्य पाहतो.'

कमला म्हणाली, 'मी विळतीने कापू शकते. सुरीने नाही.'

रमेश म्हणाला, 'तुला काय वाटते, इथे विळती नाही?' एका नोकराला बोलावून त्याने विचारले, 'विळती आहे?' नोकर म्हणाला, 'होय.'

रमेश त्याला म्हणाला, 'जा चांगली धुऊन विळती घेऊन ये.'

नोकर विळती घेऊन आला.

कमलाने पायातील बूट काढले आणि विळती घेऊन खाली बसली. हासत हासत आपल्या हाताने फळ फिरवून तिने त्याची साल काढली आणि फळाच्या गोल गोल

चकत्या सराईतपणे कापू लागली. रमेशही तिच्या समोर खाली बसून फळाचे काप प्लेटमध्ये ठेवू लागला.

रमेश म्हणाला, 'आता तुलाही खावे लागतील.'

कमला म्हणाली, 'नाही.'

रमेश म्हणाला, 'मग मीही नाही खाणार.'

रमेशच्या चेहऱ्यावर आपले डोळे रोखून कमला म्हणाली, 'ठीक आहे. आधी तुम्ही खा. मग मी खाते.'

रमेश म्हणाला, 'बघ हं. नंतर मग फसवू नकोस.'

कमला गंभीरपणे मान हालवित म्हणाली, 'नाही. खरंच सांगते. तुम्हाला फसवणार नाही.'

त्या मुलीच्या या सत्य प्रतिज्ञेमुळे तयार होऊन रमेशने प्लेटमधून फळाचा एक तुकडा उचलून तोंडात टाकला.

अचाकपणे त्याचे खाणे थांबले. त्याच्या समोरच त्याच्या दारात योगेंद्र आणि अक्षय उभे असल्याचे त्याला दिसले.

अक्षय म्हणाला, 'रमेश बाबू, क्षमा करा. तुम्ही इथे एकटेच असाल असे मला आधी वाटले होते.'

योगेंद्र म्हणाला, 'आधी पूर्व सूचना न देता असे अचानक येणे बरोबर वाटत नाही. चला, जरा खाली बसू.'

विळती फेकून देऊन कमला पटकन उठून बसली. घरातून बाहेर पडण्याच्या वाटेतच दोन अनोळखी माणसे उभी होती. योगेंद्रने थोडे बाजूला होऊन वाट करून दिली. कमलाच्या चेहऱ्यावरून मात्र त्याचे डोळे बाजूला हटले नाहीत. डोळे फिरवून त्याने तिला चांगल्या प्रकारे पाहून घेतले. कमला संकोचून दुसऱ्या खोलीत निघून गेली.

योगेंद्रने विचारले, 'रमेश, ही मुलगी कोण आहे?'

रमेश म्हणाला, 'माझ्या एका नात्यातील आहे.'

योगेंद्र म्हणाला, 'कोणत्या नात्यातील? तिच्या घरात वडिलधारे कोणी नाहीये वाटते? प्रेमाचा संबंधही जाणवत नाही. मी तुझ्या सर्व नातेवाईकांबद्दल ऐकले आहे. हिच्याबद्दल तर कधी काही ऐकल्याचे आठवत नाही.'

अक्षय म्हणाला, 'योगेंद्र, हा तुझा अन्याय आहे. आपल्या मित्रांपासूनही लपवावी, अशी एखादी गोष्ट एखाद्या माणसाच्या बाबतीत असू शकत नाही का?'

योगेंद्रने विचारले, 'काय रमेश? काय खूप गुप्त आहे का?'

रमेश म्हणाला, 'या मुलीबद्दल मी तुमच्याशी काहीही बोलू इच्छित नाही.'

योगेंद्र म्हणाला, 'पण मला बोलायचे आहे. हेमसोबत तुझा विवाह होणार नसता तर मलाही काही त्या मुलीशी घेणे-देणे नव्हते.'

रमेश म्हणाला, 'मी तुम्हाला आता फक्त इतकेच सांगू शकतो की, या जगामध्ये कोणाशीही माझे अशा प्रकारचे काहीही संबंध नाहीत की ज्यामुळे हेमनलिनीशी असलेल्या माझ्या पवित्र संबंधावर काही कलंक लागेल.'

योगेंद्र म्हणाला, 'तुझ्या विचाराने नसेलही कदाचित, पण हेमनलिनीशी संबंधित तर असू शकते. मी तुला एक गोष्ट विचारतो की ज्या कुणाशी तुझे संबंध आहेत, ते लपविण्याचे कारण काय आहे?'

रमेश म्हणाला, 'मी तेच कारण तुम्हाला सांगितल्यावर मग गुप्त गोष्ट काय राहील? तू मला लहानपणापासून ओळखतोस, त्यामुळे काहीही कारण न विचारता तुम्ही माझ्या बोलण्यावर विश्वास ठेवायला हवा.'

योगेंद्रने विचारले, 'या मुलीचे नाव कमला आहे का?'

रमेश म्हणाला, 'होय.'

योगेंद्रने विचारले, 'आपली पत्नी म्हणून तू या मुलीची ओळख करून दिली आहेस की नाही?'

रमेश म्हणाला, 'होय. तशी ओळख करून दिली आहे.'

योगेंद्रने चिडून विचारले, 'तरीही तुझ्यावर विश्वास ठेवायला हवा? ही तुझी पत्नी नाही, असे तुला आमच्या समोर सिद्ध करायचे आहे? ही तुझी पत्नी असल्याचे इतरांनी सांगितले आहे.'

अक्षय म्हणाला, 'दोन्हीपैकी एक गोष्ट तर सत्य आहे. कदाचित रमेश बाबू तुम्हाला जे सांगताहेत तेच सत्य असू शकते.'

रमेश म्हणाला, 'मला तुमच्याशी काहीही बोलायचे नाही. मला फक्त इतकेच सांगायचे आहे की हेमनलिनीसोबत लग्न करणे हे माझे फक्त कर्तव्यच नाही. कमला विषयी तुमच्याशी बोलण्यात अनेक साऱ्या अडचणी आहेत. तुम्हाला माझा संशय आला तरीही मी तिच्यावर कोणत्याही प्रकारे अन्याय होऊ देणार नाही. माझे सुख-दुःख आणि मान-अपमानाचा विषय असता तर तुमच्यापासून कधीही मी काहीही लपविले नसते; पण मी इतरांवरही अन्याय करू शकत नाही.'

योगेंद्रने विचारले, 'हेमनलिनीला तू या सर्व गोष्टी सांगितल्या आहेस?'

रमेश म्हणाला, 'नाही. लग्नानंतर तिला सर्व काही सांगायचा मी विचार केला होता. तिची इच्छा असेल तर आताही मी तिला सर्व काही सांगू शकतो.'

योगेंद्रने विचारले, 'मी कमलाला याबद्दल एक-दोन प्रश्न विचारू शकतो?'

रमेश म्हणाला, 'नाही. कोणत्याही प्रकारे नाही. तुम्हाला मी गुन्हेगार असल्याचे वाटत असेल तर माझ्यासोबत तुम्ही हवे ते करू शकता; पण तुमच्या प्रश्नाची उत्तरे देण्यासाठी मी कमलाला तुमच्यासमोर उभे करू शकत नाही.'

योगेंद्र म्हणाला, 'आता कोणालाही काहीही विचारण्याची काहीच गरज नाही. जे माहीत करून हवे होते, ते मला कळले आहे. पुरावा मिळाला आहे. आता मी तुला

स्पष्टपणे सांगतो की यानंतर तू कधीही माझ्या घरात पाऊल ठेवायचे नाही. नाही तर मग तुला अपमानित व्हावे लागेल.'

रमेशचा चेहरा पिवळा पडला. तो शांतपणे बसून राहिला.

योगेंद्र पुढे बोलू लागला, 'आणखी एक गोष्ट आहे. आता तू हेमला पत्रही पाठवू शकत नाहीस. तिच्याशी तुझा काहीही संबंध राहणार नाही. तू जर पत्र लिहिलेस तर जी गोष्ट तुला गुप्त ठेवायची आहे ती मी पुराव्यासह सर्वांसमोर उघड करीन. हेमसोबत होणारे तुझे लग्न कशामुळे मोडले असे जर मला कोणी विचारले तर या विवाहाला माझी संमंती नव्हती, असे मी सांगेन. आतल्या गोष्टी सांगणार नाही.पण तू जर दक्षता घेतली नाही तर सर्व गोष्टी उघड होतील. यावेळी तू पाखंडी व्यक्तीसारखे वागत आहेस. तरीही मी स्वतःला शांत ठेवीत आहे, ते तुझी दया येते म्हणून नाही तर माझ्या बहिणीशी तुझे नाते आहे म्हणून. चुकूनसुद्धा अशा प्रकारचा निष्काळजीपणा करू नकोस.'

अक्षय म्हणाला, 'योगेंद्र, आता इतके कशासाठी? तसेही रमेशबाबू निरुत्तर झाले आहेत. तरीही तुझ्या मनात दया येत नाही? आता चल, रमेश बाबू, काहीही विचार करू नका. आम्ही आता जातो.'

योगेंद्र आणि अक्षय निघून गेले. रमेश एखाद्या दगडाच्या मूर्तीसारखा कठोरपणे बसून राहिला. त्याला वाटले की आपण अतिशय वेगाने घराबाहेर पडावे, वेगाने चालून त्यांना गाठावे आणि त्यांना सर्व गोष्टी समजावून सांगाव्यात. पण नंतर त्याला आठवले की घरात कमला आहे. तो तिला एकटीला सोडून अशा प्रकारे कुठेही जाऊ शकत नव्हता.

रमेशने शेजारच्या खोलीत जाऊन पाहिले की, कमला रस्त्यावरच्या एका खिडकीचा पडदा उघडून शांत बसली आहे. रमेशच्या पायाचा आवाज ऐकून तिने पडदा बंद करून तोंड वळविले. रमेश जमिनीवरच बसला.

कमलाने विचारले, 'ते दोघे कोण होते? ते सकाळी आमच्या शाळेतही आले होते.'

रमेशने आश्चर्याने विचारले, 'शाळेत आले होते?'

कमला म्हणाली, 'होय, ते सर्व जण तुमच्याबद्दल काही चौकशी करीत होते.'

रमेशने विचारले, 'तू माझी कोण आहेस म्हणूनच विचारीत असतील?'

कमला आतापर्यंत सासरच्या शिस्तीच्या अभावी लाजायला शिकली नव्हती. तरीही लहानपणापासूनच्या संस्कारामुळे रमेशच्या अशा विचारण्यामुळे तिचा चेहरा लाल झाला.

रमेश म्हणाला, 'मी त्या लोकांना उत्तर दिले आहे की, तू माझी कोणीही नाहीस.'

कमलाला वाटले की रमेश तिला लाजविण्यासाठी असे बोलत आहे. ती तोंड वळवून म्हणाली, 'जा.'

कमलाला सर्व गोष्टी उघड करून कशा सांगाव्यात, याचा रमेश विचार करू लागला.

कमला अचानक संतप्त झाली. ती म्हणाली, 'ते पहा, तुमचे फळ कावळा खात

आहे.' अशा प्रकारे बोलत ती वेगाने दुसऱ्या रुममध्ये गेली आणि कावळयाला पळवून लाऊन प्लेट घेऊन आली.

रमेश समोर प्लेट धरून तिला म्हणाला, 'तू खाणार नाहीस?'

रमेशच्या मनात उत्साह नव्हता; पण कमलाच्या या सेवेमुळे त्याच्या हृदयाला स्पर्श केला. म्हणूनच तो म्हणाला, 'कमला, तू खाणार नाहीस?'

कमला म्हणाली, 'आधी तुम्ही खा.'

थोडेसे प्रकरण. जास्त काही नाही. रमेशच्या सध्याच्या अवस्थेने तिच्या कोवळया मनावर आघात केला. रमेश काहीच बोलला नाही. बळजबरीने फळे खाऊ लागला.

जेवण पूर्ण झाल्यावर रमेश म्हणाला, 'कमला, आज रात्रीच आपण आपल्या देशात जाऊ.'

कमलाने डोळे खाली आणि उदास करून म्हणाली, 'तिकडे मला चांगले वाटत नाही.'

रमेशने विचारले, 'शाळेत राहणे चांगले वाटते?'

कमला म्हणाली, 'नाही. मला शाळेत पाठवू नका. मला लाज वाटते. मुली मला फक्त तुमच्याबद्दलच विचारत असतात.'

रमेशने विचारले, 'मग तेव्हा तू त्यांना काय सांगतेस?'

कमला म्हणाली, 'मी काहीही सांगू शकत नसे.सुट्टीच्या काळातही तुम्ही मला शाळेतच का ठेवता म्हणून सर्व जण मला विचारत असत तेव्हा ... मी.'

कमला आपले म्हणणे पूर्ण करू शकली नाही. रमेशच्या हृदयावरील जखमेवर आणखी एक घाव झाला.

'मी तुझा कोणीच नाही, असे का नाही तू सांगितलेस?' रमेशने तिला विचारले.

कमलाने चिडून तिरप्या नजरेने रमेशकडे पाहिले. म्हणाली, 'जावा तिकडे.'

आता काय करावे म्हणून रमेश काळजी करू लागला. इकडे रमेशच्या हृदयात शिरलेली वेदना एखाद्या कीटकाप्रमाणे त्याच्या हृदयाच्या आरपार जाऊन बाहेर पडण्याचा प्रयत्न करीत होती. आतापर्यंत योगेंद्रने हेमनलिनीला काय सांगितले असेल? हेमनलिनीला काय वाटले असेल? हेमनलिनीला सत्य कसे सांगावे? हेमनलिनीशी आपला नेहमीसाठी संबंध संपला तर मग जगायचे कसे आणि कशासाठी? असे अनेक प्रश्न त्याच्या हृदयात फेर धरीत होते. तरीही योग्य प्रकारे विचार करण्यासाठी रमेशला वेळ मिळत नव्हता. कमला सोबत असलेले संबंध कळल्यामुळे आपली निंदा होत असल्याचे रमेशला कळले होते. या संकटात ही बातमी चांगल्या प्रकारे पसरली होती की रमेशच कमलाचा पती आहे. त्यामुळे अशा परिस्थितीत कमलासोबत कलकत्त्यात एक दिवस राहणेसुद्धा रमेशसाठी अडचणीचे झाले होते.

दुसऱ्या कोणत्या तरी विचारात बुडून चिंता करीत असताना कमला त्याच्या चेहऱ्याकडे पाहत म्हणाली, 'तुम्ही कशाचा विचार करता? तुम्हाला गावकडे रहायचे असेल तर मीही रहायला तयार आहे.'

त्या मुलीच्या तोंडून आत्मसंयमाची ही गोष्ट ऐकल्यावर रमेशच्या हृदयातील जखमेवर आणखी एक घाव झाला. आता काय करावे, याचा तो विचार करू लागला. मग तो चिंतेत बुडाला. उशिरापर्यंत विचार करीत करीत त्याने कमलाच्या चेहऱ्याकडे पाहिले आणि तो पाहतच राहिला.

कमलाने गंभीर चेहरा करीत विचारले, 'सुटीच्या काळातही मी शाळेत राहिले नाही म्हणून तुम्ही माझ्यावर नाराज आहात का? खरं सांगा?'

रमेश म्हणाला, 'खरंच सांगतो, मी तुझ्यावर नाराज नाही. मी स्वतःवरच नाराज होत आहे.'

रमेश स्वतःला चिंतेच्या जंजाळातून सोडविण्यासाठी बळजबरीने कमलासोबत बोलू लागला. त्याने तिला विचारले, 'बरं कमला, इतक्या दिवसात तू शाळेत काय शिकलीस ते तरी सांग?'

कमला अतिशय उत्साहाने आपल्या शिक्षणाचा हिशोब देऊ लागली. पृथ्वी गोलाकार असल्याची चर्चा करून रमेशला आश्चर्यचकित करण्याचा प्रयत्न करू लागली. तेव्हा रमेश गंभीर होऊन पृथ्वीच्या गोलाकार असण्याबद्दल संशय व्यक्त करीत तिला म्हणाला, 'असे कसे काय होऊ शकते?'

कमलाही आश्चर्याने डोळे विस्फारित म्हणाली, 'आमच्या पुस्तकात तसेच लिहिले आहे. मी ते वाचले आहे.'

आश्चर्य व्यक्त करीत रमेश म्हणाला, 'काहीही काय म्हणतेस? पुस्तकात लिहिले आहे? किती मोठे पुस्तक आहे ते?'

या गोष्टीवर कमला थोडीशी संकोचत म्हणाली, 'खूप मोठे पुस्तक नाही, पण छापलेले पुस्तक आहे. त्यामध्ये फोटोही आहेत.'

इतका मोठा पुरावा दिल्यावर रमेशला आपला पराभव मान्य करावाच लागला. त्यानंतर मग कमलाने शाळेमधील मुली आणि शिक्षिकांबद्दल बोलायला सुरुवात केली. तेथील दैनंदिन कामांबद्दल ती बोलू लागली. दुसऱ्याच चिंतेत हरवलेला रमेश मधून मधून हुंकार भरीत होता. कधी मधी तिच्या बोलण्यात संधी साधून तिला चिडवितही असे. बोलता बोलता कमला म्हणाली, 'तुम्ही माझे बोलणे ऐकूनही न ऐकल्यासारखे करीत आहात.' असे बोलून ती नाराज होऊन उठून उभी राहिली.

रमेश दचकून म्हणाला, 'नाही, नाही. कमला, तू वाईट वाटून घेऊ नकोस. आज मला बरे नाही.'

'बरे नाही,' असे ऐकल्यावर कमला त्याच वेळी मागे फिरली आणि विचारती झाली, 'तुमची तब्येत बिघडली आहे? काय होतंय?'

रमेश म्हणाला, 'असा काही नेमका आजार झाला नाही. काहीच झाले नाही, असे समज. कधी मधी माझी तब्येत अशीच होते. मग आपोआप चांगली होते.'

शिक्षणाच्या विषयात रमेशचे मन गुंतविण्याचा प्रयत्न करीत कमला म्हणाली, 'माझ्या भूगोलाच्या पुस्तकात जे चित्र आहे, ते पाहता?'

रमेशने ते आग्रहाने पाहण्याची इच्छा व्यक्त केली. कमलाने अतिशय घाईने पुस्तक आणून रमेश समोर उघडे करून ठेवले. म्हणाली, 'हे जे दोन गोल पाहताहात, ते खरं तर एकच आहेत. गोल वस्तू एकाच वेळी समोरून आणि मागून दिसू शकत नाही ना?'

रमेशने आपल्याला असलेल्या काही माहितीचा बहाणा करून विचारले, 'चापट वस्तूचाही मागचा आणि पुढचा भाग एकाचवेळी दिसत नाही का?'

कमला म्हणाली, 'म्हणूनच तर या चित्रामध्ये पृथ्वीचे दोन्ही पृष्ठभाग वेगळे वेगळे प्रकाशित केले आहेत.'

अशा प्रकारच्या बोलण्यातच संध्याकाळ निघून गेली.

१०

योगेंद्र काही तरी शुभ बातमी घेऊन येईल या आशेने आनंदाबाबू अतिशय धीराने वाट पाहत होते. तो आल्यावर सर्व काही स्पष्ट होईल, असे त्यांना वाटत होते. अक्षय आणि योगेंद्रबाबूंनी घरात प्रवेश केला तेव्हा आनंदाबाबूंनी घाबरत घाबरतच त्यांच्या चेहऱ्याकडे पाहिले.

योगेंद्र म्हणाला, 'बाबा, तुम्ही रमेशला इतके चढवाल, असे मला वाटले नव्हते.'

आनंदाबाबू म्हणाले, 'रमेशसोबत हेमनलिनीचा विवाह पक्का करताना तुझे मत विचारले होते. तू आधीही मला अनेक वेळा सांगितले आहेस. त्यात अडथळा आणण्याची तुझी इच्छाच होती तर तू मला...'

योगेंद्र म्हणाला, 'यामध्ये अडथळा आणण्याचा विचार एकदाही माझ्या मनात आला नाही. पण त्याच कारणामुळे...'

आनंदा बाबू म्हणाले, 'पहा तर खरं, यामध्ये 'याच कारणामुळे' ची काय गरज होती?'

योगेंद्र म्हणाला, 'गरज आहे...'

अक्षय हासून म्हणाला, 'किती तरी वस्तू अशा असतात की त्या फक्त आपल्याच नादात समोर जात असतात. त्यांना आधार देण्याची गरज असत नाही. वाढत वाढत त्या स्वतःच आड्यावर जातात. पण जे काही झाले आहे, त्यासाठी उगीच वाद घालण्यात काही अर्थ आहे का? आता जे काही कर्तव्य आहे, त्याची चर्चा करायला हवी.'

आनंदा बाबूंनी घाबरत घाबरत विचारले, 'तुमची आणि रमेशची भेट झाली?'

योगेंद्र म्हणाला, 'खूप चांगल्या प्रकारे. यापेक्षा चांगली भेट होण्याची अपेक्षाच असू शकत नाही. इतकेच नाही तर त्यांच्या पत्नीचीही ओळख झाली.'

आनंदाबाबू शांतपणे हैराण होऊन पाहू लागले. थोडा वेळ थांबून त्यांनी विचारले, 'कोणाच्या पत्नीशी भेट झाली?'

योगेंद्र म्हणाला, 'रमेशच्या पत्नीसोबत.'

आनंदाबाबू म्हणाले, 'तू काय म्हणतो आहेस ते मला कळत नाही. कोणत्या रमेशची पत्नी?'

योगेंद्र म्हणाला, 'आपल्या रमेशची. पाच-सहा महिन्यापूर्वी रमेश गावी गेला होता तेव्हा तो लग्न करण्यासाठीच गेला होता.'

आनंदाबाबू शांतपणे डोके डोलवू लागले. थोडा वेळ विचार करून ते म्हणाले, 'मग तर त्याचा आपल्या हेमसोबत विवाह होऊच शकत नाही.'

योगेंद्र म्हणाला, 'आमचेही तेच म्हणणे आहे.'

आनंदा बाबू म्हणाले, 'तुम्ही लोकही तसेच म्हणत आहात, पण इकडे तर लग्नाची सर्व तयारी झाली आहे. या रविवारी होऊ न शकल्यामुळे पुढच्या रविवारी होणार म्हणून पत्र पाठविले आहे. आता ते थांबवून पुन्हा पत्र लिहावे लागेल.'

योगेंद्र म्हणाला, 'विवाह थांबविण्याची आवश्यकताच काय आहे? थोडासा बदल करून काम पूर्ण करायला हवे.'

आनंदाबाबू आश्चर्याने म्हणाले, 'यामध्ये बदल कसा करायचा?'

योगेंद्र बोलू लागला, 'जिथे बदल करण्याची आवश्यकता असते तिथे तो करावाच लागतो. रमेशच्या ऐवजी दुसऱ्या कोणाला तरी तयार करून पुढच्या रविवारी हे लग्न उरकून टाकायला हवे. नाही तर मग लोकांना तोंड कसे दाखविता येईल?'

असे म्हणून योगेंद्रने एकदा अक्षयच्या चेहऱ्याकडे पाहिले. अक्षयने अतिशय नम्रपणे मान खाली घातली होती.

आनंदाबाबूंनी विचारले, 'पण इतक्या लवकर दुसरी व्यक्ती कशी काय मिळेल?'

योगेंद्र म्हणाला, 'त्याबद्दल तुम्ही निश्चिंत रहा.'

आनंदा बाबू म्हणाले, 'पण त्यासाठी हेमही तयार व्हायला हवी ना?'

योगेंद्र म्हणाला, 'रमेशबद्दलची बातमी ऐकल्यावर ती नक्कीच तयार होईल.'

आनंदा बाबू म्हणाले, 'तुम्हाला जे योग्य वाटेल ते करा. पण रमेशसोबत चांगल्या प्रकारे सूर जुळले होते. त्याच्यामध्ये उपार्जन करण्यायोग्य चांगली विद्या आणि बुद्धीही होती. आता परवाच माझे त्याच्याशी बोलणे झाले होते. इटवाला जाऊन तो प्रॅक्टिस करणार होता. याच दरम्यान हे सर्व प्रकरण निर्माण झाले.'

योगेंद्र म्हणाला, 'यामध्ये आता कसली आलीय चिंता, बाबा? इटवामध्ये रमेश आताही प्रॅक्टिस करू शकतो. जाऊन हेमला बोलावू का? कारण आता जास्त वेळ उरलेला नाही.'

काही वेळानंतर योगेंद्र हेमनलिनीसोबत हॉलमध्ये आला. अक्षय त्याच हॉलमध्ये एका कोपऱ्यातील पुस्तकांच्या कपाटाजवळ बसला होता.

योगेंद्र म्हणाला, 'हेम, बस. तुझ्याशी काही महत्त्वाचे बोलायचे आहे.'

हेमनलिनी शांतपणे स्टुलावर बसली. कारण तिच्यासाठी ही परीक्षेची वेळ होती.

योगेंद्रने भूमिका तयार करीत म्हटले, ‘रमेशच्या वागण्यात तुला संशयाचे काहीच कारण दिसत नाही?’

काहीही न बोलता हेमनलिनीने फक्त मान हालविली.

योगेंद्र म्हणाला,‘ त्याने जो विवाह एक आठवड्यापूर्वी लांबणीवर टाकला, त्यासाठी असे कोणते कारण होते, जे आपल्याला सांगता न येण्यासारखे होते?’

हेमनलिनी खाली पाहत म्हणाली, ‘काही तरी कारण नक्कीच असेल.’

योगेंद्र म्हणाला, ‘ते तर योग्य आहे. कारण तर आहेच. पण ते संशयात्मक नाही का?’

हेमनलिनी पुन्हा मान हालवून म्हणाली, ‘नाही.’

या सर्व लोकांपेक्षा रमेशवर तिचा जास्त विश्वास असल्याचे पाहून योगेंद्रला राग आला.

योगेंद्र थोड्याशा कठोरपणाने बोलू लागला, ‘तुला आठवतच असेल की सुमारे सहा महिन्यांपूर्वी रमेश आपल्या वडिलांसोबत गावी गेला होता. त्यानंतर अनेक दिवस त्याचे काहीही पत्र आले नाही म्हणून आपण सर्व जण अस्वस्थ होतो. हे तुलाही माहीत आहे की रमेश दोन्ही वेळा आपल्या घरी येत असे. त्यासाठी त्याने आपल्या शेजारील घरामध्ये रूम केली होती. तो कलकत्यात आल्यावरही आपल्याला एकदा सुद्धा भेटला नाही. इतके सर्व झाल्यावरही तुम्ही विश्वासाने त्याला घरी घेऊन आलात.’

योगेंद्र पुढे बोलू लागला, ‘रमेशच्या या वागण्याचा काही अर्थ तुमच्या लक्षात आला होता? याबद्दल तुमच्या मनात काहीही प्रश्न निर्माण झाला नाही? तरीही रमेशवर इतका खोल विश्वास ठेवलात?’

हेमनलिनी गप्पच राहिली.

योगेंद्र म्हणाला, ‘ठीक आहे. चांगली गोष्ट आहे. तुझा स्वभाव सरळ असल्यामुळे तू कोणावरही संशय घेत नाहीस. माझ्यावरही तुझा विश्वास असेल, अशी मला आशा आहे. मी स्वतः शाळेत जाऊन बातमी आणली आहे की रमेश आपली पत्नी कमलाला तिथे बोर्डिंगमध्ये ठेवून शिकवित होता. सुट्यांच्या काळात कमला शाळेत राहू शकत नव्हती. आज तिला शाळेतून सुटी मिळाली. शाळेच्या गाडीने तिला दर्जीपाड्यातील एका बंद खिकीच्या घरासमोर आणून सोडले. त्या घरीही मी स्वतः गेलो होतो. तिथे गेल्यावर मी पाहिले की कमला विळतीने फळे कापून देत होती आणि रमेश तिथेच खाली जमिनीवर बसून फळे खात होता. हे काय आहे म्हणून मी रमेशला विचारले. कमला आपली पत्नी नसल्याचे रमेशने एकदा जरी सांगितले असते तर तेव्हाही त्याच्या बोलण्यावर विश्वास ठेवून संशय दूर करण्यासाठी प्रयत्न केले असते. पण तो हो किंवा नाही काहीच म्हणत नव्हता. इतके सर्व झाल्यावरही रमेशवर तुझा विश्वास आहे?’

योगेंद्रने हेमनलिनीच्या चेहऱ्याकडे पाहिले. तिच्या चेहऱ्यावर स्वाभाविक उदासपणा पसरला होता. थोड्याच वेळात ती समोरच्या बाजूला वाकून बेशुद्ध झाली आणि

स्टुलावरून खाली कोसळली.

आनंदाबाबू घाबरले. त्यांनी जमिनीवर पडलेल्या हेमनलिनीचे डोके आपल्या छातीशी धरले आणि म्हणाले, 'मुली, काय झाले, मुली? या लोकांच्या बोलण्यावर तू जराही विश्वास ठेवू नकोस. सर्व जण खोटारडे आहेत.'

योगेंद्रने आपल्या वडिलांना बाजूला करून हेमनलिनीला कोचावर झोपविले. त्यानंतर सुरईत पाणी घेऊन सतत तिच्या चेहऱ्यावर शिंपडत होता. अक्षयने एक पंखा घेऊन तिच्या चेहऱ्याला हवा घालायला सुरुवात केली.

थोड्याच वेळात हेमनलिनी डोळे उघडून दचकली. आनंदा बाबूंकडे पाहत ती ओरडून म्हणाली, 'बाबा, बाबा, अक्षय बाबूंना इथून दूर करा.'

अक्षयने हातातील पंखा फेकून दिला आणि बाहेर जाऊन दरवाजाच्या आड उभा राहिला. आनंदा बाबू कोचावर बसून हेमनलिनीच्या डोक्यावरून आणि अंगावरून हात फिरवू लागले. थंड श्वास घेत ते म्हणाले, 'मुली.'

पाहता पाहता हेमनलिनीच्या डोळयांना धारा लागल्या. तिचा श्वास दाटून आला. ती आपल्या वडिलांच्या कुशीत शिरून बाहेर पडणारे रडणे रोकण्याचा प्रयत्न करीत होती. आनंदा बाबू आसवांनी दाटून आलेल्या कंठाने म्हणाले, 'मुली, तू निश्चिंत रहा. रमेशला मी चांगल्या प्रकारे ओळखतो. तो कधीही अविश्वासू होऊ शकत नाही. योगेंद्रकडून नक्कीच काही तरी चूक झाली आहे.'

योगेंद्रंला आता राहवले नाही, 'बाबा, तिला खोटा दिलासा देऊ नका. आताच्या त्रासापासून वाचविले तर तिला दुप्पट त्रास सहन करावा लागेल. बाबा, सध्या तरी हेमला काही विचार करण्यासाठी समजून घेण्यासाठी वेळ द्या.'

हेमनलिनी त्यावेळी वडिलांच्या कुशीतून उठली. योगेंद्रकडे पाहत म्हणू लागली, 'मला जे काही समजायचे होते ते मी समजले आहे. जोपर्यंत मी त्यांच्या तोंडून सर्व काही ऐकणार नाही, तोपर्यंत मी कोणाच्याही बोलण्यावर विश्वास ठेवणार नाही. हे तर नक्की आहे.'

असे म्हणत ती उठून बसली. आनंदा बाबूंनी घाबरून तिला धरले आणि म्हणाले, 'तू पडून रहा.'

हेमनलिनी आपल्या वडिलांच्या हाताचा आधार घेऊन आपल्या झोपण्याच्या रुममध्ये गेली. ती आंथरुणावर पडून म्हणाली, 'बाबा, थोड्या वेळासाठी मला एकटीला राहू द्या. मी झोपते.'

आनंदा बाबू म्हणाले, 'हरियाच्या आईला बोलावू का? ती तुला पंख्याने वारा घालीन.'

हेमनलिनी म्हणाली, 'पंख्याची काही आवश्यकता नाही.'

आनंदा बाबू शेजारच्या रुममध्ये येऊन बसले. ही मुलगी अवघ्या सहा महिन्यांची

असताना हिच्या आईचे निधन झाले. त्याच हेमच्या चिंतेमध्ये ते बुडून गेले होते. त्यांनी तिची सेवा, तेच धैर्य, तोच नेहमीचा आनंदीपणा आठवला. त्या गृहलक्ष्मीची छबी असल्याप्रमाणे त्यांच्या मांडीवर खेळत ती लहानाची मोठी झाली. तिचे अनिष्ट होणार या नुसत्या विचाराने ते व्यथित झाले. शेजारच्या रूममध्ये बसून ते मनातल्या मनात तिच्याशी बोलू लागले, 'मुली, तुझ्यावरील सर्व संकटे दूर व्हावीत. तू नेहमी सुखी रहावेस. तुला सुखी आणि निरोगी पाहून ज्याच्यावर तू प्रेम करतेस त्याच्या घरी लक्ष्मीसारखे तुला सुख वैभव लाभावे म्हणजे मग आनंदाने मी तुझ्या आईकडे जाऊ शकेल.' असे म्हणून त्यांनी आपले डोळे पुसले.

स्त्रियांच्या बुद्धीबद्दल योगेंद्र आधीपासूनच दुर्लक्ष करीत असे. आज त्याचा तो समज आणखीनच ठाम झाला. स्त्रिया पुराव्यावरही विश्वास ठेवीत नाहीत. त्यांच्याशी कशा प्रकारे वागावे? दोन आणि दोन मिळून चारच होतात. यामुळे माणसाला सुख होवो की दुःख,ते सहजपणे स्वीकारायलाच हवे.

योगेंद्रने आवाज दिला, 'अक्षय.'

अक्षयने हळूहळू हॉलमध्ये प्रवेश केला. योगेंद्र म्हणाला, 'सर्व काही ऐकलेस ना? आता काय उपााय आहे?'

अक्षय म्हणाला, 'मला का या सर्व प्रकरणामध्ये ओढतो आहेस? मी आतापर्यंत काहीही म्हणालो नाही. तूच येऊन मला या अडचणीत आणले आहेस.'

योगेंद्र म्हणाला, 'ठीक आहे, या सर्व तक्रारी नंतर कर. आता हेमनलिनीच्या समोर रमेशच्या तोंडून सर्व गोष्टी वदविल्याशिवाय दुसरा काहीही पर्याय नाही.'

अक्षय म्हणाला, 'वेडा आहेस का? माणूस कधी आपल्या तोंडून...'

योगेंद्र म्हणाला, 'किंवा मग त्याने एखादे पत्र लिहिले तर खूप चांगले होईल. हा भार तुलाच घ्यावा लागेल. आता जास्त उशीर करून काम भागणार नाही.'

११

रमेश कमलाला सोबत घेऊन रात्रीच स्यालदेह स्टेशनवर गेला. जाताना जरा दूरून आणि फेरा घालून गेला. गाडीवानाला गरज नसतानाही त्याने अनेक गल्ली बोळांमधून फिरविले. कोलुटोलामध्ये एका घराच्या समोर आल्यावर त्याने जरा पुढे वाकून पाहिले. त्या ओळखीच्या घरात त्याला कोणत्याही प्रकारचा बदल झालेला दिसला नाही.

रमेशने एक दीर्घ श्वास घेतला. त्यामुळे पेंगत पडलेली कमला जागी झाली. तिने विचारले, 'काय झाले?'

रमेशने उत्तर दिले, 'काही नाही.' दुसरे काहीच बोलला नाही. गाडीतील आंधारात शांतपणे बसून राहिला. पाहता पाहता खिडकीच्या कोपऱ्यात मान ठेवून कमला झोपी गेली. कमलाचे अशा प्रकारे झोपणे थोड्या वेळासाठी तरी रमेशला असह्य झाले.

घोडा गाडी ठरलेल्या वेळी स्टेशनवर पोहचली. सेकंड क्लासचा एक डब्बा आधीच रिझर्व्ह करून ठेवला होता. कमला आणि रमेश बसले. एका कोपऱ्यातील बाकावर कमलासाठी आंथरुण टाकून गाडीतील दिव्यांच्या खालचा पडदा ओढून अंधार करीत रमेश कमलाला म्हणाला, 'बऱ्याच वेळापासून तुझी झोपण्याची वेळ झाली आहे. आता तू झोपी जा.'

कमला म्हणाली, 'मी गाडी सुटल्यावर झोपते. तोपर्यंत खिडकीत बसून काही तरी पाहते.'

रमेश तयार झाला. कमला डोक्यावरील कपडा ओढून प्लॅटफार्मकडे असलेल्या बेंचवर बसून येणाऱ्या जाणाऱ्या लोकांकडे पाहत होती. मधल्या बेंचावर बसलेला रमेश दुसऱ्याच कोणत्या तरी चिंतेने व्याप्त झाला होता. गाडी सुटताच रमेश दचकला. एखादी ओळखीची व्यक्ती गाडीच्या दिशेने धावत येत असल्याचे त्याला वाटले. रेल्वे कर्मचाऱ्याचा अडथळा दूर करून ती व्यक्ती कशी तरी गाडीमध्ये चढली. ओढा ताणीमध्ये त्यांच्या अंगावरील चादर रेल्वे कर्मचाऱ्याकडेच राहिली. ती चादर घेण्यासाठी बाहेर वाकून त्याने हात पुढे केला तेव्हा रमेशला कळले की ती व्यक्ती दुसरी तिसरी कोणी नसून अक्षयच आहे.

चादरीची ओढा ताण करण्याचा हा खेळ बराच वेळ पर्यंत कमलाला हासवित राहिला.

रमेश म्हणाला, 'साडे दहा वाजून गेले आहेत. गाडी सुटली आहे. आता तू झोपी जा.'

कमला अंथरुणावर जाऊन पडली. जोपर्यंत झोप आली नाही तोपर्यंत ती राहून राहून जोर जोरात हासत होती.

अर्थात या सर्व प्रकरणात रमेशला मात्र काहीही आनंद झाला नाही.

कोणत्याही गावाशी अक्षयचा काहीही संबंध नाही, हे रमेशला माहीत होते. तो पंरपरागत कलकत्याचा राहणारा आहे. आज इतक्या रात्री धावत धावत कलकत्ता सोडून तो कुठे जात आहे? अक्षय आपल्या मागावर असल्याचे रमेशच्या लक्षात आले.

अक्षय रमेशच्या गावात जाऊन शोधा शोध करू लागला तर तिथे रमेशचे मित्र आणि शत्रू यांच्यामध्ये एक प्रकारे कानगोष्टी सुरू होतील. तेव्हा हे प्रकरण आणखीनच चिघळेल, अशा विचाराने रमेश अधिकच अस्वस्थ झाला. कलकत्यासारख्या शहरामध्ये नेहमीच एक प्रकारची अशांतता असते. या उलट गावात मात्र थोड्याशा गंभीरपणाच्या वातावरणानेही आंदोलनाच्या लाटा उठायला लागतात. या गोष्टीचा रमेश जितका जास्त विचार करू लागला, तितके त्याचे मन अधिकाधिक संकुचित होऊ लागले.

बारिकपूर स्टेशनला गाडी थांबली तेव्हा रमेशने मान बाहेर काढून पाहिले की अक्षय काही तिथे उतरला नाही. नौहाटीला खूप लोक चढले आणि उतरले, पण त्यांच्यामध्ये अक्षय नव्हता. एका खोट्या आशेच्या नादी लागून रमेश बाहेर डोकावून

प्रत्येक ठिकाणी पहात होता, पण उतरणाऱ्यांमध्ये अक्षय दिसत नव्हता. त्यानंतरच्या पुढच्या स्टेशनवर त्याच्या उतरण्याची अजिबात शक्यता नव्हती.

बरीच रात्र झाल्यावर रमेश थकून झोपी गेला.

दुसऱ्या दिवशी ग्वालंदोमध्ये डोक्यावर आणि चेहऱ्यावर चादर पांघरून हातात बॅग घेऊन स्टीमरच्या दिशेने जात असल्याचे रमेशने पाहिले.

याच स्टिमरवर रमेश स्वार होणार होता. स्टीमर सुटायला आणखी वेळ होता, दुसऱ्या घाटावर असलेली आणखी एक स्टीमर सुटण्याच्या तयारीत असल्यामुळे वारंवार शिटी वाजवित होती. 'ही स्टीमर कुठे जाणार आहे? ' रमेशने विचारले. पश्चिमेला जाणार असल्याचे कळले.

'कुठपर्यंत जाणार आहे?'

'पाणी उतरले नसेल तर काशीपर्यंत जाईल.'

हे ऐकल्यावर रमेश घाई घाईने त्या स्टीमरमध्ये जाऊन बसला. कमलाला एका रूममध्ये बसविले. त्यानंतर त्याने तातडीने दूध, भात, डाळ आणि एक डझन केळी खरेदी केल्या. ।

इकडे दुसऱ्या स्टिमरवर इतर प्रवाशांच्या आधीच स्वार झालेला अक्षय अशा ठिकाणी बसला होता जिथून त्याला सर्व प्रवाशी येताना जाताना दिसत होते. प्रवाशांना तशीही काही घाई नव्हती कारण स्टीमर सुटायला वेळ होता. या दरम्यान काही प्रवाशी हात-पाय, तोंड धूत होते, काही स्नान करीत होते तर काहींनी तिथेच काठावर स्वंयपाकाला सुरुवात केली होती. अक्षयला ग्वालिंदो माहीत होते. एखाद्या हॉटेल किंवा दुकानात रमेश कमलाला काही खाऊ पिऊ घालीत असल्याचा त्याने विचार केला.

शेवटी स्टीमर शिटी देऊ लागले. तेव्हाही रमेश कुठे दिसला नाही. थरथरणाऱ्या लाकडी फळीवरून प्रवाशी स्टीमरवर चढत होते. वारंवार वाजणाऱ्या शिटीमुळे लोकांची घाई वाढत चालली होती. आलेल्या आणि येणाऱ्या लोकांमध्ये रमेश कुठेच दिसत नव्हता. जहाजाच्या कॅप्टनने लंगर उचलण्याचा आदेश दिला तेव्हा अक्षय घाबरून म्हणाला, 'मला उतरायचे आहे.' खलाशांनी मात्र त्याच्या बोलण्याकडे लक्ष दिले नाही. डॅक दूर नव्हते. अक्षयने त्यावर उडी मारली.

किनाऱ्यावर पोहचल्यावरही त्याला रमेशचा काही पत्ता लागला नाही. ग्वालंदोहून कलकत्याला जाणारी पॅसेंजर रेल्वे थोड्या वेळापूर्वीच निघून गेली होती. काल रात्री कलकत्ता स्टेशनवर झालेल्या ओढाताणीच्या वेळी रमेशने आपल्याला पाहिले असावे, असे अक्षयला वाटले. त्यामुळे रमेशने आपली चतुराई दाखवित आपल्या गावी न जाता परत सकाळच्या पॅसेंजरने कलकत्याला गेला असावा. कलकत्यात कोणी लपून राहण्याचा प्रयत्न केला तर त्याला शोधणे खरोखरच अवघड आहे.

अक्षय पूर्ण दिवसभर ग्वालंदोमध्ये तडफडत राहिला. संध्याकाळच्या डाक गाडीने

तो कलकत्याला परत निघाला. दुसऱ्या दिवशी सकाळी कलकत्त्याला पोहचताच तो सर्वात आधी रमेशच्या दर्जीपाडा येथील घरी गेला. तिथे जाऊन पाहतो तर दार बंद. चौकशी केल्यावर कोणीही आले नसल्याचे त्याला कळले.

कोलुटोलाला येऊन पाहिले तर तिथेही रमेशच्या घरी शांतता होती. तेव्हा आनंदा बाबूच्या घरी जाऊन तो योगेंद्रला म्हणाला, 'पळून गेला. ... मी त्याला धरू शकलो नाही.'

'असे कसे झाले?' योगेंद्रने विचारले.

अक्षयने घडलेली सर्व घटना सांगितली.

अक्षयला पाहून रमेशचे कमलासोबत पळून जाण्यामुळे रमेशविरूद्धचा योगेंद्रचा संशय आता विश्वासात रुपांतरित झाला होता.

योगेंद्र म्हणाला, 'पण अक्षय, रमेशची ही युक्ती कोणत्याही कामाची ठरणार नाही. फक्त हेमनलिनीच नाही तर बाबांनी सुद्धा एकच घोषा चालविला आहे की रमेशच्या तोंडून सर्व गोष्टी ऐकल्याशिवाय कोणत्याही प्रकारे ते त्याच्यावर अविश्वास दाखविणार नाहीत. आता मी काहीही सांगू शकणार नाही, असे आज येऊन रमेश आनंदा बाबूंना म्हणाला तरी ते हेमनलिनीचा त्याच्याशी विवाह लाऊन द्यायला संकोच करणार नाहीत. या लोकांमुळेच मी खूप मोठ्या संकटात सापडलो आहे. हेमनलिनीला होणारा त्रास बाबांना जराही सहन होत नाही, हेम जर आपल्या हट्टावर अडून बसली आणि रमेशची दुसरी पत्नी असली तरीही मी त्याच्याशीच विवाह करणार असे म्हणाली तर वडील तिला तसे करू देतील, असे वाटते. कोणत्याही प्रकारे आणि होईल तिथपर्यंत रमेशच्या तोंडून हे सर्व सत्य कबूल करून घ्यायलाच हवे. तू निराश झाल्यावर काम भागणार नाही. मीही हे काम केले असते, पण कदाचित माझ्या हातून रमेशला मारहाण होण्याची शक्यता अधिक आहे. असे वाटते की तू आतापर्यंत तोंडही धुतले नाहीस आणि चहाही घेतला नाहीस.'

अक्षय तोंड वगैरे धुऊन चहा पीत पीत विचार करू लागला. त्याच वेळी आनंदा बाबू हेमनलिनीचा हात धरून चहा पिण्यासाठी त्या ठिकाणी आले. अक्षय तिथे असल्याचे पाहून हेमनलिनी माघारी वळून निघून गेली.

योगेंद्र संतापून म्हणाला, 'ही हेमची खूप मोठी चूक आहे. बाबा, हेमाच्या या अशा वागण्याचे तुम्ही समर्थन करू नका. तिला बळजबरीने इथे आणायला हवे. हेम, हेम.'

तोपर्यंत हेमनलिनी वर निघून गेली होती. अक्षय म्हणाला, 'योगेंद्र, तू माझे काम वाईट करीत असल्याचे मला जाणवत आहे. तिच्या समोर माझ्याबद्दल काहीही बोलू नकोस. योग्य वेळी याचा निर्णय होईल. तू उगीच बळजबरी केलीस तर सर्व मातीत मिसळेल.'

चहा पिऊन अक्षय निघून गेला. अक्षयमध्ये धैर्याची उणीव नव्हती. सर्व गोष्टी आपल्या विरूद्ध होत असल्या तरीही चिकटून राहणे त्याला चांगल्या प्रकारे अवगत होते. त्याच्या चेहऱ्यावरील भावनांमध्ये कोणताही विकास होताना दिसत नसे. तो

चिडून कधीही आपला चेहरा गंभीर होऊ देत नाही. आपमान आणि अनादर यामुळे तो विचलित होत नाही. हा माणूस टाकसाळी आहे. त्याच्याशी कोणीही कशाही प्रकारे वागले तरीही त्याचे वागणे मात्र जसेच्या तसेच राहते.

अक्षय निघून गेल्यावर आनंदा बाबूंनी हेमनलिनीच्या हाताला धरून तिला चहाच्या टेबलावर आणले. आज तिचे गाल पिवळे पडले होते आणि डोळ्याखाली काळ्या रेषा पडल्या होत्या. रूममध्ये प्रवेश करताच तिने मान खाली घातली. ती योगेंद्रच्या चेहऱ्याकडेही पाहू शकली नाही. आपल्यावर आणि रमेशवर योगेंद्र नाराज असल्याचे, आपल्या विरूद्ध विचार करीत असल्याचे तिला माहीत होते. त्यामुळे योगेंद्र सोबत बोलणे तिच्यासाठी अवघड झाले होते.

खरं तर प्रेमाने हेमनलिनीच्या विश्वासाला वेगळे केले होते, तरीही विचार फक्त धारेवर धरल्याने काम भागणार नव्हते. योगेंद्रच्या समोर काल हेमनलिनी आपल्या विश्वासाचा ठामपणा दाखवू शकली होती, पण रात्री झोपण्याच्या वेळी मात्र तिचे सामर्थ्य तितके उरले नव्हते. वास्तविक पाहता सुरुवातीपासूनच रमेशच्या वागण्याचा अर्थ काही कळत नव्हता. हेमनलिनी आपल्या विश्वासाच्या किल्ल्यामध्ये संशयाची कारणे प्रवेश करू नयेत म्हणून जितक्या सामर्थ्याने अडवित होती, तितक्याच वेगाने ते तिला धक्का देत होते. कोणताही वार होऊ नये म्हणून आई आपल्या मुलाला छातीशी कवटाळून धरते, तशीच हेमनलिनी रमेशवरच्या विश्वासाला पुरावे विरूद्ध असले तरीही आपल्या छातीशी धरून आहे.

हेमनलिनीच्या बाजूच्या रूममध्येच त्या रात्री आनंदा बाबू झोपले होते. हेम आंथरुणावर नुसती कुशी बदलत असल्याचे त्यांना कळले होते. मधून मधून ते तिला विचारीत होते, 'मुली, तुला झोप येत आहे ना?'

'मला झोप येत आहे. मी आता झोपते.'

दुसऱ्या दिवशी सकाळी हेमनलिनी छतावर फिरत होती. रमेशच्या घराचे दार किंवा खिडकी काहीच उघडे नव्हते.

हळूहळू सूर्य पूर्व दिशेला असलेल्या घरांच्या टोकावर दिसू लागला होता. हेमनलिनीसाठी आजचा दिवस इतका कोरडा, शून्य, आशाहीन आणि आनंदहीन वाटला की, ती त्याच छताच्या एका कोपऱ्यात बसून दोन्ही हातात आपला चेहरा झाकून रडू लागली. आज पूर्ण दिवसभर कोणीही येणार नव्हते. आपले असण्याचा अनुभव एखाद्या पक्षाकडून मिळाला तरीही त्यामुळे आनंद होतो. बोलण्यापुरतेच का होईना, पण कोणी तरी आपले जवळ किंवा दूर असायला हवे. ती असा विचार करीत असतानाच आवाज आला,

'हेम, हेम.'

हेमनलिनीने पटापट डोळे कोरडे करून उत्तर दिले, 'काय आहे?'

काळजीमुळे आनंदाबाबू रात्रभव झोपू शकले नव्हते. सकाळी सकाळी त्यांना डोळा

लागला. सकाळची किरणे पडल्यावर त्यांना जाग आली. त्यांनी हात-तोंड धुतले आणि हेमनलिनीची विचारपूस करण्यासाठी गेले. घराती कोणीही नसल्याचे त्यांना आढळून आले. सकाळी सकाळी हेमनलिनीला एकट्याने फिरताना पाहून त्यांचे हृदय जखमी झाले. ते म्हणाले, 'चल मुली, चहा घे.'

चहाच्या टेबलावर योगेंद्र समोर बसून चहा घेण्याची हेमनलिनीची इच्छा नव्हती. कोणत्याही प्रकारे नियमाच्या विरूद्ध काम झाल्यावर आपले वडील नाराज होतात, हे तिला माहीत होते. याशिवाय ती रोज आपल्या हाताने आपल्या वडिलांसाठी चहाचा कप भरीत असे. आपल्या या सेवेपासून तिने आपल्या वडिलांना आजही वंचित होऊ दिले नाही.

खालच्या रुममध्ये जायच्या आधीच खाली योगेंद्रसोबत कोणी तरी बोलत बसल्याचे तिला जाणवले तेव्हा तिची छाती धडधडली.कदाचित रमेश आला असल्याचे तिला अचानक आठवले. इतक्या सकाळी दुसरे कोण येणार?

थरथरत्या पावलांनी तिने रूममध्ये जाऊन पाहिले तर तिथे अक्षय होता. त्यावेळी ती स्वतःला कोणत्याही प्रकारे सावरू शकली नाही. त्याच वेळी ती माघारी परत फिरली.

दुसऱ्यांदा आनंदा बाबू तिला त्या रुममध्ये घेऊन आले तेव्हा ती आपल्या वडिलांच्या खुर्चीजवळ उभी राहून त्यांच्या कपामध्ये चहा ओतीत होती.

हेमनलिनीच्या वागण्यामुळे योगेंद्र खूप चिडला होता. रमेशसाठी ती जे दुःख व्यक्त करीत होती, ते त्याच्यासाठी असह्य झाले होते. त्यानंतर आनंदा बाबूही तिलाचा साथ देत असल्याचे त्याने पाहिले तसेच जगातील इतर लोकांच्या तुलनेत आपल्या वडिलाच्या प्रेमाच्या सावलीत ती आपले रक्षण करण्याचा प्रयत्न करीत असल्याचे पाहून तो अधिकच अधीर झाला होता. आपण सर्वच्या सर्वच अत्याचारी आहोत, असे त्याला वाटू लागले. तिच्यावरील प्रेमामुळे आपण जे काही कर्तव्य पालन करण्याचा प्रयत्न करीत आहोत, आपल्यालाही तिचे मंगल व्हावे अशीच इच्छा आहे, त्यामुळे त्यांच्याबद्दल कृतज्ञता व्यक्त करण्याऐवजी उलट मनातल्या मनात आम्हालाच दोषी ठरवित आहे. वडिलांना सुद्धा काही गोष्टी कळत नाहीत. ही धीर देण्याची वेळ नाही तर वार करण्याची आहे. असे न करून वडील तिला अप्रिय सत्यापासून दूर ठेवीत आहेत.

योगेंद्र आनंदा बाबूंना म्हणाला, 'काला काय झाले ते ऐकले आहे का, बाबा?'

आनंदा बाबूंनी घाबरत घाबरत विचारले, 'का? काय झाले?'

योगेंद्र सांगू लागला, 'रमेश काल आपल्या पत्नीला घेऊन ग्वालिंदा मेलने आपल्या गावी परत जात होता. अक्षयने त्याला गाडीत चढताना पाहून तो परत कलकत्याला आला.'

हेमनलिनीचा हात थरथरला. चहा ओतत असताना सांडला. ती खुर्चीवर बसली.

योगेंद्र तिच्या चेहऱ्याकडे पाहत सांगू लागला, 'पळून जाण्याची काय गरज होती, ते मला कळत नाही. अक्षय समोर तर आधीपासूनच स्पष्ट होते. त्यानंतर एखाद्या

चोरासारखे घाबरून इकडे तिकडे पळून जाणे मला तर योग्य वाटत नाही. हेमला काय वाटते, मला माहीत नाही, पण अशा प्रकारे पळून जाणे हाच त्याच्या गुन्ह्याचा पुरावा आहे.'

हेमनलिनी थरथरत खुर्चीवरून उठता उठता म्हणाली, 'दादा, मला पुराव्याची काहीही पर्वा नाही. तुम्हाला त्यावर विचार करायचा असेल तर करा. मी काही विचारवंत नाही.'

योगेंद्र म्हणाला, 'तुझ्यासोबत ज्याचा विवाह संबंध नक्की होत आहे, त्याच्याशी आमचा काहीच संबंध नाही का?'

हेमनलिनी म्हणाली, 'लग्नाबद्दल कोण बोलत आहे? तुम्हाला मोडायचे असेल तर मोडून टाका. सर्व काही तुमच्या इच्छेवर अवलंबून आहे. पण माझे मन मोडण्याचा प्रयत्न करू नका.'

असे म्हणत म्हणत हेमनलिनी जोराने रडू लागली. आनंदा बाबूंनी लगेच आसवांनी भिजलेला तिचा चेहरा छातीशी धरला आणि म्हणाले, 'चल हेम, आपण वर जाऊ या.'

१२

स्टीमर सुटली. पहिल्या आणि दुसऱ्या वर्गाच्या खोलीमध्ये कोणीही नव्हते. रमेशने एक खोली फायनल करून तिच्यामध्ये आपले आंथरूण टाकले. सकाळच्या वेळी दूध पिल्यानंतर त्या खोलीची एक खिडकी उघडून कमला नदीवरची आणि काठावरील दृष्ये पाहू लागली.

रमेश म्हणाला, 'आपण कुठे चाललो आहोत, ते तुला माहीत आहे का, कमला?'

कमला म्हणाली, 'आपल्या गावी जात आहोत.'

रमेश म्हणाला, 'तुला आवडत नसेल तर आपण गावी जाऊ नये?'

कमला म्हणाली, 'माझ्यासाठी तुम्ही गावी जाणे सोडाल?'

रमेश म्हणाला, 'होय, तुझ्यासाठी.'

कमला तोंड वेंगाडून म्हणाली, 'असे का करता? मी कधी तरी बोलता बोलता सहज बोलून गेले आणि तुम्ही तेच धरून बसलात? तुम्ही बारीक सारीक गोष्टीवर नाराज होता.'

कमलाने थोड्या वेळाने उत्सुकतेने विचारले, 'मग आपण कुठे चाललो आहोत?'

रमेश म्हणाला, 'पश्चिमेला.'

पश्चिमेचे नाव ऐकताच कमलाचे डोळे चमकले. पश्चिम. जे लोक नेहमी सर्व दिवस घरातच घालवितात, त्यांच्यासाठी पश्चिम तीर्थ आहे. पश्चिमेला आरोग्य आहे. त्याच पश्चिमेला अनेक प्रकारच्या कारागिरीने नटलेली मंदिरे आहेत. किती तरी जुन्या कथा आणि किती तरी शौर्याचा इतिहास आहे.

कमला आनंदी होत म्हणाली, 'पश्चिमेला आपण कुठे जाणार आहोत?'

रमेश म्हणाला, 'काही नक्की नाही. मुंगेर, दानापूर, बक्सर, गाजीपूर, काशी अशा कोणत्या तरी एखाद्या ठिकाणी उतरू.'

अशा सर्व किती तरी माहीत असलेल्या आणि नसलेल्या शहरांची नावे ऐकल्यावर कमलाची कल्पना उत्तेजित झाली. ती दोन्ही हातांनी टाळ्या वाजवित म्हणाली, 'मग तर खूपच मज्जा येईल.'

रमेश म्हणाला, 'मज्जा तर नंतर येईल. इकडे काही दिवस खाणे- पिणे कसे चालेल? तू खलाशांच्या हातचे जेवण करशील?'

कमलाने तिरस्काराने तोंड वेंगाडले. म्हणाली, 'हे राम, माझ्याच्याने हे होणार नाही.'

रमेश म्हणाला, 'मग काय उपाय करायला हवा?'

कमला म्हणाली, 'मी स्वतः बनविल?'

रमेश म्हणाला, 'तू बनवशील?'

कमला हासून म्हणाली, 'मला येत नाही, असे तुम्हाला वाटते? जेवण तयार न करायला मी काय लहान मुलगी आहे? मामाच्या घरी तर मी रोजच स्वंयपाक करीत असे.'

लगेच पश्चाताप व्यक्त करीत रमेश म्हणाला, 'ठीक आहे. मी या बद्दल विचारून योग्य केले नाही. तर मग आता स्वंयपाकाची तयारी करूयात? काय म्हणतेस?'

असे म्हणून रमेश निघून गेला आणि कुठून तरी शोधून त्याने एक लोखंडाची चूल उचलून आणली. काशीला पोहचविण्याचा खर्च आणि जेवणाचे प्रलोभन देऊन उमेश नावाच्या एका कायस्थ मुलाला पाणी भरण्यासाठी आणि भांडे घासण्यासाठी तयार करून आणले.

रमेशने विचारले, 'कमला, आज काय बनवशील?'

कमला म्हणाली, 'तुम्ही जशी तयारी केली आहे, तशीच. फक्त डाळ आणि तांदूळ आहेत. खिचडी बनविते.'

रमेशने कमलाने सांगितल्यानुसार खलाशांकडून मसाला आणला.

रमेशच्या अज्ञानीपणावर कमला हासली. ती म्हणाली, 'फक्त मसाले घेऊन काय करू? पाटा-वरवंटा नसल्यावर वाटायचा कसा? तुम्हीही खूपच आहात?'

त्या मुलीचा हा आदेश शिरसावंद्य समजून पाटा-वरवंट्याच्या शोधात निघाला. तो मिळाला नाही म्हणून खलाशांकडून खलबत्ता उचलून आणला.

खलबत्त्यामध्ये कुटण्याची कमलाला सवय नव्हती. लाचार होऊन कमला तेच घेऊन बसली. रमेश म्हणाला, 'जमत नसेल तर मी दुसऱ्या कोणाकडून तरी मी मसाला घेऊन येते.'

कमला याला तयार झाली नाही. तिने स्वतःने उत्साहाने काम सुरू केले. त्याचा सराव नसल्यामुळे तिला त्रास जाणवू लागला. मसाला उडून जाऊन चहुबाजूला पसरत होताा. तिचे हे हासणे पाहून रमेशही हासू लागला.

अशा प्रकारे मसाला वाटण्याचे काम झाल्यावर कमलाने पदर खोचून स्वंयपाकासाठी

जागा निवडली. कलकत्त्याहून निघताना एका हांडीमध्ये संदेशा आणला होता. त्याच हांडीवर आजचे काम भागविले.

स्वंयपाकाला सुरूवात केल्यावर कमला रमेशला म्हणाली, 'तुम्ही जा आणि लवकर स्नान करून या. माझ्या स्वंयपाकाला जास्त वेळ नाही.'

स्वंयपाक तयार झाला. रमेश स्नान करून आला. आता जेवण कशामध्ये करायचे, हा प्रश्न शिल्लक होता.

रमेश उठता उठता म्हणाला, 'खलाशांकडून प्लेटी आणल्या जाऊ शकतात.'

कमला म्हणाली, 'शी.'

असे काम आपण यापूर्वी अनेक वेळा केले असल्याचे रमेशने तिला गोड बोलून समजावले.

कमला म्हणाली, 'आधी जे झाले ते झाले. आता तसे होणार नाही. मी ते पाहू शकणार नाही.'

असे म्हणत तिने संदेशाच्या हांडीवर झाकलेले झाकण धुऊन आणले. ते स्वच्छ केले. मग ती म्हणाली, 'आजचा दिवस तुम्ही यामध्येच खा. पुढचे पुढे पाहू.'

पाण्याने धुऊन पुसून घेतलेल्या स्वंयपाकाच्या ठिकाणी रमेश पवित्र मनाने जेवण करायला बसला. एक दोन घास खाल्ल्यावर तो म्हणाला, 'व्वा! फारच छान खिचडी झाली आहे.'

कमला लाजून म्हणाली, 'जा, तुम्हाला तर मजाक करण्याशिवाय दुसरे काहीच सूचत नाही.'

रमेश म्हणाला, 'खरंच. मजाक नाही. तू पहा.' असे बोलत बोलत त्याने झाकणातील सर्व अन्न संपवून टाकले. पुन्हा मागितले. कमलाने एकाच वेळी पुष्कळ वाढले. रमेश म्हणाला, 'असं काय करतेस? तुझ्यासाठी काही ठेवले आहेस की नाही?'

'खूप आहे. तुम्ही काळजी करू नका.'

रमेशने तृप्त मनाने जेवण केल्यावर कमला खुश झाली. रमेशने विचारले, 'आता तू कशात खाशील?'

कमला म्हणाली, 'का? काय झाले? याच झाकणातून मीही काम भागवते.'

रमेश घाबरला. तो म्हणाला, 'नाही, असे नाही होऊ शकत.'

कमलाने आश्चर्याने विचारले, 'का? त्यात काय गैर आहे?'

कमलाच पुढे म्हणाली, 'आता तुम्ही राहू द्या. मी सर्व काही ठीक केले आहे. उमेश, तू कशात खाशील?'

उमेश म्हणाला, 'माताजी, खाली हलवाई पुरी विकत आहे. मी त्याच्याकडून पत्रावळी आणतो.'

रमेश म्हणाला, 'तुला त्याच झाकणात खायचे असेल तर मला दे. मी ते धुऊन आणतो.'

कमला म्हणाली, 'वेडे झालात का?' त्यानंतर ती पुन्हा म्हणाली, 'मी पान लावले नाही. तुम्ही पाने आणलीच नाहीत.'

रमेश म्हणाला, 'खाली पानवाला आहे.'

अशा प्रकारे अतिशय सहजपणे संसार सजविला गेला. रमेश मनातल्या मनात विचार करू लागला. तो विचार करू लागला की कौटुंबिक जीवन कसे वाचवावे?

गृहिणी पदावर अधिकार स्थापन करण्यासाठी कमलाला बाहेरील कोणाची किवा कशाची मदत घ्यावी लागली नाही. ती आपल्या मामाकडे रहात होती तेव्हाच तिने स्वंयपाक बनवायला शिकले होते. मुलांना खाऊ घातले होते. घरातील सर्व काम केले होते. तिची निपूणता, कामातील तत्परता आणि कामाचा उत्साह पाहून रमेश खूप खूश झाला, पण त्याच बरोबर तो इतर गोष्टींचाही विचार करू लागला. तो विचार करू लागला की भविष्यात हिच्याशी कशा प्रकारे वागावे? तिला कशा प्रकारे जवळ ठेवावे की दूर ठेवावे? दोघांच्यामध्ये एक रेषा कशा प्रकारे आखावी? आमच्या दोघांच्या मध्ये हेमनलिनी असती तर सर्व काम अतिशय सहजपणे पार पडले असते, पण तिकडची आशा सोडावी लागली तर एकट्या कमलाला घेऊन सर्व मिमांसा कशी करावी? याचा विचार करणेही अवघड आहे. रमेशने विचार केला की खरी गोष्ट कमलाला सांगणेच योग्य आहे. लपविल्यामुळे काही ती लपणार नाही.

१३

अजून दिवस खूप आहे. अशा वेळी स्टीमर वाळूत रुतली. त्या दिवशी खूप प्रयत्न केले, तरीही स्टीमर पाण्यावर पोहू शकली नाही. उंच कड्यांच्या खाली जलचर पक्षांच्या पावलांच्या ठशांमुळे वाळूचा खालचा तट खूप दूरवर पसरलेला दिसत होता. गावातील स्त्रिया त्याच ठिकाणी संध्याकाळच्या वेळी अखेरचे पाणी नेण्यासाठी हंडे घेऊन येत होत्या. त्यापैकी एखादी चंचला डोक्यावरील पदर बाजूला सारून स्टीमरकडे पाहत पाहत आपले कुतूहल शांत करण्याचा प्रयत्न करीत होती. खूप जोराचा आवाज करणाऱ्या स्टीमरला अशा प्रकारे संकटात सापडलेले पाहून गावातील मुले किनाऱ्यावर उभे राहून आरडा ओरडा करून स्टीमरला चिडवून नाचत होते.

पलिकडच्या दिशेला असलेल्या पाणी नसलेल्या वाळूमध्ये सूर्यास्त झाला. रमेश स्टीमरची रोलिंग धरून सांयकाळची शोभा पश्चिम दिशेला शांतपणे पाहत होता. कमला स्वंयपाकघरातून निघून खोलीच्या दारात उभी राहिली. रमेशला लगेच मागे तोंड न वळविताना पाहून ती गोड आवाजात खाकरली. पण त्याचाही रमेशवर काही परिणाम झाला नाही. तेव्हा मग ती चाबीच्या जुडग्याने खण खण आवाज करू लागली. आवाज वेगवान झाल्यावर रमेशने मागे वळून पाहिले. कमलाला पाहून तिच्या जवळ जात तो

म्हणाला, 'बोलावण्याची ही कोणती नवीन पद्धत आहे?'

कमलाने विचारले, 'मग कसे बोलवू?'

रमेश म्हणाला, 'का? आई वडिलांनी माझे नाव कशासाठी ठेवले आहे? ते काय एखाद्या व्यवहारात वापरण्यासारखे नाही? गरज पडल्यावर मला रमेश बाबू म्हणून आवाज देण्यात काय वाईट आहे?'

मग या एका बाजूने केलेल्या मस्करीमुळे कमलाच्या गालांवर आणि कानांवर संध्याकाळचा लालिमा पसरला. ती मान वेळावून म्हणाली, 'काय माहीत तुम्ही काय काय बोलता? काही कळत नाही. ऐका, तुमचे जेवण तयार आहे. जरा लवकर खा. आज सकाळी तुम्ही चांगल्या प्रकारे जेऊ शकला नाहीत.'

नदीवरच्या हवेमुळे रमेशला भूक लागली होती. कमला तयारी करण्यास घाबरेल म्हणून तो काही बोलला नाही. त्यावेळी न मागता जेवण मिळाल्यामुळे त्याचे मन हेलावले. त्यामध्ये एक विचित्रपणा होता. फक्त भूक भागविण्याच्या शक्यतेचे सुख नव्हते, तर त्याच्या न कळत त्याच्या मनात एक चिंता जागृत झाली होती. एक प्रकारचा प्रयत्न पसरला होता. त्याच्यासाठी एक कल्याणाचे विधान आपोआप काम करू लागले होते.

त्याच्या चेहऱ्यावरील भाव पाहून कमलाने आश्चर्याने विचारले, 'जेवण करण्याची तुमची इच्छा नसावी कदाचित. भूक लागत नाही का? मी तुमच्यावर जेवण्यासाठी बळजबरी करीत आहे का?'

रमेशने आनंदाचे सोंग आणीत म्हटले, 'तुला बळजबरी करण्याची गरजच काय आहे? माझ्या पोटात तशीही खळबळ उडाली आहे.' असे म्हणून रमेशने खोलीत इकडे तिकडे नजर फिरवली. मग म्हणाला, 'खाण्यासाठी तर काही दिसत नाही. कितीही भूक लागली तरीही हे असबाब काही मला पचणार नाही. लहानपणापासून मला जेवण्याची तर सवय आहे, पण असबाब खाण्याची नाही.'

कमला खळखळून हासली. हासण्याचा जोर ओसरल्यावर ती म्हणाली, 'आता वाट पाहण्याची इच्छा नाही, असे वाटते. आकाशाकडे पाहत होतात तेव्हा तहान भूक काही लागली नसावी. मग एकदा मी आवाज दिल्यावर मात्र खूप वेगात भूक लागली आहे. ठीक आहे. तुम्ही एक मिनिट बसा. मी आता घेऊन येते.'

रमेश म्हणाला, 'उशीर झाल्यावर मात्र हे आंथरूण वगैरे सर्व काही खाऊन टाकीन.'

अशा प्रकारे रसिकता दाखविल्यामुळे कमलाला खूप आनंद झाला. साध्या हासण्याच्या तरंगांमुळे घराला अमृतमय करून कमला वेगाने जेवण आणण्यासाठी गेली. रमेशचा वाळलेल्या लाकडासारखा असलेला नकली आनंद दुसऱ्याच क्षणी काळोखात विलिन झाला.

शाल पानांनी झाकलेली एक चरवी घेऊन कमलाने खोलीत प्रवेश केला. आंथरुणावर चरवी ठेवून तिने आपल्या पदराने जमिन झाडली.

रमेशने आश्चर्याने विचारले, 'हे काय करीत आहेस?'

कमला म्हणाली, 'मी तर आता कपडे बदलणार आहे.' असे म्हणून तिने शालच्या पानावर पुरी आणि भाजी अतिशय निपूणपणे वाढली.

रमेश म्हणाला, 'खूपच आश्चर्याची गोष्ट आहे. ही पुऱ्यांची व्यवस्था कशी काय केली?'

कमलाने सहजपणे रहस्य न सांगता खूप गंभीर चेहरा करून सांगितले, 'कसा केला असेल, सांगा तर खरं?'

रमेशने खूप विचारपूर्वक सांगण्याचे नाटक करीत म्हटले, 'तू नक्कीच खलाशांच्या जलपानामध्ये आपला वाटाही मागितला आहे.'

कमला चिडून म्हणाली, 'कधीही नाही. हे राम राम.'

रमेशने जेवण करीत असताना पुऱ्यांबद्दल अनेक प्रकारच्या कल्पना करून कमलाला चिडविले. अलिफ लैला मधील दिव्यातील अलाद्दिनने बलुचिस्तानमधून गरम गरम पुऱ्या काढून आपल्या दैत्याच्या हातून भेट पाठविली असेल, असे तो म्हणाला तेव्हा कमला धीर धरू शकली नाही. ती तोंड फिरवून म्हणाली, 'तर मग जा. मी तुमच्याशी बोलणार नाही.'

रमेश घाबरून म्हणाला, 'नाही, नाही. मी हारलो. इथे नदीच्या मधोमध पुऱ्या हेच आश्चर्य आहे. मला काहीच कळत नाही तरीही खूपच चवदार झाल्या आहेत.'

स्टीमर वाळूमध्ये फसल्यामुळे आपल्या रिकाम्या भंडाराला भरण्याच्या उद्देशाने कमलाने उमेशला गावात पाठविले होते. शाळेत असताना रमेशने चहा पाण्यासाठी कमलाला जे काही पैसे दिले होते त्यापैकी काही शिल्लक राहिले होते. तेच पैसे वापरून तिने थोडे तूप-मैदा मागविला होता. कमलाने उमेशला विचारले, 'तुला खायला काय आवडेल ते सांग?'

उमेश म्हणाला, 'माते, तुला मान्य असेल तर गावात आहेराच्या घरी खूप चांगले दही पाहून आलो आहे. केळी तर घरात आहेतच. थोडेसे दाने-चणे घातले तर यावेळी फलाहार होईल.'

लोभी मुलाच्या फलाहाराच्या उत्साहाने कमलाही उत्साहित झाली. तिने विचारले, 'काही पैसे उरले आहेत का, उमेश?'

उमेश म्हणाला, 'नाही, माते.'

कमला कोड्यात पडली. तोंड उघडून रमेशकडे पैसे कसे मागावेत याच काळजीत पडली. थोडे थांबून ती म्हणाली, 'आज तुझ्या नशिबात फलाहार नसला तरीही पुऱ्या मात्र नक्कीच आहेत. त्यासाठी काही काळजी नाही. चल, मैदा मळून घे.'

उमेश म्हणाला, 'काय सांगू, माते. मी जे दही पाहून आलो आहे, आहा !'

कमला म्हणाली, 'हे बघ, रमेश बाबू जेवायला बसल्यावर तू ये आणि पैसे माग.'

रमेशचे जेवण पूर्ण होत आल्यावर उमेश त्यांच्यासमोर संकोचून उभा राहिला आणि डोके खाजवू लागला. रमेशने त्याच्या तोंडाकडे पाहिले. तो अर्धवट आवाजात म्हणाला, 'माते, बाजारासाठी पैसे...?'

जेवणाची तयारी करण्यासाठी पैसे लागतात ही गोष्ट त्यावेळी अचानकपणे रमेशच्या

लक्षात आली. अल्लाद्दिनच्या दिव्याच्या आधाराने काम भागणार नव्हते. तो म्हणाला, 'कमला, तुझ्याकडे पैसे तर नाहीत. मग तू मला आठवण का करून दिली नाहीस?'

कमलाने गुपचूपपणे आपली चूक मान्य केली. जेवण झाल्यावर रमेशने कमलाला एक लहानशी मनी बॅग दिली आणि म्हणाला, 'खर्चासाठी यामध्ये पुरेसे पैसे आहेत.'

अशा प्रकारे गृहस्थीची जबाबदारी आपोआप कमलाच्या हातात आली. रमेश पुन्हा एकदा स्टीमरच्या रोलिंग धरून पश्चिमेकडे पाहू लागला. पश्चिम आकाशाकडे पाहत असतानाच त्याच्या डोळ्यांसमोर अंधार पसरला.

उमेशने आज पोटभर चिवडा-दही-केळी असा फलाहार केला आणि कमलाने त्याचा जीवन वृत्तांत ऐकला.

सावत्र आईच्या छळामुळे उपेक्षित झालेला उमेश काशीमध्ये आपल्या आजी-आजोबांकडे पळून निघाला होता. तो म्हणाला, 'माते, तू मला तुझ्याजवळ ठेवलेस तर मी कुठेही जाणार नाही.'

आई नसलेल्या मुलाच्या तोंडून ममतेचे शब्द ऐकल्यावर त्या मुलीच्या कोमल हृदयातील एका कोपऱ्यात तिच्या मातेचे स्वर उमटले. कमला गोड शब्दात त्याला म्हणाली, 'चांगली गोष्ट आहे, उमेश. तू आमच्यासोबत रहा.'

१४

तीरावर असलेल्या वनराईच्या काळोखामुळे संध्या वधूच्या सोनेरी पदराला काळी किनार लावली होती. गावातील मैदानावर संपूर्ण दिवसभर राहिल्यानंतर रानटी हंसांचा एक थवा आकाशातील मलिन सूर्यास्ताच्या प्रकाशामुळे पैलतीरावरील वृक्षहीन मैदानावरील वाळूच्या खड्ड्यांतील जलाशयात रात्र घालविण्यासाठी निघाला होता. कावळे आपल्या घरट्यात परतल्याची काव काव आता बंद झाली होती. त्यावेळी नदीत नौका नव्हत्या. फक्त एक मोठी डोंगी खोल सोनेरी स्थिर पाण्याच्या डोहातून आपल्या काळेपणासह शांतपणे ओढली जात होती.

रमेश स्टीमरच्या छतावर वेताच्या खुर्चीवर बसला होता. समोर आकाशात नुकताच चंद्रोदय झाला होता.

पश्चिम आकाशात संध्येची अंतिम स्वर्ण छटा लीन झाली होती. चंद्राच्या चांदण्याच्या इंद्रजालामुळे हे कठोर जग जणू विचलित झाले होते. रमेश स्वतःशीच हळूवारपणे म्हणाला, 'हेम, हेम.' त्या नावाचा शब्द जणू मधूर स्पर्शाप्रमाणे त्याच्या सर्व हृदयात वारंवार प्रदक्षिणा घालू लागला. त्याच नावाचे शब्द जणू असीम करुणरसासह छायामय दृष्टीने त्याच्या चेहऱ्यावर वेदना विदिर्ण करून पाहत होते. रमेशचे सर्व शरीर रोमांचित आणि दोन्ही डोळे आसवांनी भरून आले.

त्याने आपल्या जीवनातील गेल्या दोन वर्षांमधील संपूर्ण इतिहास आपल्या मनासमोर पसरला. हेमनलिनीशी पहिली भेट झाल्याचा दिवस त्याला आठवला. तो दिवस रमेश आपल्या जीवनातील विशेष आणि महत्त्वाचा दिवस म्हणून ओळखू शकला नाही. योगेंद्र त्याला आपल्या घरी चहाच्या टेबलावर घेऊन गेला तेव्हा तिथे हेमनलिनीला बसलेले पाहून लाजाळू रमेश गोंधळून गेला होता. हळूहळू लाज दूर झाली. हेमनलिनीसोबत तो चांगला मिसळला. क्रमशः सरावाच्या त्या बंधनाने रमेशला बंदिवान करून टाकले. काव्य- साहित्यामध्ये रमेशने प्रेमाचा विषय जो काही अभ्यासला होता ते सर्व तो हेमनलिनीसोबत जुळवू लागला की मी तिच्यावर प्रेम करतो. हे समजल्यावर त्याला मनातल्या मनात अहंकार जाणवू लागला. त्याचे वर्गमित्र परीक्षेत पास होण्यासाठी प्रेमाच्या कवितेचा अर्थ पाठ करूनच मरत होते, पण रमेश मात्र खरेखुरे प्रेम करीत असल्यामुळे इतर विद्यार्थ्यांना तो आपले कृपापात्र समजत असे. रमेशने आज विचार करून पाहिले की त्या दिवशीही तो प्रेमाच्या दाराबाहेरच होता. अचानकपणे कमलाने येऊन त्याचे साधारण जीवन गुंतागुंतीचे करून टाकले होते. तेव्हा खरं तर अनेक प्रकारचे घात-प्रतिघात सहन करून हेमनलिनीबद्दलचे त्याचे प्रेम आकार धारण करून जीवन ग्रहण करीत जागृत झाले.

रमेश आपल्या दोन्ही तळव्यांमध्ये डोके घालून विचारात बुडून गेला होता. समोर अवघे जीवन पडले होते. त्याचे उपवासी जीवन हे जाळे बळजबरीने दोन्ही हातांनी तोडून फेकू शकणार नाही?

असा विचार करून त्याने ठाम संकल्पाच्या आवेगात अचानक डोळे उघडून पाहिले तर जवळच्याच दुसऱ्या एका वेताच्या खुर्चीची पाठ धरून कमला उभी आहे. कमलाने चकीत होऊन विचारले, 'तुम्ही तर झोपी गेला होतात, कदाचित मीच इथे येऊन तुम्हाला जागवले असेल?'

पश्चाताप करणाऱ्या कमलाला घाईघाईने जाताना पाहून रमेश तातडीने म्हणाला, 'नाही, नाही. कमला, मी काही झोपलो नव्हतो. तू बस. तुला एक गोष्ट सांगतो.'

गोष्टीचे नाव ऐकून आनंदी होऊन ती खुर्ची जवळ ओढून तिच्यावर बसली. रमेशला वाटले होते की कमलाला सर्व गोष्टी उलगडून सांगण्याची आवश्यकता आहे, पण अचानकपणे तो तिला मोठा घाव देऊ शकला नाही. म्हणूनच तो तिला बसायला सांगून एक गोष्ट सांगायला तयार झाला होता.

रमेश सांगू लागला, 'त्या काळी एका जातीतले क्षत्रिय लोक होते ते...'

कमलाने विचारले, 'कोणत्या काळात? अनेक काळापूर्वीच्या काळात की काय?'

रमेश म्हणाला, 'होय. खूप वर्षांपूर्वी. जेव्हा तुझा जन्मही झाला नव्हता.'

कमला म्हणाली, 'कदाचित तेव्हा तुमचा झाला असेल. पुढे सांगा...'

रमेश सांगू लागला, 'त्या क्षत्रियांचा एक नियम होता. ते स्वतः विवाह करण्यासाठी जात नसत. आपली तलवार पाठवित असत. त्या तलवारीसोबत वधुचा विवाह झाल्यावर तिला आपल्या घरी आणून मग पुन्हा तिच्याशी विवाह करीत असत.'

कमला म्हणाली, 'असे कसे? शी ! हा कसला विवाह?'

रमेश म्हणाला, 'मलाही अशा प्रकारचे विवाह आवडत नाहीत. पण मी तरी काय करू? मी ज्या क्षत्रियांची गोष्ट सांगत आहे, त्यांना सासऱ्याच्या घरी जाऊन आपला विवाह करण्यात अपमान वाटत असे. एके दिवशी तो ...'

कमलाने विचारले, 'तो कोणत्या देशाचा राजा होता, हे तर तुम्ही सांगितलेच नाही.'

रमेश म्हणाला, 'भद्र देशाचा राजा. एके दिवशी तो राजा...'

क़मला म्हणाली, 'आधी त्या राजाचे नाव सांगा.'

कमलाला सर्व गोष्टी स्पष्ट करून हव्या होत्या. तिच्या समोर काही लपवून चालणार नव्हते. रमेशला हे माहीत असते तर त्याने आधीच चांगली तयारी केली असती. कमलाला गोष्ट ऐकायची आहे, हे त्याच्या लक्षात आले होते. गोष्ट कुठून सुरू झाली आणि कशी आहे, यामुळे तिला काहीही फरक पडणार नव्हता.

रमेश थांबून थांबून गोष्ट ऐकवित होता. तो म्हणाला, 'राजाचे नाव रणजीतसिंग होते.'

कमला स्वतःशीच सर्व गोष्टींची उजळणी करीत म्हणाली, 'भद्र देशाचा राजा रणजीतसिंग. त्याच्या पुढे?'

रमेश म्हणाला, 'एके दिवशी राजाने भाटाच्या तोंडून ऐकले की त्याच्याच जातीच्या एका राजाची कन्या परमसुंदरी आहे.'

कमलाने विचारले, 'तो कुठला राजा होता?'

रमेश म्हणाला, 'असे समज कांचीचा.'

कमला म्हणाली, 'असे का समजू? तो खरोखरच कांचीचा राजा नव्हता?'

रमेश म्हणाला, 'कांचीचाच राजा होता. त्याचे नाव ऐकायचे आहे? अमरसिंग.'

कमला म्हणाली, 'त्याच्या कन्येचे नाव नाही सांगितले. त्या परमसुंदरीचे?'

रमेश म्हणाला, 'होय, होय. चूक झाली. त्या मुलीचे नाव होते चंदा...'

कमला म्हणाली, 'आश्चर्यच आहे. तुम्ही असेच विसरता. तुम्ही तर माझे नावही विसरला होतात?'

रमेश सांगू लागला, 'कौशलच्या राजाने भाटाच्या तोंडून हे ऐकल्यावर...'

कमला म्हणाली, 'हा कौशलचा राजा कुठून उपटला? तुम्ही तर भद्र देशाच्या राजाविषयी सांगत होते ना?'

रमेश म्हणाला, ‘तुला काय वाटते? तो फक्त एकाच देशाचा राजा होता? तो कौशल देशाचाही राजा होता आणि भद्र देशाचाही राजा होता.’

कमला म्हणाली, ‘दोन्ही राज्ये कदाचित जवळ जवळ असावीत?’

रमेश म्हणाला, ‘अगदी एकमेकाला लागून.’

अशा प्रकारे वारंवार चुका करीत आणि सतर्क कमलाच्या प्रश्नाच्या सहाय्याने या चुकांमध्ये दुरूस्ती करून रमेश एक गोष्ट सांगू लागला,

‘तेव्हा रणजीतसिंगने आपला धाकटा भाऊ इंद्रजीत सिंगला सोबत घेऊन सैन्य आणि काफिल्यासह निशाण उंचावित, नगारे वाजवित आणि दुंदुभी वाजवित कांचीच्या राजाच्या बागेमध्ये जाऊन आपला तंबू ठोकला. कांची नगरीमध्ये उत्सवाची धूम सुरू झाली.

राजाच्या ज्योतिषांनी गणना करून शुभ दिवस आणि मुहुर्त काढून कृष्ण पक्षातील द्वादशीचा रात्रीच्या अडीच प्रहरानंतरचा लग्न मुहूर्त काढला. त्या रात्री शहरामध्ये घरोघरी फुलांच्या माळा लावण्यात आल्या. दिवाळी साजरी करण्यात आली. त्या रात्री राजकुमारी चंद्राचा विवाह होता.

‘आपला विवाह कोणासोबत लावला जात आहे, याची राजकुमारी चंद्राला काहीच माहिती नव्हती. तिच्या जन्माच्या वेळी परमहंस परमानंद स्वामींनी राजाला सांगितले होते की, तुझ्या या कन्येवर अशुभ ग्रहांची दृष्टी आहे. विवाहाच्या वेळी कोणत्याही प्रकारे तिला आपल्या वराचे नाव कळायला नको.

‘योग्य वेळी तलवारीसोबत राजकन्येचा विवाह लावण्यात आला. इंद्रजीतसिंगाने देह समोर करून आपल्या वहिनीला प्रणाम केला. मद्रराज्यातील रणजीतसिंग आणि इंद्रजीतसिंग हे दोघेही दुसरे राम-लक्ष्मण होते. इंद्रजीतने आर्या चंद्राच्या घुंघटातील लज्जारक्त चेहऱ्याकडे पाहिले नाही. त्याने फक्त तिच्या पायातील घुंगरे आणि पायच पाहिले.

‘रिती रिवाजानुसार विवाहाच्या दुसऱ्या दिवशी मोत्यांची माळा आणि झालर लावलेल्या पालखीमधून नववधूला घेऊन इंद्रजीतसिंग आपल्या देशाला निघाला. अशुभ ग्रहांची आठवण झाल्यामुळे कांचीच्या राजाने शशंक मनाने कन्येच्या डोक्यावरून उजवा हात फिरविला. आशीर्वाद दिला. तिची आई मुलीच्या चेहऱ्याचे मुके घेत घेत आसवांच्या धारा अडवू शकली नाही. देवालये आणि मंदिरात स्वस्तिक वाचनासाठी हजारो पंडित नियुक्त करण्यात आले.

‘कांचीपासून भद्र देश खूप अंतरावर होता. तिथे जायला सुमारे एक महिना लागणार होता. दुसऱ्या दिवशी रात्री बतसा नदीच्या तिरावर छावणी टाकून इंद्रजीत आपल्या लवाजम्यासह आगेकूच करण्याची तयारी करीत होता तेव्हा वनामध्ये काही

मशालींचा प्रकाश दिसला. माहिती मिळविण्यासाठी इंद्रजीतने आपल्या काही सैनिकांना पाठविले.

सैनिकाने परत येऊन सांगितले, 'सरदार, तेही एक लग्न समारंभ आटोपून कन्येला घेऊन आपल्या पतीच्या घरी निघाले आहेत. वाटेत अनेक संकटांची भीती आहे. त्यामुळे ते लोक कुमाराकडे शरणागती मागत आहेत. तुमची परवानगी असेल तर काही अंतारापर्यंत ते लोक आपल्या संगतीने प्रवास करतील.'

कुमार इंद्रजीत म्हणाला, 'शरणागताला आश्रय देणे आपला धर्म आहे. या लोकांचे रक्षण करा.'

'अशा प्रकारे दोन्ही छावण्या एकत्र पडल्या.'

'तिसरी रात्र अमावस्येची होती. समोर लहान लहान डोंगर आणि मागे घनदाट आरण्य. थकलेले सैनिक हवेचा मंजूळ स्वर आणि जवळून वाहणाऱ्या झऱ्याचा खळखळाट यामुळे गाढ झोपले.

'त्याच वेळी अचानक आरडो ओरडा झालेला ऐकून सर्व लोक जाऊन पाहू लागले की घोडे वेड्यासारखे इकडे तिकडे धावत होते. कोणी तरी त्यांचे दोर कापले. मधून मधून तंबूला आग लागली होती. त्यांच्या प्रकाशात आमावस्येची रात्र लाल झाली होती.

'लुटारू आणि दरोडेखोरांनी हल्ला केल्याचे कळले. मारामारी, कापाकापी सुरू झाली. अंधारात मित्र आणि शत्रू कोण ते कळेनासे झाले. सर्व व्यवस्था बिघडून गेली. सुदैवाने दरोडेखोर लूटमार करून जंगलात निघून गेले.

'या युद्धानंतर राजकुमारी काही दिसेना गेली. ती घाबरून भीतीने आपल्या छावणीच्या बाहेर पडली होती आणि एका गटातील माणसांना पळून जाताना पाहून आपल्या सासरकडची माणसे समजून त्यांच्या सोबत निघून गेली.

'खरं तर त्या गटातील माणसे दुसऱ्या लग्नाच्या गटातील होती. या लूटमारीमध्ये त्या दरोडेखोरांनी त्या नवरीचे अपहरण केले होते. त्यामुळे राजकन्या चंद्रालाच आपली नवरी समजून ते लोक अतिशय वेगाने आपल्या देशाला निघून गेले.

'ते सर्व दरिद्री क्षत्रिय होते. कलिंगमधील सागर किनाऱ्यावर त्यांचे घर होते. तिथे राजकन्येंसोबत दुसऱ्या गटातील वराचे मिलन झाले. त्या वराचे नाव चेतासिंह होते.

'चेतासिंहच्या आईने बाहेर येऊन नववधूचे स्वागत केले. तिला वधुला घेऊन घरात आली. आपल्या सर्व नातेवाकांना आणि सग्या सोयऱ्यांना म्हणाली, 'व्वा! असे रुप तर शोधूनही सापडणार नाही.'

'तिच्यावर मंत्रमुग्ध झालेला चेतासिंग नववधूला कल्याण लक्ष्मी समजून मनातल्या मनात तिची पूजा करू लागला. राजकन्येलाही सती धर्माची जाणीव होती. तिने

चेतासिंगला आपला पती समजून मनातल्या मनात त्याच्यावर आपले जीवन ओवाळून टाकले.

'नवीन विवाहाच्या लाजेमध्ये सुरुवातीचे काही दिवस गेले. लाज-शरमेचे पडदे दूर झाल्यावर बोलता बोलता चेतासिंगला कळले की, आपण जिला वधू म्हणून घरी आणले आहे, ती तर राजकुमारी चंद्रा आहे.

कमलाने श्वास रोखून अतिशय अधीरतेने विचारले, 'त्याच्या पुढे?'

रमेश म्हणाला, 'बस. मला इतकेच माहीत आहे. त्याच्या पुढे काय झाले ते मला कळले नाही. पुढे काय असेल ते तूच सांग?'

कमला म्हणाली, 'नाही, नाही. असे होणार नाही. त्याच्या पुढे काय झाले ते मला सांगा.'

रमेश म्हणाला, 'मी खरंच सांगतो, ज्या पुस्तकात मी ही गोष्ट वाचली आहे, ते अजून पूर्णपणे प्रकाशित झाले नाही. शेवटचे प्रकरण कधी प्रकाशित होईल, ते माहीत नाही.'

कमला अतिशय संतापून म्हणाली, 'जा, तुम्ही अतिशय दुष्ट आहात. हा तर अन्याय आहे.'

रमेश म्हणाला, 'जे कोणी पुस्तक लिहित आहेत, त्यांच्यावर तू नाराज आहेस. मी तुला फक्त आता इतकेच विचारतो की चंद्रासोबत आता चेतासिंग कसे वागेल?'

कला नदीकडे पाहत काही तरी विचार करू लागली. बऱ्याच वेळानंतर ती म्हणाली, 'तो कशा प्रकारे वागेल, ते मला सांगता येणार नाही. मला काहीही कळत नाही.'

थोडा वेळ शांत राहिल्यानंतर रमेश म्हणाला, 'मग चेतासिंग चंद्राला सर्व गोष्टी उघड करून सांगू शकेल?'

कमला म्हणाली, 'तुम्ही योग्य प्रकारे गोष्ट न सांगता सर्व काही गोलमाल करताहात असे वाटते. हे तर अतिशय वाईट वाटते. सर्व गोष्टी स्पष्ट असायला हव्यात.'

रमेश तिच्या होकारात होकार मिळवित म्हणाला, 'असे तर व्हायलाच हवे.'

थोडा वेळ थांबल्यानंतर रमेश परत म्हणाला, 'कमला, समजा...'

कमलाने विचारले, 'समजा काय?'

रमेश म्हणाला, 'असे समज की मी खरोखरच चेतासिंग आहे आणि तू जर चंद्र असशील तर...'

कमला म्हणाली, 'तुम्ही माझ्याशी असे काही बोलू नका. खरंच सांगते. मला ते चांगले वाटत नाही.'

रमेश म्हणाला, 'नाही, नाही. तुला काही तरी सांगावेच लागेल. समजा असे झालेच तर तुझे काय कर्तव्य असेल आणि माझे काय कर्तव्य असेल.'

या प्रश्नाचे काहीही उत्तर न देता कमला खुर्चीवरून उठून वेगाने खाली निघून गेली. उमेश शांतपणे खोलीमध्ये बसून शांतपणे नदीकडे पाहत होता. तिने विचारले, 'तू कधी भूत पाहिलेस?'

उमेश म्हणाला, 'होय माते, पाहिलं आहे.'

ते ऐकल्यावर कमलाने जवळच असलेली एक वेताची खुर्ची ओढली आणि त्यावर बसून तिने विचारले, 'कसे काय भूत पाहिले होते? सांग बरं...'

नाराज होऊन कमला खाली गेल्यावर रमेशने तिला परत बोलावले नाही. चंद्राचा तुकडा त्याच्या समोर असलेल्या वेळूच्या वनात पाहता पाहता अदृष्य झाला. डेकवरील प्रकाशाचे दिवे विझवून खलासी लोक स्टीमरच्या तळघरात जेवण आणि विश्रांतीसाठी निघून गेले होते. पहिल्या आणि दुसऱ्या वर्गात कोणीही प्रवाशी नव्हता. तिसऱ्या श्रेणीतील बहुतेक प्रवासी जेवण वगैरे तयार करण्यासाठी पाण्यातून बाहेर पडून वाळूवर पोहचले होते. अंधारयुक्त किनाऱ्यावव जवळच्या बाजारातील प्रकाश दिसायला लागला होता. दुथडी भरून वाहणाऱ्या नदीच्या वेगवान प्रवाहात जहाजाने टाकलेला लंगर सळसळत होता. राहून राहू गंगेचा पांढरा प्रवास स्टीमरा थरथरवित होता.

माहीत नसलेली खोली, अनोळखी दृष्य आणि मिट्ट काळोखात रमेशने आपल्या कर्तव्याची समस्या व्यक्त करण्याचा प्रयत्न केला. हेमनलिनी आणि कमला यांच्यापैकी एकीचे विसर्जन करावे लागणार हे रमेशला कळले. दोघींचेही रक्षण करीत मधून चालण्याचा प्रयत्न करण्यात काही अर्थ नाही. दुसऱ्या बाजूला हेमनलिनीला आश्रय आहे. ती आताही रमेशला विसरू शकते. ती दुसऱ्या कोणाशी तरी विवाह करू शकते, पण कमलाचा त्याग केल्यावर या जीवनात तिला दुसरा कोणताही आधार नाही.

खरं तर माणसाच्या स्वार्थाला काहीही अंत नाही. हेमनलिनी रमेशला विसरू शकते. तिच्या रक्षणाचा उपाय आहे. त्याला असे वाटले की हेमनलिनी आता त्याच्या समोरून दूर होऊन नेहमीसाठी बेकाबू होत होती. जणू काही अजून हात वाढवून तिला धरले जाऊ शकते.

दोन्ही तळव्यात आपला चेहरा झाकून तो विचार करू लागला. काही अंतरावर कोल्हेकुई ऐकू आली. गावातील दोन-चार कुत्रेही भूंकू लागली. तेव्हा रमेशने आपल्या तळव्यातून आपला चेहरा काढला आणि पाहिले तेव्हा कमला निर्जन आंधारात डेकच्या रोलिंगला धरून उभी होती. रमेश खुर्चीवरून उठला आणि तिच्या जवळ जात म्हणाला, 'कमला, तुला अजून झोपायचे नाही? बरीच रात्र झालीय.'

कमलाने विचारले, 'तुम्हाला झोपायचे नाही?'

रमेश म्हणाला, 'मी आताच जाणार आहे. पूर्वेकडच्या खोलीत माझे आंथरूण घातले आहे. आता तू उशीर करू नको.'

कमला पुढे काहीही न बोलता हळू हळू आपल्या खोलीत निघून गेली. थोड्या वेळापूर्वीच आपण भूताची गोष्ट ऐकली आहे आणि आपल्या खोलीत आपण एकटेच आहोत, हे ती रमेशला सांगू शकली नाही.

कमलाला अनिच्छेने हळू हळू आपल्या खोलीकडे जाताना पाहून रमेशचे हृदय थोडे जखमी झाले. तो म्हणाला, 'घाबरू नको, कमला. तुझ्या खोली जवळच माझी खोली आहे. मी मधला दरवाजा उघडा ठेवतो.'

कमलाने मोठ्या धैर्याने आपली मान उंचावून सांगितले, 'मी कशाला घाबरू?'

रमेशने आपल्या खोलीत जाऊन दिवा विझवला. तो मनातल्या मनात म्हणाला, 'कमलाला सोडण्याचा काहीही मार्ग नाही. म्हणून मग हेमनलिनीचा निरोप घ्यायला हवा. आता हेच चांगले राहील. आता द्विधा परिस्थितीत राहणे चांगले नाही.'

आंधारात रमेशला जाणवू लागले की हेमनलिनीचा निरोप घेतल्यामुळे जीवनातील अनेक गोष्टींचाही निरोप घ्यावा लागणार होता. रमेश आता शांतपणे आंथरुणावर पडून राहू शकला नाही. तो उठून बाहेर आला. एकदा तर त्याला असे वाटले की, त्याची लाज आणि त्याची वेदना अनंत देशापर्यंत दडलेली आहे. आकाशात उगवून नेहमी चमकणारे तारे आज शांत आहेत. रमेश आणि हेमनलिनीचा लहानसा इतिहास त्यांना स्पर्शही करू शकत नाही. ही अश्विन महिन्यातील नदी आपल्या निर्जन वाळूच्या तटावर फुललेल्या कासाच्या वनात या ताऱ्यांनी झगमगणाऱ्या रात्री झोपलेले गावकरी जंगलाच्या सावलीत वाहत जात आहेत. या वेळी रमेशच्या जीवनातील सर्व धिक्कार स्मशानातील राखेच्या जागेत मिसळून नेहमीसाठी शांत झाला होता.

१५

दुसऱ्या दिवशी कमला झोपेतून उठली तेव्हा सकाळचा अंधार दाटलेला होता. तिने चहुकडे पाहिले. खोलीमध्ये कोणीही नव्हते. आपण स्टीमरमध्ये असल्याचे तिला आठवले. हळूहळू उठून तिने दाराच्या फटीतून बाहेर पाहिले. शांत, निश्चल पाण्यावर धुके पसरले होते. बाहेरच्या आंधारात फिक्कट पिवळसरपणा मिसळत आहे. पूर्वेला असलेल्या वृक्षांच्या टोकावर आकाशाची सोनेरी छटा दिसायला लागली होती. पाहता पाहता नदीच्या पिवळय आणि निळसर प्रवाहात कोळयांच्या डोंगा पांढरे पाल ताणीत असल्याचे दिसले.

आपल्या मनाच्या एका कोपऱ्यात कोणती एक गुढ वेदना सतावित आहे, हे काही कमलाला कळत नव्हते. शरदामधील शिशिराचे बाष्प धारण केलेली उषा आज आपल्याला तिच्या आनंद मूर्तीचे दर्शन का देत नाही? काय माहीत कशामुळे पण तिच्यानातील

आसवांचा आवेग डोळ्यातून बाहेर पडण्यासाठी व्याकुळ झाला होता? तिचे सासरे नाहीत, सासू नाही, मैत्रिणी नाहीत, आपले कुणीही नाही, जवळचे असे कोणीच नातेवाईक नाही. ही गोष्ट तर कालपर्यंत तिच्या मनात आली नव्हत. एकट्या रमेशच्या विश्वासावर राहणे योग्य नाही, हा विचार काय माहीत कशामुळे आजच तिच्या मनात आला होता? मनात असे का होत आहे? हे विश्व खूप मोठे आहे आणि त्याच्या तुलनेत ही मुलगी खूपच लहान आहे?

कमला बराच वेळ दाराला धरून शांतपणे उभी होती. नदीचा प्रवाह सोन्याच्या पाण्यासारखा चमकत होता. यावेळी खलाशी आपल्या कामाला लागले आहेत. इंजिनाने धकधक करायला सुरूवात केली. लंगर उचलला गेला आणि जहाज सुरू झाल्याच्या आवाजामुळे अवेळी जागी झालेली मुले नदीच्या दिशेने धाऊ लागली.

अशा वेळी जागा झालेला रमेश कमलाची माहिती मिळविण्यासाठी तिच्या दरवाजासमोर येऊन उभा राहिला. कमलाने दचकून साडी व्यवस्थित होती तरीही तिला ओढून स्वतःला एका विशेष प्रकारे लपविण्याचा प्रयत्न केला.

‘कमला, तू हात-पाय, तोंड धुतलेस का?’ रमेशने विचारले.

कमलाला आलेल्या रागाचे कारण काय आहे, असे तिला कोणी विचारले असते, तर ती काहीही सांगू शकली नसती. तरी पण तिला अचानक राग आला. तिने दुसऱ्या बाजूला तोंड फिरवून फक्त मान हालविली.

‘दिवस निघाल्यावर सर्व लोक जागे होतील, त्यामुळे याच वेळी सर्व आवरून तयार का होत नाहीस?’ रमेश तिला म्हणाला.

कमलाने या प्रश्नाचे काहीही उत्तर न देता बाजूच्या खुर्चीवर काढून ठेवलेली साडी, ब्लाऊज आ परकर उचलला. रमेशच्या बाजूला असलेल्या आंघोळीच्या कक्षामध्ये ती वेगाने निघून गेली.

सकाळी सकाळी उठल्यावर रमेश कमलाचा आदर करण्यासाठी आला होता, ते कमलाला अनावश्यक वाटले होते. तिने जणू त्याचा अपमान केला, असे नव्हते. रमेश सोबतच्या संबंधाची मर्यादा दूर दूरवर असल्याचे आणि ती एके ठिकाणी येऊन थांबत असल्याचे कमलाला कळले होते. सासरी कोण्याही मोठ्या व्यक्तीने तिला लाजायला शिकविले नव्हते. डोक्यावर कोणत्या वेळी किती प्रमाणात घुंघट असावा, हेही तिला कोणी सांगितले नव्हते. आज मात्र रमेश समोर येताच तिचे हृदय लाजेने धडधडू लागले होते?

आंघोळ करून कमला आपल्या कक्षात आली तेव्हा दिवसभराचे काम तिची वाट पाहत होते. बाहेर लोंबणाऱ्या पदराला बांधलेला किल्ल्याचा जुडगा तिने काढला आणि कपड्याची बॅग उघडली. त्यामध्ये तिला मनिबॅग सापडली. त्या मनिबॅगमुळेच काल तिला सन्मान मिळाला होता. तिच्या हातात एक स्वतंत्र शक्ती आली होती. आपल्या कपड्यांच्या पेटीमध्ये तिने मोठ्या प्रयत्नाने मनिबॅग ठेवून कुलूप लावले होते. आज

मात्र तिच मनीबॅग हातात घेतल्यावर कमला काही आनंदी झाली नाही. आज तिला ती मनिबॅग आपली वाटत नव्हती. ती मनिबॅग रमेशचीच आहे. त्या मनिबॅगमध्ये कमालचे पूर्ण स्वातंत्र्य नव्हते. त्यामुळे ती मनिबॅग कमलासाठी एक ओझे झाली होती.

रमेश कमलाच्या कक्षात जाऊन म्हणाला, 'शांतपणे बसून उघड्या बॉक्समध्ये कोणता आनंद शोधीत आहेस?'

कमला मनिबॅग त्याच्या हातात देत म्हणाली, 'ही तुमची मनिबॅग घ्या.'

'ती घेऊन मी काय करू?' रमेशने उलटपक्षी तिलाच विचारले.

'तुम्हाला आवश्यक असलेल्या गोष्टी मागवून घ्या.' कमला म्हणाली.

'तुला काही नको आहे, वाटते?' रमेशने विचारले.

कमलाने मान जरासी तिरपी करून विचारले, 'पैशांची मला काय गरज आहे?'

रमेश हासून म्हणाला, 'इतकी मोठी गोष्ट बोलू शकणारी किती माणसे असतील? जे काही आहे ते तुझ्यासाठी अनावश्यक असेल तर ते काय दुसऱ्याला द्यायला हवे? मी तरी कशासाठी घेऊ?'

कमलाने काहीही उत्तर न देता मनिबॅग जमिनीवर ठेवली.

रमेश म्हणाला, 'कमला खरं सांग. मी माझी गोष्ट पूर्ण केली नाही म्हणून तू माझ्यावर रागावली आहेस ना?'

कमला खाली मान घालून म्हणाली, 'कोण कशाला रागावेल?'

रमेश म्हणाला, 'रागावली नाहीस तर मग ही मनिबॅग ठेव. तेव्हाच मला तुझे म्हणणे खरे वाटेल.'

क़मला म्हणाली, 'रागावले नाही, हे सिद्ध करण्यासाठी मला मनिबॅग ठेवावी लागेल की काय? आपण आपली वस्तू ठेवायला काय हरकत आहे?'

रमेश म्हणाला, 'आता ती वस्तू माझी नाही. एकदा दिलेली वस्तू परत घेतल्यावर माणूस ब्रह्मराक्षस होतो? तशी मला त्याची भीती वाटत नाही.'

ब्रह्मराक्षस होण्याच्या रमेशच्या कल्पनेने कमलाला हासू आले. ती हासत हासत म्हणाली, 'कधीच नाही. दिलेली वस्तू परत घेतल्यावर माणूस ब्रह्मराक्षस होतो, हे तर मी कधी ऐकले नाही.'

या अचानक निर्माण झालेल्या हासण्यामुळे संशयाचे वातावरण निमले. रमेश म्हणाला, 'दुसऱ्याच्या तोंडून कसे काय ऐकशील? कधी एखाद्या ब्रह्मराक्षसाची भेट झाली तर त्याला विचारल्यावर खरे- खोटे काय ते कळेल.'

कमलाने अचानक कुतुहलाने विचारले, 'हासू नका. तुम्ही कधी खरोखरचा ब्रह्मराक्षस पाहिला आहे का?'

रमेश म्हणाला, 'खरा तर नाही, पण अशा अनेक ब्रह्मराक्षसांना पाहिले नाही. एकदम खऱ्या गोष्टी या जगात दुर्मिळ असतात.'

कमला म्हणाली, 'का? उमेश तर म्हणत होता...'

रमेशने विचारले, 'उमेश? तो कोण आहे?'

कमला म्हणाली, 'अहो, तोच मुलगा. जो आपल्या सोबत राहत आहे. त्याने स्वतः ब्रह्मराक्षस बघितला आहे.'

रमेश म्हणाला, 'मग ही गोष्ट तर मला मान्य करावीच लागेल. या सर्व बाबतीत मी रमेशच्या बरोबरीचा नाही. त्याची मी बरोबरी करू शकत नाही.'

या दरम्यान खलाशानी कठोर परिश्रमाने स्टीमरला पाण्यावर तरंगत सोडले आहे. जहाज अजून थोडे अंतरही गेले नाही की डोक्यावर पट्टी बांधलेली एक व्यक्ती स्टीमर थांबविण्यासाठी विनंती करू लागली. कॅप्टनने त्याच्या धाबरलेल्या रुपाकडे लक्ष दिले नाही. तो पर्यंत तो माणूस रमेशकडे पाहत 'बाबू, बाबू' म्हणत ओरडू लागला. रमेश म्हणाला, 'त्या माणसाने मला स्टीमरवरील तिकिट बाबू समजले असावे.' रमेशने त्याला दोन्ही हातांनी इशारा करून सांगितले, 'मी स्टीमर थांबवू शकत नाही. माझ्यामध्ये ती क्षमता नाही.'

अचानक कमला म्हणाली, 'अरे, हा तर उमेश आहे. नाही, नाही. त्याला असे सोडून जाणे बरे नाही. त्याला स्टीमरवर घ्या.'

रमेश म्हणाला, 'माझ्या सांगण्यावरून तो स्टीमर का थांबवेल?'

कमला कातरत्या स्वरात म्हणाली, 'नाही. तुम्ही थांबायला सांगा तर खरं. किनारा अजून फार दूर गेला नाही.'

रमेशने कॅप्टनकडे जाऊन त्याला स्टीमर थांबविण्याची विनंती केली. तो म्हणाला, 'बाबू, कंपनीचा तसा नियम नाही.'

कमला बाहेर येऊन म्हणाली, 'त्याला सोडून मी जाऊ शकणार नाही. जरा थांबवा. तो आपला उमेश आहे.

तेव्हा रमेशने धीराने नियमाचे उल्लंघन करून आणि संकटावर मात करण्याचा साधा उपाय शोधला. पुरस्काराच्या अपेक्षेने कॅप्टनने स्टीमर थांबविली. उमेशला वर घेतले आणि मागे राहिल्याबद्दल तो त्याला खूप बोलू लागला. कॅप्टनच्या बोलण्याकडे जराही लक्ष न देता तो कमलाच्या पायाजवळ जाऊन अशा प्रकारे बसला की जणू काहीच झाले नाही. तो हासू लागला.

तोपर्यंत कमलाच्या मनातील राग गेला नव्हता. ती म्हणाली, 'आता हासतोय? त्याने स्टीमर थांबविली नसती तर तुझ्यावर काय बिकट परिस्थिती ओढवली असती?'

उमेशने याचे काहीही उत्तर दिले नाही. त्याने शांतपणे पिशवी उघडली. आतून केळींची एक फणी, अनेक प्रकारच्या भाज्या आणि वांगी तसेच फुलकोबी बाहेर काढली

'हे सर्व कुठून आणलेस?' कमलाने विचारले.

ते जमा करून आणण्याचा उमेशने जो काही इतिहास सांगितला तो कोणत्याही

प्रकारे समाधानकारक नव्हता. काल बाजारातून दही आणण्याच्या वेळी गावात गेल्यावर कोणाच्या छतावर काय आहे आणि कोणाच्या शेतात काय आहे, हे तो पाहून आला होता. आज सकाळी स्टीमर सुटायच्या आधी किनाऱ्यावर उतरून त्याने योग्य ठिकाणाहून योग्य वस्तू जमा करूण आणल्या होत्या. त्यासाठी कोणाला काही विचारण्याची त्याला आवश्यकता वाटली नाही.

रमेश अतिशय नाराज होऊन त्याला म्हणाला, 'परक्याच्या शेतातून तू हे सर्व चोरून आणले आहेस?'

उमेश म्हणाला, 'चोरी कशासाठी करू? शेतामध्ये खूप सारे होते. मी त्यातील हे थोडेसे आणले आहे. त्यामध्ये गैर काय आहे?'

रमेश म्हणाला, 'थोडेसे आणणे चोरी नसते? दरिद्री कुठला? जा, हे सर्व घेऊन जा.'

उमेशने थोड्याशा करूणपणे कमलाच्या चेहऱ्याकडे पाहिले. म्हणाला, 'माते, हिला आमच्या देशात पिंडीशाक म्हणतात. याचे भजे खूप छान होतात. आणि या सर्व भाज्या... '

रमेश दुप्पट संतपाने म्हणाला, 'आपले पिंडशाक घेऊन जा नाही तर मी नदीच्या पाण्यात सर्व काही फेकून देईन.'

आता काय करावे, असा विचार करून त्याने कमलाच्या तोंडाकडे पाहिले. कमलाने त्याला आत घेऊन जाण्याचा इशारा केला. त्या इशाऱ्यामध्ये करुणायुक्त आनंद दडलेला पाहून उमेशने सर्व भाज्या गोळा केल्या. पिशवीत ठेवून हळूच आत घेऊन गेला.

रमेश म्हणाला, 'हा खूप मोठा बदमाशपणा आहे. या मुलाला तू आधार देऊ नकोस.'

रमेश पत्र लिहिण्यासाठी आपल्या खोलीत गेला. कमलाने मान वाकवून पाहिले. स्टीमरच्या डेकजवळ सेकंड क्लासमध्ये स्वंयपाकासाठी हॉल तयार करण्यात आला होता तिथे जाऊन उमेश शांतपणे बसला होता.

सेकडं क्लासमध्ये कोणीही व्यक्ती नव्हती. कमलाने डोक्यापासून कंबरेपर्यंत एक रॅपर ओढून उमेशला विचारले, 'ते सर्व फेकून दिले की काय?'

'फेकू कशाला? त्या घरात मी सर्व काही जमा करून ठेवले आहे.' उमेश म्हणाला.

कमला त्याच्यावर रागावल्याचे नाटक करीत म्हणाली, 'तू खूप मोठा बदमाशपणा केला आहेह. आता यापुढे असे करायचे नाही. स्टीमर निघून गेली असती तर...?'

असे म्हणून खोलीत गेलेल्या कमलाने कठोर स्वरात सांगितले, 'आण, पुन्हा त्या भाज्या चिराव्या लागतील.'

उमेश म्हणाला, 'माते, भाज्यासोबत मोहरी खूप छान लागतात.'

कमला चिडून म्हणाली, 'मग मोहरी वाटून घे.'

अशा प्रकारे अजून उमेशची हिमंत वाढणार नाही, या हुशारीने कमला त्याच्याकडून

काम करून घेऊ लागली. त्याने अतिशय गंभीर चेहरा करून भाज्या आणि वांगी चिरली.

हाय, घरातून अशा प्रकारे बाहेर पडलेल्या मुलाला कमला कसा काय आधार देणार नाही? भाज्या चोरणे हे किती वाईट काम आहे, हे कमलाला योग्य प्रकारे कळले नव्हते. पण निराधार मुलाची लालसा किती मोठी आहे, हे तिला चांगले कळले होते. कमलाला आनंदी करण्यासाठी कालपासून हा दरिद्री मुलगा भाज्या चोरण्याच्या मागे लागला होता. जरासा उशीर झाला असता तर त्याची स्टीमर सुटली असती म्हणून कमलाला त्याची नक्कीच दया येत होती.

कमला म्हणाली, 'उमेश, तुझ्यासाठी कालचे काही दही ठेवलेआहे. आज तुला ते परत खायला देते. पण पुन्हा कधीही अशी चोरी करायची नाही.'

उमेश थोडासा दुःखी होऊन म्हणाला, 'माते, कालचे दही तर तू खाललेच नाहीस?'

कमला म्हणाली, 'तुझ्यासारखी दही खाण्याची मला आवड नाही. पण उमेश, आता सर्व काही झाले आहे? आता माशांचे काय होणार? माशांशिवाय बाबू कसे जेवण करतील?'

उमेश म्हणाला, 'माशांची व्यवस्था होऊ शकते माते, पण पैशांशिवाय कसे काय होणार?'

कमला पुन्हा सत्ता गाजवू लागली. तिने आपल्या भूवया जराशा तिरप्या करण्याचा प्रयत्न केला आणि म्हणाली, 'तुझ्यासारखा मूर्ख मी अजून पाहिला नाही. मी तुला पैशांशिवाय कधी कोणती वस्तू आणायला सांगितली आहे?'

रमेशकडून पैसे घ्यायला कमला घाबरते, असा विचार कालपासून उमेशच्या मनात कसा काय निर्माण झाला, काय माहीत? तसेच रमेशला हे सर्व आवडतही नाही. त्यामुळे रमेशचा आधार न घेता तो आणि कमला कसे तरी गृहस्थी सांभाळत होते. भाजी, वांगी आणि कच्ची केळे या बाबतीत तर तो निश्चिंत झाला होता, पण मासे मिळविण्यासाठी मात्र अजून त्याला काही युक्ती सूचली नव्हती. या जगात निस्वार्थ भक्तीच्या माध्यमातून दही आणि मासे मिळविले जाऊ शकतात, पण त्या सर्वांसाठी पैसे हवे असतात. म्हणूनच कमलाच्या या गरीब भक्त मुलासाठी या जगात काहीही स्थान नाही.

उमेश थोड्याशा कातर स्वरात म्हणाला, 'माते, बाबूजींना सांगून कोणत्याही प्रकारे पाच पैशांची सोय करू शकलीस तर मी एक मोठी रोहू माशी आणू शकतो.'

कमला घाबरून म्हणाली, 'नाही, नाही. मी तुला स्टीमरवरून खाली उतरू देणार नाही.'

उमेश म्हणाला, 'किनाऱ्यावर कशाला उतरू? आज सकाळी खलाशांच्या जाळयात खूप मोठ्या माशा सापडल्या आहेत. ... त्यातील एखादी ते विकू शकतात.'

हे ऐकल्यावर कमलाने झटपट एक रुपया काढून उमेशच्या हातात दिला. म्हणाली, 'जेवढे लागतील तेवढे खर्च कर. बाकीचे परत आणून दे.'

उमेश माशी घेऊन आला, पण परत काही घेऊन आला नाही. म्हणाला, 'रुपयापेक्षा

कमी किमतीत द्यायला तो तयारच नव्हता.'

तो खरं बोलत असल्याचे कमलाला कळले. ती थोडीशी हासून म्हणाली, 'आता स्टीमर थांबल्यावर रुपया भाजून ठेवावा लागेल.'

गंभीर चेहरा करून उमेश म्हणाला, 'हे अतिशय आवश्यक आहे. अख्खा रूपया बाहेर काढल्यावर त्यातून काही परत येणे अवघड आहे.'

जेवण करताना रमेश म्हणाला, 'खूप छान जेवण झाले आहे, पण हे सर्व तू कुठून मागवलेस? हे तर रोहूचे डोके आहे.' असे म्हणत त्याने रोहूचे डोके वर उचलले आणि म्हणाला, 'हे स्वप्न तर नाही ना? मायाजाल किंवा मतिभ्रम तर नाही ना? हे खरोखरच डोके आहे. ज्याला रोहीत मासा म्हणतात तो हाच आहे.'

अशा प्रकारे त्या दिवशी दुपारचे जेवण अतिशय तयारीने संपन्न झाले. रमेशने डेकवर ठेवलेल्या आराम खुर्चीवर पडून ते पचविण्याचा प्रयत्न सुरू केला. त्याच वेळी कमला उमेशला जेऊ घालू लागली. माशांचे भजे त्याला इतके आवडले की त्याच्या जेवणाचे कुतुहल न राहता हळूहळू त्याचे शंकेत रुपांतर झाले. कमला घाबरून म्हणाली, 'उमेश, जेव आता. तुझ्यासाठी भजिये ठेवते. रात्री परत तेच खा.'

अशा प्रकारे दिवसभराचे काम आणि हासत खेळत सकाळचे हृदयावरील ओझे कसे उतरले ते कमलाला कळलेही नाही.

हळूहळू दिवस संपला. सूर्याची किरणे तिरपी होऊन मोठ्या सावल्यांसह पश्चिमेकडून स्टीमरच्या छतावर पोहचली. लाटायुक्त पाण्यांवर तिसऱ्या प्रहरातील कोवळे ऊन झिलमिल करायला लागले. नदीचे दोन्ही किनारे नवीन शामल शरदातील शेतांमधून जाणाऱ्या वाटेवरून गावातील स्त्रीया काखेत हंडा घेऊन ये-जा करू लागल्या.

कमलाने पानाचा विडा करणे पूर्ण केल्यावर वेणी घातली. हात-तोंड धुतले. कपडे बदलले आणि संध्याकाळसाठी तयार झाली तेव्हा सूर्य गावातील वेळूच्या वनामागे अस्ताला गेला होता. स्टीमरने त्या दिवसासाठी स्टेशनवर लंगर टाकला.

आज रात्रीच्या जेवणासाठी कमलाला स्वंयपाक घरात तितकी घासाघिस करावी लागली नाही. सकाळच्या अनेक भाज्या यावेळी उपयोगी पडणार होत्या. अशा वेळी रमेश येऊन म्हणाली, 'आज दुपारी जरा जास्तच जेवण झाले. त्यामुळे मी काही रात्री जेवणार नाही.'

कमला नाराज होऊन म्हणाली, 'काहीच खाणार नाहीत? फक्त मासे आणि भाताने...'

रमेश थोडक्यात म्हणाला, 'नको. मासे-भात राहू दे.' असे म्हणून तो निघून गेला.

त्यावेळी मग कमलाने रमेशच्या पात्रावर सर्व मासे-भात आणि भजे वाढले. त्यावेळी उमेश म्हणाला, 'तू स्वतःसाठी काही ठेवलेस की नाही?'

कमला म्हणाली, 'मी जेवण केले आहे.'

अशा प्रकारे कमलाच्या या तरंगत्या गृहस्थी जीवनातील एक दिवस पूर्ण होऊन कमी झाला.

त्यावेळी पाण्यावर आणि जमिनीवर चांदणे पडले होते. नदीच्या तीरावर कोणतेही गाव नव्हते. भाताच्या शेतात सधन आणि विस्तीर्ण प्रमाणात पसरलेल्या भाज्या होत्या. तेथील निशब्द शांततेत चांदणे एखाद्या विरहिणीसारखे भासत होते.

किनाऱ्यावर एका लहानशा टीनच्या शेडमध्ये स्टीमरचे ऑफिस होते. तिथे एक हाडकुळा वाटणारा क्लार्क स्टुलावर बसून डेस्कवर केरोसिनचा लहनसा दिवा लाऊन रजिस्टरमध्ये लिहित होता. उघड्या दरवाजातून रमेश त्या क्लार्ककडे पाहत होता. थंड उसासे टाकीत रमेश विचार करीत होता, 'माझ्या नशिबाने मला या क्लार्कप्रमाणे संकुचित आणि स्पष्ट जीवन प्रवासात बांधून टाकले असते तर मीही हिशोब लिहिला असता, कामात चूक झाली म्हणून मालकाची बोलणी खालली असती. काम संपवून रात्री घरी परत गेल्यावर माझ्या जीवात जीव आला असता.'

ऑफिस-घरातील दिवा विझला. क्लार्कही ऑफिसचा दरवाजा बंद करून दवाच्या भीतीने कपाळावर रॅपर गुंडाळून निर्जन भाताच्या शेतातील वाटेने हळूहळू काठाने चालत गेला. मग तो दिसेनासा झाला.

कमला बऱ्याच वेळापासून शांतपणे स्टीमरची रेलिंग धरून उभी होती. रमेशला याची कल्पनाही नव्हती. संध्याकाळी रमेश आपल्याला बोलाविल अशी तिला आशा होती. त्यामुळे सर्व काम धंदा आटोपल्यावर रमेश आपल्याला शोधण्यासाठी आला नाही, हे लक्षात आल्यावर ती स्वतः होऊनच हळूहळू स्टीमरच्या छतावर गेली. अर्थात तिथे गेल्यावर मात्र ती अचानक थबकली. ती रमेशच्या समोर जाऊ शकली नाही. चंद्राचे चांदणे रमेशच्या चेहऱ्यावर पडले होते. तो चेहरा जणू काही कमलापासून खूप दूर आहे. कमलाशी त्याला काहीच घेणे-देणे नाही. ध्यान मग्न रमेश आणि त्या कोणीही नसलेल्या मुलीच्या दरम्यान जणू काही चांदण्याने पायापासून डोक्यापर्यंत चांदण्याची चादर पांघरली असून विराट रात्र ओठांवर बोट ठेवून शांतपणे रखवालदारी करीत आहे.

रमेशने आपल्या दोन्ही हातात चेहरा झाकून टेबलावर डोके ठेवले तेव्हा कमला हळूहळू आपल्या खोलीच्या दिशेने निघून गेली. आपण रमेशची खबर घ्यायला आलो होतो, याचा त्याला सुगावा लागू नये म्हणून ती दक्षता घेत होती.

तिच्या झोपण्याच्या खोलीत मात्र शांतता आणि आंधार होता. तिथे गेल्यावर तिची छाती धडधडू लागली. तिने स्वतःला एकाकी आणि परित्यक्त समजून त्या ओळखीच्या लाकडीच्या घरामध्ये एखाद्या ओळखीच्या प्राण्याप्रमाणे तोंड वासून आंधार पसरला होता. आपण कुठे जावे? कुठे तरी आपले शरीर खाली टाकून डोळे मिटून आपण कसे समजावे की ती खोली माझी आहे?

आपल्या खोलीत डोकावून कमला परत मागे फिरली. ती बाहेर येण्याच्या वेळी रमेशची छत्री टिनच्या ट्रंकेवर पडल्यामुळे आवाज झाला. त्या आवाजाने दचकून रमेशने तोंड वळविले आणि खुर्चीतून उठून पाहिले की कमला आपल्या झोपण्याच्या खोलीच्या

दारात आहे. तो म्हणाला, 'हे काय, कमला? मला वाटले होते तू झोपली असशील. तुला भीती वाटते काय? ठीक आहे, मी आता बाहेर थांबणार नाही. मी या बाजूच्या खोलीत झोपण्यासाठी जातो. मधला दरवाजा उघडा ठेवतो.'

कमला धैर्याने म्हणाली, 'मी नाही घाबरत.' असे म्हणत ती वेगाने आंधाऱ्या खोलीत गेली. रमेशने उघडलेला मधला दरवाजा तिने बंद करून टाकला. तिने आंथरुणावर पडून आपले तोंड पांघरूणामध्ये दडविले. आपल्या जगात दुसरे कोणीही नाही असे समजून जणू काही तिने स्वतःचे तोंड झाकून घेतले होते. तिचे मन बंडखोर झाले. जिथे विश्वास नाही, स्वातंत्र्य नाही, तिथे जीवन कसे काय राहील?

रात्र जणू काही सरतच नव्हती. या दरम्यान रमेशही बाजूच्या खोलीत येऊन झोपला. आता कमलाला आंथरुणावर पडून राहवले नाही. हळूहळू ती बाहेर आली. स्टीमरची रेलींग धरून नदीच्या तीराकडे पाहू लागली. माणसाचा कुठे मागमूसही नव्हता. चंद्र पश्चिमेला झुकला होता. दोन्ही काठावरील शेतांच्या मधील चिंचोळी वाट लोप पावली होती. तिकडे पाहत कमला विचार करू लागली की वाटेत किती महिला पाणी घेऊन रोज आपल्या घरी जातात. घर. घराची आठवण येताच तिचा जीव हृदयातून बाहेर पडण्यासाठी झटपट करू लागला. फक्त दोन घरे आहेत, इथे घर कुठे आहे? शांत किनारा भ्रम निर्माण करीत आहे. प्रचंड आकाश दिगंतापासून दिगंतापर्यंत स्तब्ध आहे. अनावश्यक आहे आकाश. अनावश्यक आहे हे जग. त्या लहान मुलीसाठी ही अंतहीन विशालताच अनावश्यक होती. तिला फक्त एक घर हवे होते.

अशा वेळी कमला अचानक दचकली. काय माहीत कोणी तरी तिच्या अगदी जवळ उभे होते?

'घाबरू नकोस आई. मी आहे, उमेश. खूपच रात्र झाली आहे. झोप येत नाही का?'

आतापर्यंत आसवे टपकली नव्हती. पाहता पाहता आसवांच्या धारा लागल्या. मोठे टपोरे थेंब. कोणत्याही प्रकारे थांबविता येत नव्हते. फक्त झरझर वाहत होते. कमलाने मान जरा तिरपी करून उमेशकडे तोंड फिरविले. पाण्याने भरलेले ढग हवेवर तंरगत जातात तशीत तिला हवा सुद्धा घर सोडलेली वाटत होती. ढगातील पाणीही तसेच गळून जाते. त्या निराधार आणि घर नसलेल्या मुलाच्या तोंडून जरा आदराचे शब्द ऐकताच कमला आपल्या हृदयातील आसवाचा बांध अडवू शकली नाही. तिने काही तरी बोलण्याचा प्रयत्न केला, पण तिच्या दाटून आलेल्या कंठातून शब्दच उमटले नाहीत.

अशा व्यक्तीला कशा प्रकारे धीर द्यायचा, हे व्यथीत मनाच्या उमेशला कळले नाही. शेवटी बराच वेळ शांत राहिल्यावर तो अचानक म्हणाला, 'माते, तू जो रुपया दिला होता. त्यातील सात आणे उरले आहेत.'

तेव्हा कमलाच्या डोळ्यातील आसवांचे ओझे हलके झाले. उमेशच्या चालबाजीची बातमी ऐकून ती प्रेमाने हासत म्हणाली, 'चांगली गोष्ट आहे. ते तुझ्याकडेच राहू दे. जा, आता झोप.'

चंद्र आता झाडांच्या खाली उतरला होता. यावेळी कमला आंथरुणावर येऊन पडताच तिचे थकलेले डोळे झोपेने भरले. सकाळच्या कोवळया ऊन्हाने तिच्या दारावर थाप दिली तेव्हाही ती झोपलेलीच होती.

कमलाच्या दुसऱ्या दिवसाची सुरुवात झाली. त्या दिवशी तिला सर्व काही थकल्यासारखे वाटत होते. झाडे, नदी, इ.

तिला कामात मदत करण्यासाठी उमेश तिच्याकडे आला तेव्हा कमला त्याला म्हणाली, 'जा, उमेश. आज मला तंग करू नकोस.'

उमेश काही सहज ऐकणारा मुलगा नव्हता. तो म्हणाला, 'मी कशाला तंग करू? मी तर मसाला वाटण्यासाठी आलो आहे.'

सकाळी कमलाच्या चेहऱ्यावरील भाव पाहून रमेशने विचारले होते, 'कमला, तुला बरं वाटत नाही का?' तिने काही रमेशच्या प्रश्नाला उत्तर दिले नव्हते. फक्त मान हालवून नकार दिला होता.

समस्या अधिकच अवघड होत चालली आहे, असा रमेशने विचार केला. अतिशय लवकर याबद्दल निर्णय घ्यायला हवा. हेमनलिनीसोबत एकदा स्पष्ट बोलणे झाल्यावर कर्तव्य निर्धारण करणे सहज शक्य होईल. रमेशने मनातल्या मनात अशीच निंदा केली.

खूप विचार केल्यानंतर तो हेमला पत्र लिहिण्यासाठी बसला. तो एकदा लिहित असे आणि मग पुन्हा पुन्हा ते रद्द करीत असे. अशा वेळी 'महोदय, तुमचे नाव?' हे शब्द ऐकल्यामुळे त्याने आपली मान वर उचलली. समोर एक प्रौढ वयाची व्यक्ती होती. पिकलेल्या मिशा. डोक्यावरील समोरच्या भागातील पातळ झालेले आणि पिकलेले केस होते. समोरचे पत्र लिहिण्यासाठी गुंतलेले त्याचे मन एका क्षणासाठी कुतुहलाने जागे झाले.

'तुम्ही ब्राह्मण आहात का? नमस्कार. तुमचे नाव रमेश बाबू आहे? हे मला आधीपासूनच माहीत आहे. तरीही बघा, आपल्या देशात नाव विचारून परिचय करून घेण्याची पद्धत रुढ आहे. हाच खरा सज्जनपणा आहे. आज काल काही काही लोक याला खूप वाईट समजतात. तुम्हीही नाराज झाला असलात तर मला क्षमा करा. मला विचारा, मी माझे नाव सांगतो. माझ्या वडिलांचे नावही सांगतो. तसे तर आजोबांचे नाव सांगायलाही मला काही वाईट वाटत नाही.'

रमेश हासून म्हणाला, 'माझे नाराज होणे इतके भयानक नाही. फक्त तुमचे नाव कळले तरीही मी आनंदी होईल.'

'माझे नाव त्रैलोक्य चक्रवर्ती. पश्चिमेकडे सर्व लोक मला काका म्हणतात. तुम्ही तर

इतिहास वाचला आहे. भारतामध्ये भरत चक्रवर्ती नावाचा राजा होता. तसाच मी संपूर्ण पश्चिमेकडे चक्रवर्ती काका आहे. आता तुम्हीही पश्चिमेला जाणार आहात तेव्हा तुम्हाला माझा परिचय झालाच असता. पण तुम्ही कुठे जात आहात?'

रमेश म्हणाला, 'आतापर्यंत मी काहीही नक्की करू शकलो नाही.'

त्रैलोक्य म्हणाला, 'तुमचा योग्य निर्णय होण्यासाठी वेळ लागू शकतो, पण स्टीमरवर चढण्यासाठी तर उशीर केला जाऊ शकत नाही.'

रमेश म्हणाला, 'एके दिवशी ग्वालंदीला उतरल्यावर पाहिले की स्टीमर शिटी वाजवित आहे. त्यावेळी मला कळले होते की माझा निर्णय व्हायला वेळ लागणार असला तरीही स्टीमर सुटायला मात्र अजिबात वेळ नाही. त्यामुळे जे काम घाईत करायचे होते, ते मी आधी पूर्ण केले.'

त्रैलोक्य म्हणाला, 'मग तर तुम्ही नक्कीच नमस्कारासाठी पात्र आहात. तुमच्याबद्दल माझी श्रद्धा वाढत चालली आहे. आमच्यात आणि तुमच्यामध्ये खूप फरक आहे. आम्ही कुठे जायचे ते आधी ठरवितो आणि मग स्टीमरमध्ये चढतो. कारण आमचा स्वभाव खूपच भीडस्त आहे. तुम्ही जायचे तर नक्की केले आहे, पण कुठे जायचे ते मात्र नक्की केले नाही. हे काय कमी आहे? तुमचे कुटुंबीय तुमच्या सोबत आहेत?'

'हो' असे उत्तर देणे रमेशला एका क्षणासाठी खटकले. त्याला शांत पाहून चक्रवर्तीजी म्हणाले, 'मला क्षमा करा. तुम्ही आपल्या कुटुंबासमवेत प्रवास करीत असल्याचे मला खरं तर आधीच कळले आहे. तुमची पत्नी त्या खोलीत स्वंयपाक करीत आहे. मीही पोटासाठी स्वंयपाकघराच्या शोधात तिथे पोहचलो. मी तुमच्या पत्नीला म्हणालो, 'मुली, मला पाहून काहीही लाजू नकोस. मी पश्चिम देशाचा एकमेव चक्रवर्ती काका आहे. अहा हा ! तुमची पत्नी म्हणजे साक्षात अन्नपूर्णा आहे. मी तिला परत म्हणालो, 'मुली, तू स्वंयपाक घरावर ताबा मिळविला आहेस तर मला आता अन्नापासून वंचित ठेवू नकोस. मी लाचार आहे.' तुमची पत्नी थोडीशी हासली. ती आनंदी असल्याचे मला कळले. आता मला काहीही चिंता नाही. मी प्रवासाला शुभ वेळ पाहून सुरूवात करतो. अर्थात तरीही असे सदभाग्य मात्र दरवेळी मिळत नाही. तुम्ही काम करीत आहात त्यामुळे मी तुम्हाला जास्त तंग करणार नाही. तुमची इच्छा असेल तर मी तुमच्या पत्नीला काही मदत करू का? मी असताना आपल्या कमळासारख्या हातात ती बेड्या का घालून घेईल? नाही, नाही. तुम्ही लिहा. तुमची उठण्याची काहीच आवश्यकता नाही. ओळख करून घेणे मला येते.'

असे म्हणत म्हणत चक्रवर्ती काका निरोप घेऊन स्वंयपाकघराच्या दिशेने निघाले. तिथे पोहचताच ते म्हणाले, 'खूप चांगला सुवास येत आहे. जेवण कसे असणार आहे ते तोंडात जायच्या आधीच कळले आहे. पण चटणी मी करू का, मुली? जे लोक पश्चिमेच्या गरम वातावरणात राहत नाहीत, त्यांना योग्य प्रकारे चटणी बनविता येत

नाही. हा म्हातारा काय बडबड करीत आहे, असा तू विचार करीत असशील. पण तुझ्याकडे तर चिंचच नाही. मग चटणी कशी काय बनविणार? ठीक आहे. मी असताना चिंचेची काळजी करण्याचे कारण नाही. थोडा वेळ वाट पाहा. मी सर्व व्यवस्था करतो.'

असे म्हणत चक्रवर्ती काकाने कागदात गुंडाळलेल्या एका भांड्यातून चिंच काढून बाहेर ठेवली.

'जा, मुली. आता तू हात- तोंड धुऊन ये. दिवस खूप वर आला आहे. आता इथे स्वंयपाक घरात जे काही काम राहिले आहे, ते मी पूर्ण करतो. काहीही संकोच करू नकोस. मला या सर्व कामांची सवय आहे. माझ्या कुटुंबातील सर्व लोक आळशी आहेत. त्या सर्वांचा बेचवपणा घालविण्यासाठी चटण्या बनविता बनविता माझे हात झिजले आहेत. म्हाताऱ्याचे बोलणे ऐकून हासतेस. पण ही हासण्यासारखी गोष्ट नाही तर एकदम सत्य आहे.'

कमला हासून म्हणाली, 'मी तुमच्याकडून चटणी बनवायला शिकते.'

चक्रवर्ती म्हणाला, 'अगं, बाई पुरे आता. सर्व विद्या नष्ट केली तर चारा पाणी रुष्ट होईल. दोन-चार दिवस म्हाताऱ्याची सेवा करावी लागेल. मी कशामुळे आनंदी होतो ते तुला विचार पूर्वक समजून घ्यावे लागेल. मग मी स्वतःच सर्व काही सांगून टाकील. पहिली गोष्ट तरी अशी की मी पान खूप खातो, पण त्यामध्ये मला सुपारीचे खांड चालत नाही. मला जिंकणे काही फार सोपी गोष्ट नाही. अर्थात तुझा हासतमुख चेहरा पाहून माझे काम बरेच पुढे गेले आहे.'

त्या वृद्धाच्या येण्यामुळे रमेशही बऱ्याच प्रमाणात निश्चिंत झाला होता. पूर्वी अनेक महिन्यापर्यंत रमेश कमलाला आपली पत्नी समजत होता. यावेळी चक्रवर्ती आल्यामुळे रमेशला वाटणारी कमलाची काळजी काही प्रमाणात कमी करू शकला तर त्यामुळे रमेश आपल्या मनाकडेही लक्ष देऊ शकणार होता.

जवळच त्याच्या दरवाजावर येऊन कमला उभी राहिली. काम नसलेली दुपार ती चक्रवर्तीसोबत घालवू शकली असती, अशी त्याची मनातून इच्छा होती. त्याला पाहताच चक्रवर्ती म्हणाले, 'नाही, मुली. हे काही योग्य झाले नाही. हे कोणत्याही प्रकारे योग्य नाही.'

कमलाने विचारले, 'काय योग्य नाही?' असे म्हणून ती आश्चर्याने संकोचली.

तो म्हातारा म्हणाला, 'हे बूट. रमेश बाबू, हे तुमचेच काम आहे. तुम्ही काहीही म्हणत असलात तरीही हा अधर्म आहे. देशाच्या मातीला या पायांचा स्पर्श होण्यापासून अडवू नका नाही तर देशाचीच माती होईल. भगवान श्रीरामाने सीतामातेला डासनचे बूट घालायला दिले असते, तर काय लक्ष्मण चौदा वर्षे वनवासात फिरू शकले असते का? कधीच नाही. माझे म्हणणे ऐकून तुम्ही हासताहात. माझे बोलणे मनातून आवडत नाही. तुम्ही तर स्टीमरची शिटी ऐकून तुम्ही अचानक तिच्यामध्ये स्वार झाले आहात. ती कुठे चालली आहे, याचा तर तुम्ही विचारही केला नाही.'

रमेश म्हणाला, 'तर मग काका, तुम्हीच आमच्या जाण्याचे ठिकाण नक्की करा. स्टीमरच्या शिटीपेक्षा तुमचा सल्ला जास्त योग्य असेल.'

चक्रवर्ती म्हणाले, 'हे पहा, तुमच्या विश्लेषण शक्तीने या दरम्यान युक्ती मिळविली आहे. तरीही आपला फार थोड्या कमी कालावधीचा परिचय आहे. तेव्हा मग गाजीपूरला चला. काय मुली गाजीपूरला येशील? तिथे गुलाबाची शेती आहे आणि तिथेच हा म्हातारा चक्रवर्तीही राहतो.'

रमेशने कमलाच्या चेहऱ्याकडे पाहिले. कमलाने त्याच वेळी आपली मान हालवून होकार दिला.

त्यानंतर उमेश आणि चक्रवर्तीने मिळून लाजून चूर झालेल्या कमलाच्या खोलीमध्ये आपली सभा स्थापन केली. एक उसासा सोडून रमेश मात्र बाहेरच राहिला. दुपारच्या वेळी स्टीमर धकाधक चालली होती. शरदाच्या ऊन्हात रंगलेले दोन्ही तीर शांत विचित्र स्वप्नासारखे डोळे परावर्तीत होत होते. कुठे भाताची शेते, कुठे नाव बांधण्याचे घाट, कुठे वाळूचा किनारा. कुठे गावातील गुराखी, कुठे बाजारातील टीनचे छप्पर, कुठे एखाद्या झाडाखाली नावेच्या सहाऱ्याने उतरणारे दोन-चार प्रवाशी दिसू लागले. शरदाच्या अशा या शांत दुपारी जवळच्याच कक्षातून कमलाचे मुग्ध हास्य रमेशच्या कानावर पडते तेव्हा त्याचे हृदय धडकायला लागते. हे सर्व किती सुंदर आहे, तरीही किती दूर आहे? हे सर्व रमेशच्या आर्त जीवनात त्याला भयंकर घायाळ करणारे विचित्र असे आहे.

कमलाचे वय अजूनही कमी आहे. कोणताही संशय, शंका किंवा वेदना स्थायी स्वरुपात तिच्या मनात निवास करून राहू शकत नाही.

रमेशच्या वागण्याबद्दल या कळात अनेक दिवसांपासून तिला काही विशेष प्रकारची चिंता करण्यासाठी वेळ मिळाला नव्हता. प्रवाह ज्या ठिकाणी अडविला जातो, त्याच ठिकाणी त्याच्या सोबतच्या सर्व लाटाही एकत्रित होतात. कमलाच्या मनाचा प्रवाहही रमेशच्या अशा वागण्यामुळे अचानक एका ठिकाणी थांबला. त्यामध्येच भोवरा निर्माण झाल्यामुळे वेगवेगळ्या गोष्टी एकाच ठिकाणी फिरून फिरून परस्परांवर आदळू लागल्या. म्हातारा चक्रवर्ती मिळाल्यामुळे हास्य, विनोद, गप्पा, स्वंयपाकघर, जेवण तयार करणे या सर्वांपासून कमलाच्या हृदयाचा प्रवाह सर्व अडथळे पार करून गेला. भोवरा नाहीसा झाला. ज्या काही लाटा जमत किंवा थांबत असत ते सर्व वाहून गेले. तिने स्वतःबद्दल काहीच विचार केला नाही.

अश्विन महिन्यांच्या सुंदर दिवसांनी नदीच्या तिरावरील विचित्र दृष्यांना रमणीय बनविले. त्याच्या दरम्यान कमलाच्या गृहिणीपणाने सोनेरी चित्रांच्या मध्ये मध्ये कवितांच्या सोप्या पानांप्रमाणे पालटले जाऊ लागले. कामाच्या उत्साहाने दिवसाची सुरुवात झाली होती. आज काल उमेश स्टीमरच्या बाबतीत सजग राहतो; पण तरीही त्याची झोळी भरून जाते. इवल्याशा गृहिणीच्या आत रमेशची झोळी सकाळच्या वेळी अतिशय आश्चर्याचा विषय

होतो, 'अरे, हे काय आहे रे? हा तर भोपळा आहे. अरे देवा, हे तू कुठून जमा करून आणले आहेस?' उमेश म्हणत असे, 'हे पहा, काकाजी. भाजीपाल्याची लागवडही या पश्चिमेच्या लोकांकडून होत असते, हे मला माहीत नव्हते.' झोलीच्या बाबतीत रोज सकाळी अशा प्रकारे एक गोंधळ निर्माण होत असे. ज्या दिवशी रमेश तिथे असतो, त्या दिवशी हे सर्व बोलणे जरा बेसुरे वाटू लागते. तो चोरीचा संशय घेतल्याशिवाय राहू शकत नसे. कमला उत्तेजित होऊन म्हणत असे, 'मी त्याला माझ्या हाताने पैसे मोजून दिले आहेत.'

रमेश म्हणत असे, 'यामुळेच तर त्याला चोरी करण्याचे दुप्पट बळ मिळते. तो पैशांचीही चोरी करतो आणि भाजी पालाही चोरतो.'

असे म्हणून तो उमेशला बोलावून म्हणत असे, 'बरं ठीक आहे. हिशोब तर सांग.'

त्यावेळी मग एका वेळच्या हिशोबाशी दुसऱ्या वेळेचा हिशोब जुळत नसे. सर्वांची बेरीज केल्यावर जमेपेक्षा खर्च अधिक होत असे. त्यामुळे उमेशला जराही लाज वाटत नसे. तो म्हणत असे, 'मी जर हिशोब बरोबर करू शकलो असतो, तर माझी ही अवस्था थोडीच झाली असती? मग मी कुठे मुनिम म्हणून राहिलो नसतो का, काय काकाजी?'

चक्रवर्ती म्हणत असे, 'रमेश बाबू, जेवणानंतर तुम्ही या सर्वांचा विचार करा. तेव्हा तुम्ही चांगल्या प्रकारे विचार करू शकाल. आता तर मी या मुलाचा उत्साह वाढविल्याशिवाय मी राहू शकत नाही. बाळा उमेश, अनेक चांगल्या गोष्टींचा संग्रह करणे हे सुद्धा एखाद्या विद्येपेक्षा कमी असत नाही. खूप कमी लोक असे करू शकतात. प्रयत्न तर सर्वच करीत असतात, पण त्यामध्ये यश किती जणांना मिळते? रमेश बाबू, मला गुणांची कदर करावीशी वाटते. आज काल सर्व काही सहजपणे मिळण्याचा काळ नाही. पण अशा प्रकारे सहजपणे आलेले परदेशात किती लोक आहेत? जरा विचार करून पहा. महोदय, तसे संशय घ्यायला काही लागत नाही. ते काम कुणीही करू शकते. पण अशा प्रकारे संग्रह करणे हजारामध्ये एखाद्यालाच शक्य होते.'

मग रमेश म्हणत असे, 'काका, ही चांगली गोष्ट नाही. अशा प्रकारे प्रोत्साहन देऊन तुम्ही चूक करीत आहात.'

चक्रवर्ती म्हणत, 'या मुलाकडे जास्त विद्या नाही, ही गोष्ट खरीच आहे. त्यामुळे अशा प्रकारे त्याला मिळणारे प्रोत्साहन कमी झाले तर ती अतिशय त्रासाची बाब होईल, कमीत कमी जोपर्यंत आपण सर्व स्टीमरवर आहोत तोपर्यंत तरी. अरे उमेश, उद्या मिळाला तर थोडा कढी पत्ता घेऊन ये. नरम मिळाला तर चांगलेच. मुली, सुक्तनू आवश्य हवे. आमच्या आयुर्वेदात म्हटले आहे. जाऊ दे, यावेळी आयुर्वेदाचा विषय नको. इकडे उशीर व्हायला लागला आहे. उमेश, भाजी चांगल्या प्रकारे धुऊन घे. '

अशा प्रकारे रमेश उमेशवर जितका अधिक संशय घेत असे, तितक जास्त तो कमलाशी जवळिक साधीत असे. मध्येच चक्रवर्ती त्याची बाजू घेत असल्यामुळे कमलाचा गट जास्त शक्तिमान होत असे. आपली सूक्ष्म विचारसरणी असलेला रमेश एका बाजूला

तर कमला, उमेश आणि चक्रवर्ती काच्या सूत्राने, स्नेहाच्या सूत्राने आणि आता तर आनंदाच्या सूत्राने परस्परांशी जोडले गेले होते. चक्रवर्ती आल्यापासून तर कमला जास्त उत्साहित झाल्याचे आणि तिचा आनंद आणखीनच संक्रमित झाल्यासारखे रमेशला आढळून येत होते. तरीही तो मात्र या गटात सहभागी होऊ शकत नव्हता. जसे मोठ्या जाहाजाला किनाऱ्यावर पोहचायचे असते, पण पाणी कमी असल्यामुळे त्याला किनाऱ्यापासून काही अंतरावरच लंगर टाकावा लागतो, दुसऱ्या बाजूला लहान लहान नावा मात्र सहज किनाऱ्याला लागतात, तसे रमेशचे झाले होते.

आकाशात खूप सारे काळे ढग जमा झाल्याचे त्याला पौर्णिमेच्या आसपास आढळून आले. हवा हळूवारपणे वाहत होती. अधून मधून पाऊसही होत होता. मग थोडा वेळा ऊनही पडत असे. आज गंगेच्या प्रवाहात एकही नाव दिसून येत नव्हती. एखादी नाव दिसलीच तर तिची घाबरगुंडी उडालेली लगेच लक्षात येत होती. पाणी भरणाऱ्या स्त्रिया आज घाटावर जास्त काळ रेंगाळताना दिसत नव्हत्या. पाण्यावर ढगातील वीजेचा प्रकाश चमकताना दिसत असे आणि पाणी मग त्या किनाऱ्यापर्यंत मोठ मोठ्या लाटां घेऊन येत असे.

स्टीमर योग्य प्रकारे चालत होती. त्या वाईट दिवसांच्या इतक्या गैरसोयीच्या काळातही कमालाचे स्वंयपाकघर सुद्धा व्यवस्थित चालले होते. चक्रवर्ती आकाशाकडे पाहत म्हणाला, 'बाळ, असं काही तर कर की त्यामुळे आपल्याला जास्त स्वंयपाक करावा लागणार नाही. तू खिचडी तयार कर तोपर्यंत मी पोळया लाटतो.'

जेवण खाणे पूर्ण होण्यासाठी आज जास्तीचा वेळ लागला. हिंदोळे मारणाऱ्या हवेचा वेगही वाढला होता. नदी अस्वस्थ होऊन लाटावर लाटा उसळत होत्या. सूर्यास्त झाला होता की काही दिवस बाकी असतानाच आज स्टीमरने लंगर टाकला होता, हे काहीही कळत नव्हते.

संध्याकाळ झाली होती. कुठे कुठे उसवलेल्या ढगाच्या फटीतून पिवळया हंसाप्रमाणे पिवळे चांदणे दिसत होते. मोठ्या झटक्यासह हवा वाहू लागली आणि मग मुसळधार पाऊस कोसळायला सुरुवात झाली.

कमलाएकदा पाण्यामध्ये बुडाली होती त्यामुळे हवेची लाट आली की ती घाबरून जायची. रमेशने जवळ येऊन तिला धीर दिला, 'स्टीमरमध्ये घाबरण्याचे काहीही कारण नाही, कमला. तू निर्धास्तपणे झोपू शकतेस. बाजूच्या रुममध्ये मी जागीच आहे.' .

वादळ येऊन गेल्यावर काय काय झाले ते सांगणे खरोखरच अवघड असते. आंधारात किती भीती वाटते ते कमलापासून लपून राहिले नाही. ती लगेच घाई घाईने दुसऱ्या दरवाजाकडे गेली आणि तिने घाई घाईने आवाज दिला, 'काकाजी, तुम्ही घरात येऊन बसा.'

चक्रवर्ती जरासा संकोचून म्हणाला, 'आता तुमची झोपायची वेळ झाली आहे,

मुली. मुली, मी आता तिकडे येऊन... '

त्यांनी शेजारच्या रूममध्ये जाऊन पाहिले. रमेश नव्हता. आश्चर्य वाटून ते म्हणाले, 'या आंधारात रमेशबाबू कुठे गेले? त्यांना तर भाज्या चोरण्याचा सरावही नाही.'

'कोण? काका आहेत का? मी तर शेजारच्या रूममध्ये आहे.'

शेजारच्या खोलीमध्ये चक्रवर्तीने डोकावून पाहिले. रमेश आंथरुणावर अर्धवट लोळून पुस्तक वाचीत होता.

चक्रवर्ती म्हणाले, 'सूनबाई, एकटी भीतीने घाबरली आहे. तुमचे पुस्तक काही वादळाला घाबरत नाही. त्यामुळे यावेळी त्याला बाजूला ठेवण्यातही काही भीती नाही. या, इकडच्या रुममध्ये या.'

आवेगाच्या नादात कमला स्वतःला विसरून चक्रवर्तीचा हात धरून म्हणाली, 'नका, नका काकाजी. नका.' वादळाच्या जोरदार आवाजात कमालाचा हा आवाज रमेश बाबूपर्यंत पोहचला नाही. चक्रवर्ती मात्र आश्चर्यचकित होऊन परत फिरले.

रमेश पुस्तक ठेवून त्या खोलीत आला. त्याने विचारले, 'काय झाले आहे? चक्रवर्ती काका, काय झाले आहे? कदाचित कमला तुम्हाला....'

रमेशच्या चेहऱ्याकडे न पाहता कमला घाई घाईत म्हणाली, 'नाही, नाही. मी फक्त त्यांना गोष्ट सांगण्यासाठी बोलावले होते.'

काही विचारल्यावर कमला काही बोलू शकली नाही की कुठला प्रतिवादही करू शकली नाही. मला भीती दूर करण्याची आवश्यकता आहे, अशा आपल्या 'नाही' चा अर्थ काढला जाऊ नये, असे तिला वाटत होते. समजत असेल तर मला सोबत करण्याची आवश्यकता आहे, नाही तर मग दुसरे काहीच नाही.

त्यानंतरच मग कमला म्हणाली, 'काकाजी, रात्र होत चालली आहे. तुम्ही झोपायला जा. एकदा उमेशकडे बघा. कदाचित त्याला भीती वाटत असेल.'

उमेश हात पाय गोळा करून कमलाच्या दरवाजाजवळ बसला आहे. कमलाचे मन वितळले. ती लगेच बाहेर जाऊन तळमळीने म्हणाली, 'काय रे रमेश? तू वादळ आणि पावसात ओला का होत आहेस? दळभद्री कुठला? जा, काकासोबत जाऊन झोप.'

कमलाच्या तोंडून दळभद्री हे विशेषण ऐकल्यामुळे उमेश तृप्त झाला आणि काकाजीसोबत निघाला.

'झोप येत नाही तोपर्यंत एखादी गोष्ट सांगू का? ' रमेशने कमलाला विचारले.

'नाही. मला खूप झोप येत आहे.' कमला म्हणाली.

कमलाच्या मनातील भावना रमेशला कळल्या, तरीही त्याने आपले म्हणणे पुन्हा व्यक्त केले नाही. कमलाचा अभिमानाने फुललेला चेहरा पाहत पाहत तो आपल्या खोलीत गेला.

शांतपणे आंथरुणावर पडून झोपेच्या आधीन व्हावे, इतकी शांतता काही कमलाच्या

मनातही नव्हती. तरीही तिने बळजबरीने पडून राहिले. वादळाच्या वेगासोबत पाण्यातील लाटांचा आवाज वाडत चालला होता. खलाशांचा गोंधळ ऐकू येत होता. अधून मधून इंजिनाच्या रूममधून इशाऱ्याचा आवाज ऐकायला येत होता. हवेच्या जोरदार झंझावातासमोर जहाज स्थिर ठेवण्यासाठी लंगर टाकल्यावरही इंजिन हळूहळू सुरू ठेवावे लागले होते.

कमला आंथरुण सोडून खोलीच्या बाहेर येऊन उभी राहिली. एका क्षणासाठी तिचे डोळे बंद झाले होते, पण बोचरी हवा एखाद्या जिभल्या चाटणाऱ्या जनावराप्रमाणे आरडा ओरडा करीत संपूर्ण शरीराला कापरे भरवित होती. आकाशात ढग होते तरीही शुक्ल चतुर्दशीचा क्षीण प्रकाश आपल्यातील अशांत प्रतिमा दडलेल्या स्वरूपात व्यक्त करीत होता. किनारा स्पष्ट दिसत नव्हता. नदीही अंधुकशी दिसत होती. पण वर आणि खाली, दूर आणि जवळ, दृष्य आणि अदृष्य यांच्यामध्ये एक गुढ उन्माद भरून राहिला होता. एक आंधळे आंदोलन जणू काही अदभूत मूर्ती धारण करून यमराजाच्या उंच शिंग असलेल्या रेड्यासारखा जणू काही मधून मधून आपले डोके फिरवित आहे.

अशा या वेड्या रात्री व्याकुळ झालेल्या आकाशाकडे पाहून कमलाच ऊर थरथरु लागला. अर्थात हे असे भीतीमुळे होत आहे की आनंदामुळे असे काही सांगता येत नव्हते. या वादाळमध्ये एक अडथळे नसलेली शक्ती आहे. एक निर्बंध स्वातंत्र्य आहे. त्यामुळे जणू कमलाच्या मनातीलएक झोपलेली सोबतीण जागी झाली. या विश्वव्यापी विद्रोहाच्या आवेगाने कमलाचे मन विचलित केले होते. हे बंड कोणाच्या विरूद्ध होते? त्याचे उत्तर काय या वादळाच्या आवाजात मिळणार होते? नाही. ते कमलाच्या मनातील वादळाप्रमाणेच अव्यक्त आहे. एक प्रकारे कोणत्याही दिशा नसलेले. वाट नसलेल्या मैदानात ही हवा फक्त 'नाही, नाही' म्हणून आरडा ओरडा करीत धावत आहे. त्यामध्ये फक्त अस्वीकार आहे. कशाचा अविस्कार? हे निश्चितपणे सांगता येत नाही. पण नाही, प्रत्येक प्रकारे नाही, नाही आणि नाहीच आहे.

दुसऱ्या दिवशी सकाळी वादळाचा वेग थोडासा कमी झाला, पण थांबला मात्र नव्हता. त्यामुळे जहाजाचा लंगर उचलावा नाही की याचा निर्णय कॅप्टन घेऊ शकत नव्हता. तो काळजीयुक्त भावनेने आकाशाकडे पाहत होता.

सकाळीच चक्रवर्तीने रमेशचा शोध घेण्यासाठी कमलाच्या शेजारच्या खोलीत प्रवेश केला. रमेश अजूनही आंथरुणातच असल्याचे त्याला आढळून आले. चक्रवर्तीला पाहून तो उठून बसला. या खोलीमध्ये रमेशला झोपलेले पाहून काल रात्री घडलेल्या घटनेबद्दल चक्रवर्तीने मनातल्या मनातच विचार केला. त्याच्या सर्व काही लक्षात आले. त्याने विचारले, 'काल रात्री इथेच झोपला होतात वाटतं?'

या प्रश्नाचे उत्तर टाळीत रमेश म्हणाला, 'हा कसला वाईट योग सुरू झाला आहे? काल रात्री तुम्हालाही झोप आली नाही वाटतं?'

चक्रवर्ती म्हणाला, 'रमेश बाबू, मी दिसायला वेड्यासारखा असलो, माझी बोलण्याची

पद्धतही तशीच असली तरीही या वयात मला अनेक मोठ मोठ्या काळज्या वाहव्या लागल्या आहेत. त्यापैकी अनेक काळज्या आणि चिंतांवर मी मात केली आहे. तुम्ही मात्र माझ्यासाठी एक कोडे झाले आहात.'

एका क्षणासाठी रमेशचा चेहरा लालेलाल झाला. त्यानंतर लगेच त्याने स्वतःला सावरले आणि हासून म्हणाला, 'कोड्यासारखे असणे किंवा वाटणे हा काही एखादा गुन्हा नाही, काका? तेलगू भाषेतील पहिला धडाही अवघड असतो; पण तेलगू भाषेतील ढगांसमोर तो पाण्यासारखा वाहून जातो. म्हणून तो ज्याला समजत नाही त्याला लगेच दोषी ठरवू नये. जे अक्षर कळत नाही त्यावर सतत लक्ष ठेवून राहिल्यामुळे तुम्हाला ते कळेलच अशी आशा ठेवण्यातही काही अर्थ असत नाही.' काका म्हणाला, 'मला क्षमा करा, रमेश बाबू. जे समजून घेणे माझ्यासाठी जराही उपयुक्त नाही, ते समजून घेण्याचा प्रयत्न करणे माझ्यासाठी जरा धारिष्ट्याचेच काम होईल. अर्थात तरीही या जगात अशी काही माणसे भेटतात की त्यांच्या डोळ्यांना डोळे भिडविले की, संबंध प्रस्थापित होतात. ज्याचे उदाहरण हा कॅप्टन आहे. आपल्या सुनबाईशी त्याचे ज्या प्रकारचे आत्मिक संबंध निर्माण झाले आहेत, त्याबद्दल त्याला विचारा त्याला ते लगेच मान्य करावे लागतील. तिच्या मानेवर बसून तिला ते स्वीकारायला भाग पाडील. तिने स्वीकारले नाही तर मी मुसलमान नाही. अशा परिस्थितीत मध्येच तेलगू भाषा आल्यामुळे मोठ्या अडचणीत सापडलो आहे. फक्त रागावल्यामुळे काम होणार नाही, रमेश बाबू. जरा माझ्या म्हणण्याचा विचार करून पहा.'

रमेश म्हणाला, 'मी समजून घेत आहे. मला ते समजत आहे. म्हणूनच मी राग करीत नाही. अर्थात मी रागावलो किंवा नाही रागावलो, तुम्हाला दुःख होवो किंवा न होवो, तेलगू भाषा तर राहीनच की. कारण निसर्गाचा तसाच कठोर नियम आहे.' असे म्हणून रमेशने एक उसासा टाकला.

या दरम्यान रमेश विचार करू लागला की गाजीपूरला जाणे योग्य होईल की नाही? एखाद्या अनोळखी ठिकाणी राहण्यापेक्षा ओळखीच्या म्हाताऱ्या सोबत राहिल्यामुळे ओळखीची गैरसोयही होऊ शकते, असा तो आधी विचार करीत होता. कमलासोबत असलेल्या त्याच्या संबंधाबद्दल होणारी टीका आणि त्याबद्दल आणखी माहिती मिळाल्यावर ते सर्व कमलासाठी अतिशय भयानक होऊ शकते. म्हणूनच जिथे सर्व अनोळखी आहेत, विचारणारे कोणी नाही अशा ठिकाणी राहणेच योग्य आहे. गाजीपूरला पोहचण्याच्या एक दिवस आधी रमेश चक्रवर्तीला म्हणाला, 'काका, मला प्रॅक्टिस करण्यासाठी गाजिपूर काही योग्य वाटत नाही. म्हणून मी आता काशीला जाण्याचे नक्की केले आहे.'

रमेशच्या बोलण्यात संशयाचा स्वर जुळलेला पाहून तो म्हातारा हासून म्हणाला, 'वारंवार वेगवेगळे निर्णय नक्की करणे याला निर्णय पक्का करणे म्हणत नाहीत. अशा मुळे तर काहीच नक्की होत नाही. यावेळी काशीला जाणेच तुमचा अखेरचा आणि अंतिम निर्णय आहे?'

रमेश थोडक्यात म्हणाला, 'हो.'

तो म्हातारा काहीही उत्तर न देता निघून गेला आणि आपले सामान आवरू लागला.

कमला येऊन त्यांना म्हणाली, 'काकाजी, माझ्याशी आज तुमचे भांडण आहे की काय?'

म्हातारा म्हणाला, 'भांडणे तर रोजच दोन वेळा होतात, पण त्यात एकदाही मी जिंकत नाही.'

कमला म्हणाली, 'आज तुम्ही सकाळपासूनच इकडे तिकडे फिरत आहात?'

चक्रवर्ती म्हणाला, 'तुम्ही तर माझ्यापेक्षाही जास्त धावाधाव करीत आहात. मग मला धावा धाव करतो म्हणून का दोष देता?'

कमलाला काहीही कळले नाही म्हणून ती पाहू लागली. म्हातारा म्हणाला, 'रमेश बाबूंनी तुला आणखी काही सांगितले नाही? तुम्हा सर्वांचे काशीला जाणे नक्की ठरले आहे?'

हे ऐकल्यावर कमला हो- नाही काहीच बोलली नाही. थोड्या वेळानंतर कमला म्हणाली, 'काकाजी, हे काही तुमच्याने होणार नाही. आणा मी तुमची पेटी भरून देते.'

काशीला जाण्याविषयीच्या कमलाच्या उदासिनतेमुळे चक्रवर्तीच्या काळजाला एक खोलवर जखण झाली. तो मनातल्या मनात म्हणाला, 'जे झाले ते चांगलेच झाले. माझ्या सारख्या वयात ती नवीन जाळे कशाला आंथरीन?'

त्याच वेळी काशीला जाण्याची सल्ला मसलत करण्यासाठी रमेश कमलाजवळ गेला. तो तिला म्हणाला, 'मी तुलाच शोधीत होतो.'

कमला चक्रवर्तीचे कपडे गोळा करीत होती. रमेश म्हणाला, 'कमला, यावेळी आपण गाजिपूरला जाऊ शकत नाही. काशीला जाऊनच आपण प्रक्टिस करायची असे मी ठरविले आहे. तुझे काय मत आहे?'

चक्रवर्तीच्या पेटीवरच आपले लक्ष केंद्रित करून कमला म्हणाली, 'नाही, मी तर गाजीपूरलाच जाणार आहे. मी सर्व तयारी केली आहे.'

कमलाच्या या स्पष्ट उत्तरामुळे रमेशला आश्चर्य वाटले. त्याने विचारले, 'तू एकटीच जाशील?'

आपली प्रेमळ दृष्टी चक्रवर्तीच्या चेहऱ्याकडे वळवित कमला म्हणाली, 'का? तिथे चाचाजी नाहीत का?'

कमलाच्या या उत्तरामुळे संकुचित होऊन चक्रवर्ती म्हणाला, 'मुली, आपल्या काकांबद्दल तू अशा प्रकारे पक्षपात केलास तर रमेश बाबू मला दोन्ही डोळ्यांनी पाहू शकणार नाहीत.'

याच्या उत्तरादाखल कमला फक्त इतकेच म्हणाली, 'मी गाजिपूरलाच जाणार.'

या बद्दल कमलाला कोणाचा सल्ला घेण्याचीही काही आवश्यकता आहे, असे तिच्या स्वरावरून वाटत होते.

त्यावर रमेश म्हणाला, 'काका, मग गाझीपूरच योग्य राहील.'

वादळ आणि पावसानंतर रात्रीचे चांदणे फुलले होते. रमेश डेकच्या बाजूला असलेल्या खुर्चीवर बसून विचार करू लागला, 'अशा प्रकारे काम होणार नाही. हळू हळू होणाऱ्या कमलाच्या बंडामुळे जीवनातील समस्या आणखी अवघड होणार आहेत. अशा प्रकारे जवळ जवळ राहून दुरावा ठेवणे शक्य होणार नाही. कमला माझी पत्नी आहे. मी तिला पत्नी म्हणूनच स्वीकारले होते. मंत्र पठण झाले नाही म्हणून त्यात काय बिघडते? यमराजाने त्या दिवशी कमलाला माझ्या पत्नीच्या स्वरूपात माझ्या स्वाधीन करून निर्जन वाळूच्या किनाऱ्यावर आमची गाठ मारली होती. त्याच्यासारखा पुरोहित या जगात दुसरा कोण असणार आहे?'

हेमनलिनी आणि रमेश यांच्यामध्ये रणांगण तयार झाले आहे. अडथळे, अपमान आणि अविश्वास दूर करून रमेश विजयी होऊ शकेल तेव्हाच तो हेमनलिनीच्या समोर ताठ मानेने उभा राहू शकेल. त्या युद्धाची आठवण झाली की त्याला भीती वाटू लागते. जिंकण्याची काहीही आशा त्याला दिसत नाही. मग मी कसे काय सिद्ध करू? सिद्ध करण्यासाठी सर्व लोकांसमोर सर्व गोष्टी उघडपणे आणि स्पष्टपणे मांडणे अतिशय तिरस्करणीय होईल तसेच कमलासाठी तर ते इतका खोलवर घाव करणारे असेल की तिच्या विचारांनाही मनात जागा करून देणे शक्य होणार नाही.

म्हणूनच मग दुबळ्या व्यक्तीप्रमाणे उगीच द्विधा स्थितीमध्ये न सापडता कमलालाच आपली पत्नी म्हणून स्वीकारण्यातच सर्व बाजूने भले आहे. हेमनलिनी तर रमेशचा तिरस्कार करते. या तिरस्कारामुळेच तो उपयुक्त सत्पात्री आपले मन अर्पण करण्यासाठी अनुकूल होईल. असा विचार करून रमेशने एक उसासा टाकला आणि तिकडची आशा ठेवली.

१७

रमेशने उमेशला प्रेमाने विचारले, 'काय रे, तू कुठे निघाला आहेस?'

उमेशने उत्तर दिले, 'मी तर माताजीसोबत जाणार आहे.'

रमेश म्हणाला, 'मी तर तुझ्यासाठी काशीपर्यंतचे तिकिट काढले आहे. हा तर गाझीपूर घाट आहे. आम्ही काही आता काशीला जाणार नाहीत.'

उमेश म्हणाला, 'मीही जाणार नाही.'

उमेश आपल्यासोबत नेहमीसाठी राहील अशी काही रमेशला आशा नव्हती. त्या मुलाचा अटळ ठामपणा पाहून रमेशला आश्चर्य वाटले. त्याने कमलाला विचारले, 'कमला, उमेशलाही सोबत घ्यावे लागणार आहे का?'

कमला म्हणाली, 'नाही तर मग तो कुठे जाईल?'

रमेशने विचारले, 'काशीमध्ये त्याचे नातेवाईक नाहीत का?'

क़मला म्हणाली, 'नाही. तो आपल्या सोबतच येणार आहे. हे बघ उमेश, काकाजी

सोबतच रहायचे. नाही तर परदेशातील गर्दीत कुठे चुकून जाशील.'

कोणत्या गावात जायचे आणि कोणासोबत रहायचे या सर्व बाबींचे निर्णय घेण्याचे काम कमलाने आपल्या डोक्यावर घेतले. रमेशची इच्छा किंवा अनिच्छा याचे बंधन कमला पूर्वी नम्रपणे स्वीकार करीत असे. अचानकपणे काही दिवसांपासून तिने हे बंधन दूर करून टाकले आहे.

त्यामुळेच उमेशही आपले लहानसे गाठोडे घेतले. याबद्दल आणखी जास्त काही बोलणे झाले नाही.

शहर आणि इंग्रजांची वस्ती यांच्या मधोमध एका ठिकाणी काकाजींचा एक लहानसा बंगला होता. त्याच्या मागच्या बाजूला आमराई होती. समोर पक्की विहीर होती. समोरच्या बाजूला लहानशी चारी बाजूंना बांधलेली भिंत होती. विहिरीतील पाणी देऊन गोबी आणि कांद्याचे शेती फुलविली होती.

पहिल्या दिवशी कमला आणि रमेश याच बंगल्यात जाऊन राहिले.

आपली पत्नी हरिभाविनीचे शरीर खूपच अशक्त झाले असल्याचे काका समाजात सर्वांना सांगत फिरत असत. अर्थात त्यांच्या अशक्तपणाचे कोणतेही बाह्यलक्षण दिसत नव्हते. त्यांचे वय काही कमी नव्हते, पण चेहऱ्यावर एक प्रकारचा कडवटपणा होता. समोरचे काही केस फक्त पांढरे झाले होते आणि त्यामुळे त्यांना म्हातारीची पदवी मिळाली होती. अर्थात म्हातारपणाच्या आयुष्यात मात्र त्यांना अद्याप प्रवेश मिळाला नव्हता.

खरी गोष्ट अशी आहे की दोघेही तरूण असताना हरिभाविनीला मलेरिया झाला होता. हवा पालट करण्याशिवाय दुसरा काहीही उपाय नसल्यामुळे चक्रवर्ती गाझीपूर येथील शाळेत शिक्षिकीपेशा करीत करीत इथेच रमले.

पाहुण्यांना बाहेरच्या खोलीत बसवून चक्रवर्तीने आत महिलांच्या खोलीत प्रवेश केला आणि आवाज दिला, 'सेज बहू,'

त्यावेळी सेज बहू मागच्या आंगणात रामकलीकडून गहू निवडून घेत होती. तसेच लहान लहा अनेक भांड्यामध्ये आणि हांड्यामध्ये घालून विविध प्रकारची लोणची ऊन्हात ठेवीत होती.

तिथे जाताच चक्रवर्ती म्हणाला, 'आता थंडी पडायला लागली आहे वाटतं. अंगावर एखादी चादर पांघरून घ्यायला हवी होती.'

हरिभाविनी म्हणाली, 'तुमच्या सर्वच गोष्टी जगापेक्षा निराळ्या असतात. आता कुठे थंडी आहे? ऊन्हामध्ये बसून पाठ गरम करीत आहे.'

चक्रवर्ती म्हणाला, 'हे काही बरोबर नाही. सावलीत बसण्यासाठी काही पैसे पडत नाहीत.'

हरिभाविनी म्हणाली, 'ते नंतर बघू. तुम्हाला यायला इतका वेळ कसा काय लागला?'

चक्रवर्ती म्हणाला, 'त्याची खूप कारणे आहेत. यावेळी घरात पाहुणे आले आहेत. त्यांची बडदास्त ठेवायला हवी.'

असे म्हणून चक्रवर्तीने सोबत आलेल्या पाहुण्यांची माहिती दिली. चक्रवर्तीच्या घरी अशा प्रकारे पाहुण्याचे येणे- जाणे सुरू असायचे. अर्थात एखाद्या महिलेसोबत घरी पाहुणे आलेले हरिभाविनीला आवडत नव्हते. ती म्हणाली, 'अरे देवा, तुमच्या इथे इतकी जागा तरी कुठे आहे?'

चक्रवर्ती म्हणाला, 'आधी पाहुण्यांची ओळख तर करून घे. मग घरातील गोष्टी होतच राहतील.माझी शेल कुठे आहे?'

'ती आपल्या मुलाला न्हाऊ घालीत आहे.' हरिभाविनीने सांगितले.

चक्रवर्तीने झटपट कमलाला आत बोलावले. कमलाने हरिभाविनीला प्रणाम केला आणि बाजूला उभी राहिली. हरिभाविनीने आपल्या उजव्या हाताने कमलाची हनुवटी वर उचलून तिला स्पर्शकेला आणि तिचे एक चुंबन घेतले. आपल्या पतीला ती म्हणाली, 'पाहिलत, हिचा चेहरा पुष्कळच अंशी आपल्या बिधूसारखा आहे.'

बिधू त्यांची मोठी मुलगी आहे. ती कानपूरला आपल्या पतीसोबत राहते. चक्रवर्ती मनातल्या मनात हासले. कमला आणि बिधूमध्ये जराही साम्य नसल्याचे त्यांना माहीत होते. तरीही बाहेरून आलेल्या मुलींचे रुप आणि गुण हरिभाविनी कधीही मान्य करीत नसे. खरं तर शैलजा त्यांच्या घरात राहत असे, तिच्याशी तुलना केली असती तर त्यामुळे हरिभाविनीला पराभाव स्वीकारावा लागला असता. म्हणून मग जी इथे उपस्थित नाही तिच्याशी कमलाची तुलना करून त्या गृहिणीने आपली विजय पताका घरात उभी केली.

हरिभभाविनी म्हणाली, 'हे लोक आपल्या घरी आले हे खूपच चांगले झाले आहे. अर्थात अजूनही आपल्या नव्या घराची दुरूस्ती पूर्ण झाली नाही. इथे आपणच कसे तरी दाटी वाटीने राहत आहोत. त्यामुळे यांना जरा त्रास होईल.'

बाजारात असलेल्या चक्रवर्तीच्या लहानशा घराची दुरूस्ती सुरू आहे. अर्थात ते एक दुकान आहे आणि तिथे राहण्याची काहीही सोय नाही.

या खोटारडेपणाबद्दल एक अवाक्षरही न काढता चक्रवर्ती हासून म्हणाला, 'त्रासाला आपण त्रास समजलो असतो तर मुली, मी तुला इथे घेऊन आलोच नसतो. (आपल्या पत्नीकडे पाहून म्हणाले,) हे बघ, तू अशी दारात उभी राहू नकोस. हिवाळ्यातील ऊन खूपच त्रासदायक असते.'

असे म्हणून चक्रवर्ती रमेशसोबत बाहेर निघून गेले.

त्यानंतरच हरिभाविनी मनमुरादपणे कमलाची ओळख करून घेऊ लागली. 'तुझा पती वकील आहे वाटतं? किती उत्पन्न आहे? कदाचित अजून त्याने काम सुरू केले नसावे. तर मग घर खर्च कसा भागविता? काही सासऱ्याची संपत्ती असेल कदाचित?

म्हणजे तुला काही माहीत नाही? अरे देवा, अशी कशी मुलगी आहेस तू? आपल्या सासरची परिस्थितीही तुला माहीत नाही? घर खर्च चालविण्यासाठी तुझे पती तुला काय देतात ते सुद्धा तुला माहीत नाही? तू काही लहान नाहीस. आता तुझी सासू नाही म्हणतेस तर घराची सर्व जबाबदारीही तुलाच पेलायला हवी. माझा जावई तर जे काही कमावतो ते सर्व माझ्या बिधूच्या हातात आणून देतो. अशा प्रकारच्या सुख-दुःखाच्या गोष्टींची विचारपूस केल्यावर तसेच अनेक वेळा योग्य सल्ला दिल्यावर तिने कमलाला आपलेसे केले.

हरिभाविनीच्या विविध प्रकारच्या प्रश्नांमुळे कमलाचे मनही संशय आणि विविध प्रकारच्या भावनांनी भरून आले. रमेशची पत्नी असूनसुद्धा तिला त्याच्याबद्दल नाहीच्या बरोबर माहिती होती. तसेच एखाद्या विषयाबद्दल रमेशसोबत चांगल्या प्रकारे विचार विनिमय करण्याची तिला संधीच मिळाली नाही. तिला हे सर्व अतिशय विचित्र वाटले. इतकेच नाही तर तिला आपल्या बालीशपणाबद्दल आता लाज वाटू लागली.

त्याच वेळी शैलजा आपल्या दोन वर्षांच्या मुलीचा हात धरून तिथे आली. शैलजा रंगाने सावळी आहे. तिचा चेहरा इवलासा आहे. तिचे शरीर मूठभर असावे असे आहे. तिचे डोळे चमकदार असून कपाळ रूंद आहे. तिच्या चेहऱ्याकडे पाहिल्यावर ती स्थिरबुद्धी आणि शांत स्वभाव असलेली वाटते.

शैलजाच्या लहान मुलीने कमालासमोर उभे राहून तिला चांगल्या प्रकारे न्याहळले आणि नंतर म्हणाली, 'मावशी.' तिला विधू समजून तिने आपली फसवणूक करून घेतली असे काही झाले नव्हते. एका विशेष वयाची तिला आवडणारी कोणतीही स्त्री असली तरीही तिला मावशी म्हणण्याची तिची सवय होती. कमलाने लगेच तिला उचलून कडेवर घेतले.

हरिभाविनीने शैलजाला कमलाची ओळख करून देताना सांगितले, 'हिचे पती वकील आहेत. नव नवीन वकीली करण्यासाठी बाहेर पडले आहेत. वाटेत तुझ्या सासऱ्यांशी त्यांची ओळख परिचय झाला. ते या सर्वांना गाझिपूरला घेऊन आले आहेत.'

शैलजाने कमलाच्या चेहऱ्याकडे पाहिले. कमलानेही शैलजाच्या चेहऱ्याकडे पाहिले. अशा प्रकारे पाहण्या पाहण्यातच त्या दोघींमध्ये मैत्री निर्माण झाली. शैलजाने कमलाचा हात धरला आणि म्हणाली, 'चला, माझ्या रूममध्ये चला.'

थोड्याच वेळात दोघींमध्ये चांगल्याच गप्पा रंगल्या. सहज पाहिल्यावर शैलजा आणि कमलाच्या वायात काही फरक असावा असे जाणवत नव्हते. शैलजाच्या चेहऱ्यावर काही लहान मोठे थोडक्यात भाव दिसून येतात तर कमला त्याच्या अगदी उलट आहे. लांबी, रुंदी आणि भावनाच्या भरात ती आपल्या आयुष्याचा काही भाग जगून बसली आहे. लग्नानंतर तिच्या डोक्यावर सासरच्या मंडळीचा काहीही भार नसल्यामुळे किंवा दुसऱ्या काही कारणांमुळे ती पाहता पाहता निसंकोचपणे वाढली होती. तिच्या चेहऱ्यावरील

भावनांमध्ये एक प्रकारे स्वाधिनतेची, स्वातंत्र्याची भावना होती. तिच्या समोर जे काही येत असे त्या बद्दल मनातल्या मनात का होईना, पण कोणताही प्रश्न विचारल्याशिवाय ती शांत होत नसे. 'शांत रहा. सांगितले जाते तेवढेच कर.' 'लेकी सुनांना अशा प्रकारची जिद्द शोभा देत नाही.' अशा प्रकारचे बोलणे आता पर्यंत तरी तिच्या ऐकण्यात आले नव्हते.

शैलजाच्या मुलीने त्या दोघींचे लक्ष आपल्याकडे वळविण्यासाठी खूप प्रयत्न केला, पण दोघी मैत्रिणीत चांगल्याच गप्पा रंगल्या होत्या. या बोलण्यामधून आपला दीनवाणीपणा लवकरच कमलाच्या लक्षात आला. शैलजाकडे सांगण्यासारखे असे खूप काही होते, पण कमालाकडे मात्र तसे काही विशेष नव्हते. कमलाच्या जीवनपटात तिच्या कौटुंबिक जीवनाचे जे काही चित्र रेखाटले होते ते एखाद्या पेन्सिलने काढलेल्या पुसट चित्रासारखे होते. ते चित्र सर्व ठिकाणी स्पष्ट नव्हते. त्यावर अद्याप कोणताही रंग देण्यात आला नव्हता. इतके दिवस कमलाला ही त्रुटी समजून घेण्यासाठीही वेळ मिळाला नव्हता.

शैलजाचे पती गाझिपर येथील अफिम ऑफिसमध्ये काम करतात. चक्रवर्तींना एकूण दोन मुली आहेत. मोठ्या मुलीचे लग्न झाले असून ती सासरी गेली आहे. लहान्या मुलीला आपल्या प्राणाप्रमाणे जपणाऱ्या चक्रवर्तींनी तिला सासरी जायला लागू नये म्हणून घरजावई राहू शकेल असा मुलगा शोधला आहे. इतकेच नाही तर साहेबांकडे शिफारस करून त्याला तिथेच नोकरीही लाऊन दिली आहे. तिचा नवरा विपिन आता यांच्याच घरी राहतो.

बोलता बोलता शैलने सांगितले, 'तुम्ही जरा बसा. मी आता येते.' थोड्याच वेळात ती कारण सांगत हासून म्हणाली, 'ते स्नान करून घरात आले आहेत. आता जेवण खाणे करून ऑफिसला जातील.'

कमलाने थेट आश्चर्याने विचारले, 'ते आल्याचे तुला कसे काय कळले?'

शैलजा म्हणाली, 'मस्करी करू नको. जसे सर्व महिलांना कळत असते तसे ते मलाही कळते. तुला आपल्या पतीच्या पायांचा आवाज ओळखता येत नाही?'

असे म्हणून थोडेसे हासत तिने कमलाची हनुवटी हालविली आणि पदराला बांधलेला चाब्यांचा जुडगा पाठीवर फेकीत आणि मुलीला कडेवर घेऊन निघून गेली.

१८

एका मोकळया ठिकणी गंगेच्या काठावर एक स्वतंत्र घर घेण्यासाठी प्रयत्न सुरू झाले होते. रमेशला गाझिपूरच्या न्यायालयात कायदेशीर रित्या वकिली करण्यासाठी काही आवश्यक बाबी आणण्यासाठी कलकत्त्याला जावे लागणार होते, पण कलकत्त्याला जाण्याचा त्याला धीर होत नव्हता. कलकत्त्यातील एका विशेष गल्लीची आठवण मनात

येताच रमेशची छाती दडपून जात होती. अजून तो तिच्या जाळयातून बाहेर पडू शकला नव्हता. दुसऱ्या बाजूला कमला सोबत लवकरच पती पत्नीचे संबंध निर्माण केल्याशिवाय भागणार नव्हते. याच सोयीमध्ये कलकत्ता जाण्याचा दिवस टळून गेला होता.

कमला अजून चक्रवर्तीच्या घरातील स्त्रियांसोबतच राहते. तो बंगला जरा लहान असल्यामुळे रमेशला घराच्या बाहेरच रहावे लागत होते. कमलासोबत भेटण्याची त्याला संधीच मिळत नव्हती.

सतत होत राहणाऱ्या या विरहाबद्दल शैलजा कमलासमोर फक्त दुःख व्यक्त करू शकत होती. कमला म्हणाली, 'तू इतकी हाय हाय का करतेस? अशी कोणती भयंकर गोष्ट घडली आहे?'

शैलजा म्हणाली, 'हीच तर गोष्ट आहे. तुझे मन दगडासारखे कठोर आहे. या सोर्व गोष्टींमध्ये तू मला फसवू शकत नाहीस. तुझ्या मनात जे काही चालले आहे, ते मला समजत नाही का?'

कमलाने विचारले, 'असं आहे तर. मग खरं खरं सांग. समजा दोन दिवस बिपिन बाबूंशी तुझी भेट झाली नाही तर तू सुद्धा अशीच ...'

शैलजा अभिमानाने म्हणाली, 'माझ्याशी दोन दिवस न बोलण्याची त्यांची काय हिमंत आहे?'

असे बोलल्यावर शैलजा बिपिन बाबूंच्या अधीरपणाची स्थिती सांगू लागली. त्यानंतर जेव्हा ऑफिसला जाणे सुरू झाल्यावर बिपिनची व्यथा आणि अधून मधून त्याचे ऑफिसमधून पळून जाणे, दांडी मारणे असे खूप काही झाले. त्यानंतर एकदा सासऱ्याच्या कामासाठी विपिनला काही दिवसांसाठी पटण्याला जावे लागले होते. तेव्हा शैलजाने आपल्या पतीला विचारले, 'तुम्ही पाटण्याला जाऊन राहू शकाल?' त्यावेळी विपिन अतिशय अभिमानाने म्हणाला होता, 'का नाही राहू शकणार? मजेत राहीन.' त्याची ही हिमंत पाहून शैलजाला त्याचा अभिमान वाटला होता. त्यामुळे तिने कठोर मनाने प्रतिज्ञा केली होती की निरोपाच्या वेळी ती दुःख व्यक्त करणार नाही. पण काय माहीत कशी ती प्रतिज्ञा डोळयांतील आसवांसोबत वाहून गेली होती. दुसऱ्या दिवशी जाण्याची सर्व तयारी झाल्यावर विपिनला डोकेदुःखीसोबत असा कोणता आजार झाला की त्यामुळे त्याचे जाणे रद्द झाले. त्यानंतर डॉक्टर आले आणि औषधाची बाटली देऊन गेली. त्याने ती औषधाची बाटली गुपचूपपणे नालीत ओतून टाकली. अशा अनोख्या उपायाने त्याने आजार दूर केला. हे सर्व सांगता सांगता दिवस किती निघून गेला असता ते शैलजाला कळलेही नसते. अशा वेळी दूरच्या दरवाजावर कोणाचे शब्द पडतात न पडतात तोच शैलजा दचकून उठली होती. बिपिन बाबू ऑफिसवरून आले की नाही हे माहीत करून घेण्यासाठी गप्पा सुरू असतानाही शैलजाचे कान मात्र बाहेरच्या दरवाजाकडे लागलेले असत.

या सर्व गोष्टी म्हणजे कमला समोर गुलबकावलीचे फूल होते, असे काही नव्हते. काही अंशी त्याचा अभास तिलाही झाला होता. सुरूवातीचे काही महिने रमेशसोबत पहिलीच ओळख झाल्यावर मनातल्या मनात एखादी रागिणी छेडली जात असे. त्यानंतर शाळा सुटल्यावर कमला रोशनीकडे गेल्यावर तेव्हाही कधी कधी अशा अपूर्व संगिताच्या आणि अपूर्व नृत्याच्या लहरी तिच्या मनावर आघात करीत असत. त्याचा नेमका अर्थ आज तिला शैलजाच्या बोलण्यातून उमगला होता. अर्थात तिच्या मनातील हे सर्व दडलेले होते. त्यामध्ये साखळी नव्हती. त्यामुळे ती कोणत्याही निर्णयापर्यंत पोहचू शकली नाही. शैलजा आणि विपिनमध्ये जे एक प्रकारचे आकर्षण होते, ओढ होती. ते रमेश आणि तिच्यामध्ये कुठे होते? इकडे अनेक दिवसांपासून या दोघांचे बोलणे भेटणे बंद आहे. त्यामुळे तिच्या मनात आणखी एक प्रकारची भीती निर्माण झाली आहे. रमेशही तिला भेटण्यासाठी बाहेर बसल्या बसल्या विविध प्रकारे विचार करीत असतो. तो तिच्यासाठी कोणत्याही प्रकारे विश्वासास पात्र नव्हता.

याच दरम्यान रविवार आल्यावर मात्र शैलजा थोडी अडचणीत सापडली. आपल्या नवीन मैत्रिणीला बराच वेळ एकटे सोडण्याची तिला लाज वाटू लागली. शिवाय रविवारसारखा सुट्टीचा दिवस विनाकारण वाया जावा इतका त्याग करण्याचे सामर्थ्यही तिच्यामध्ये नव्हते. इकडे रमेशबाबूसोबत राहूनही कमला त्यांना भेटू शकली नाही तेव्हा सुट्टीच्या दिवशी आपल्या दुर्दैवाच्या नावाने खडे फोडीत तिला थोडा त्रास जाणवला. आहा! येन केन प्रकारे रमेश आणि कमलाची भेट झाली असती तर... !

अशा सर्व गोष्टींध्ये जेष्ठ आणि वडीलधाऱ्या मंडळीचा सल्ला काही चालत नाही. अर्थात चक्रवर्ती मात्र सल्ल्यासाठी आधार शोधणाऱ्यांपैकी नाहीत. आपण एका विशेष कामासाठी शहराच्या बाहेर जात असल्याचे त्यांनी घरी सांगितले. आज कोणीही बाहेरची व्यक्ती आपल्या घरी येणार नाही, हे त्यांनी रमेशला समजावून सांगितले. त्यामुळे जाताना आपण मुख्य दरवाजा बंद करून जात असल्याचेही सांगितले. ही गोष्ट त्यांनी आपल्या मुलीलाही सांगितली. कोणत्या गोष्टीचा काय अर्थ होतो ते त्यांना चांगल्या प्रकारे माहीत होते. शैलजा सर्व काही समजून घेणारी होती.

स्नान झाल्यावर शैलजा कमलाला म्हणाली, 'चल, मी तुझे केस विंचरून देते.' कमलाने खूप विरोध केला तरीही तिने आपल्या मनासारखेच केले.

त्यानंतर कपड्यांबद्दल दोंघीमध्ये खूप वाद झाला. तिने रंगीत साडी घालावी असे शैलजाला वाटत होते, तर कमलाला अशा प्रकारे रंगीत कपडे घालण्याचे काही कारण दिसत नव्हते. शेवटी शैलजाच्या समाधानासाठी तिला रंगीत साडी घालावीच लागली.

दुपारच्या जेवणानंतर शैलजाने आपल्या पतीच्या कानात हळूच काही तरी सांगितले आणि त्याच्याकडून थोड्या वेळासाठी सुट्टी घेतली. त्यानंतर ती कमलाला बाहेरील खोलीमध्ये जाण्यासाठी सतावू लागली.

त्याच्या आधी किती तरी वेळा कमला निंसकोचपणे रमेशकडे गेली होती. त्या बाबतीत समाजामध्ये काही लाज बाळगावी लागते, हे समजून घेण्याची तिला कधी संधीच मिळाली नाही. ओळखीच्या सुरुवातीच्या काळातच रमेशने तिच्या मनातील संकोच दूर घालविला होता. अशा निर्लज्ज वागण्यामुळे तिचा तिरस्कार किंवा धिक्कार करणारी तिची कोणी मैत्रिणही नव्हती.

आज मात्र शैलजाची विनंती पाळणे तिला अवघड वाटत होते. आपल्या पतीकडे शैलजा ज्या अधिकाराने जाते तो तिला समजले आहे. कमला मात्र दुसऱ्या बाजूला हा आपला अधिकार असल्याचेच समजत नसल्यामुळे दीन भावनेने ती आज रमेशकडे कशी काय जाऊ शकली असती?

कमला जेव्हा येन केन प्रकारे तयार झाल्यावर शैलजाला कळले की कदाचित तिने आज रमेशला मनातल्या मनात नक्की करून टाकले आहे. खरं तर ही सन्मान करण्यासारखीच गोष्ट आहे. किती तरी दिवस निघून गेले तरीही रमेशने काही कारणाने तिच्याशी भेटण्याचा प्रयत्न केला नव्हता.

त्यावेळी घराची मालकीन घराचा दरवाजा बंद करून जेवण करून झोपली होती. शैलजा विपिन जवळ जाऊन म्हणाली, ‘आज तुम्ही रमेशबाबूंना कमलाचे नाव सांगून आत बोलवा. बाबा काही बोलणार नाहीत आणि आईंना तर काहीच कळणार नाही.’

त्यावेळी रमेश जाजमावर लोळत एका पायावर दुसरा पाय ठेवून पायोनिअर वाचीत पडला होता. वाचण्याचा भाग संपल्यावर बिनकामाच्या जाहिरातींकडे तो लक्ष देत असतानाच तिथे विपिन आला. विपिन खोलीत आल्यावर आनंदी झाला. सोबत करण्यासाठी म्हणून विपिन एक नंबरची व्यक्ती होता. तरीही परदेशी ठिकाणी दुपारच्या वेळी विपिनचे येणे रमेशला खूप चांगले वाटले आणि तो म्हणाला, ‘या, विपिन बाबू, या.’

विपिनने न बसताच जरासे डोके खाजवल्यासारखे करीत म्हटले, ‘तुम्हाला तिने जरा आत बोलावले आहे.’

रमेशने विचारले, ‘कोणी? कमलाने?’

विपिन म्हणाला, ‘हो.’

रमेश थोडासा आश्चर्यचकित झाला. कमलाला आपली पत्नी म्हणून स्वीकारण्याचे रमेशने आधीच मनोमन मान्य केले होतो, पण त्याचे द्विधेमध्ये सापडलेले मन अनेक दिवसांपासून संधी मिळाल्यामुळे विश्रांती घेत होते. आपल्या कल्पनेतच कमलाला गृहिणीच्या पदावर विराजमान करून तो आपल्या मनाला भावी सुखाच्या धीराने उत्तेजित करून बसला होता. अर्थात त्याची फक्त सुरुवातच अवघड होती. गेल्या काही दिवसांपासून तो सातत्याने कमलापासून दूर दूर राहण्याचा सराव करीत होता. अचानक एकाच दिवशी तो हे कसे काय तोडू शकत होता? ते काही त्याला कळत नव्हते. त्यामुळेच भाड्याचे घर घेण्यासाठी तो घाई करीत नव्हता.

कमलाने बोलावल्याचे ऐकल्यावर रमेश मनातल्या मनात विचार केला की काही विशेष कारण असेल. आवश्यक बोलावणे असेल असे कळल्यावरही त्याच्या मनात एक लाट उसळली. पायोनिअर ठेवून तो बिपिनसोबत आत गेला तेव्हा मधूर गुंजारव करणाऱ्या कार्तिकीच्या आळसयुक्त दुपारचा अभास करून देत त्याचे मन थोडे चंचल झाले होते.

बिपिनने दुरूनच खोली दाखवली आणि गेला. कमलाला हे कळले होते की शैलजा तिच्या खोलीतून विपिनच्या खोलीत निघून गेली आहे. त्यामुळे ती उघड्या दरवाजाच्या चौकटीवर बसून समोरच्या बागेकडे पाहत होती. शैलजाने काय माहीत कशा प्रकारे पण कमलाच्या मनात आणि बाहेरही प्रेमाची पातळी उभारली होती. हलक्या उष्ण हवेमुळे जणू काही बाहेरील वृक्ष चरमरत थरथरत होते. त्याच प्रमाणे कमलाच्या हृदयातूनही राहून राहून एक खोलवर श्वास बाहेर पडून व्यक्त वेदनेच्या माध्यमातून तिच्या शरीरातही थरथर निर्माण करीत होता. अशा वेळी रमेशने आत येऊन मागून आवाज दिला, 'कमला.' तेव्हा ती दचकून उभी राहिली. तिच्या हृदयातील रक्तामध्ये लाटा उसळू लागल्या. ज्या कमलाला इतके दिवस रमेशसमोर विशेष लाज वाटत नव्हती, आज ती चांगल्या प्रकारे डोळे वर करूनही पाहू शकत नव्हती. तिचे कानशिले गरम झाली. आजची सजावट आणि भाव आवेशामध्ये रमेशने कमलाची नवीन मूर्ती पाहिली. अचानकपणे कमलाच्या या अभासामुळे तो आश्चर्यात पडला. तो हळूहळू कमला जवळ आला आणि एक क्षणभर उभा राहिल्यावर मधूर स्वरात म्हणाला, 'कमला, तू मला बोलावले आहेस?' कमला दचकून अनावश्यक उत्तेजनेने म्हणाली, 'नाही, नाही. नाही. मी कशाला बोलावू?'

रमेश म्हणाला, 'अशा प्रकारे बोलावण्यात काय चूक आहे, कमला?'

कमला दुप्पट सामर्थ्याने म्हणाली, 'नाही, मी बोलावले नाही.'

रमेश म्हणाला, 'तर मग ठीक आहे. तू बोलावल्याशिवायच मी आलो आहे. म्हणून माझा अपमान करून मला परत पाठवशील?'

कमला म्हणाले, 'तुमच्या येण्याचे कळल्यावर लोक नाराज होतील. तुम्ही जा. मी तुम्हाला बोलावले नाही.'

रमेश कमलाचा हात धरून म्हणाला, 'ठीक आहे. तू माझ्या खोलीत चल. तिथे बाहेरील कोणीही व्यक्ती नाही.'

कमलाने थरथरून अतिशय घाईघाईत रमेशच्या हातातून आपला हात सोडविला. बाजूच्या खोलीत जाऊन तिने दरवाजा बंद केला.

ही घरातील एखाद्या स्त्रीची करामत असावे, हे रमेशच्या लक्षात आले. हे समजल्यावर तो आनंदाने तिथून बाहेर पडला. शांत पडून पायोनिअर मधील जाहिरातीवरून तो आपली नजर फिरवू लागला. पण त्याच्या मनाचे समाधान झाले नाही. त्याच्या हृदयाच्या आकाशात रंगी बेरंगी भावनांचे ढग निर्माण होऊन इतस्तः फिरू लागले.

शैलजाने बंद दरवाजावर टकटक केली. कोणी दार उघडले नाही. तेव्हा तिने बंद दरवाजातून हात आत घालून कडी काढली. आत जाऊन तिने पाहिले की कमला जमिनीवर उबडी पडली असून दोन्ही हातात आपला चेहरा लपवून रडते आहे.

शैलजाला खूप आश्चर्य वाटले. अशी काय घटना घडली की त्यामुळे कमलाच्या मनावर इतका आघात झाला? ती गडबडीने तिच्या जवळ जाऊन बसली आणि तिच्या कानाजवळ आपले तोंड नेऊन मधूर स्वरात म्हणाली, 'काय झाले आहे? कशामुळे अशी रडते आहेस?'

कमला म्हणाली, 'तू त्यांना का बोलावून आणलेस? ही अतिशय वाईट गोष्ट आहे.'

कमलाच्या मनातील हा आकस्मिक आवेग तिला आणि इतरांना समजणे अवघड होते. किती दिवसांपासून एक गुप्त वेदना तिच्या हृदयात साचलीय, हे कोणालाच माहीत नाही.

कमला आज कल्पनेच्या जगावर अधिकार करून बसली होती. रमेश अगदी सहजपणे त्या जगात प्रवेशला असता, तर सुखाचीच गोष्ट होती, पण त्याला बोलावल्यामुळे सर्व काही राखेत जमा झाले होते. कमलाच्या सुट्टीच्या काळात तिला शाळेतच बंदी बनवून ठेवण्याची योजना, स्टीमरमधील रमेशची उदासिनता, हे सर्व तिच्या मनात फिरत होते. जवळ आल्यामुळेच येणे झाले होते, असे काही नव्हते. खरी गोष्ट काय आहे? हे गाझीपूरला आल्यावरच अतिशय सहजपणे   ती सर्व काही स्पष्टपणे समजू शकली होती.

शैलजासाठी मात्र या सर्व गोष्टी समजून घेणे अवघड होते. ती त्याची कल्पनाही करू शकत नव्हती की कमला आणि रमेशच्या मध्ये कोणता अडथळा आहे? तिने अतिशय प्रेमाने कमलाचे डोके आपल्या मांडीवर घेऊन तिला विचारले, 'बरं तर. रमेश बाबू काही तुला कठोर शब्दात बोलले का? बहुतेक ते त्यांना बोलावण्यासाठी गेले होते. त्यामुळे ते नाराज झाले का? ही सर्व माझी कारवाई आहे, हे तू का सांगितले नाहीस?'

कमला म्हणाली, 'नाही, नाही. ते काही म्हणाले नाहीत. पण तू त्यांना का बोलावले?'

शैलजा दुःखी होऊन म्हणाली, 'ठीक आहे. माझी चूक झाली. मला क्षमा कर.'

कमलाने घाईघाईने उठून शैलजाचा गळा धरून म्हटले, 'जा, तू जा आता. नाही तर बिपिन बाबू नाराज होतील.'

बाहेर आपल्या खोलीत असलेल्या रमेशने पायोनिअरवर नजर फिरवित फिरवित चिडून ते एका बाजूला फेकून दिले. त्यानंतर उठून बसत तो स्वतःशीच म्हणाला, 'नाही, आता नाही. उद्याच कलकत्त्याला जाऊन तयार होऊन परत येतो. कमलाला आपली पत्नी समजून स्वीकारण्यामध्ये जितका उशीर होत आहे, तितकाच मी वेळ वाया घालवित आहे.'

रमेशची कर्तव्यबुद्धी आज अचानक जागी होऊन सर्व प्रकारची द्विधा आणि संशय एका क्षणात ओलांडून गेली.

१९

कलकत्याला गेल्यावर आपले काम करून परत येण्याचे रमेशने ठरविले होते. कोलूटोलाच्या त्या गल्लीच्या काठावरही जायचे नाही, असे त्याने ठरविले होते.

रमेश दर्जिपाड्यामध्ये असलेल्या घरात थांबला. दिवसाचा वेळ अतिशय सहजपणे कामात गेला. उरलेला वेळ काही जात नव्हता. रमेश कलकत्यामध्ये ज्या गटाशी मिळून मिसळून राहत होता, त्यांना तो यावेळी आल्यावरही भेटला नव्हता. वाटेत कोणाची भेट होऊ नये, या भीतीमुळे तो खूपच सावध राहिला होता.

बळाचा वापर जितक्या अतिरिक्त स्वरूपात केला जातो, तितका त्याचा जोर कमी होत असतो. हेमनलिनीला आता तो कोणत्याही प्रकारे आपल्या मनात स्थान देणार नाही, असा विचार करणाऱ्या त्याच्या मनात रात्रभर हेमनलिनीचे विचार येत होते. विसरण्याचा संकल्प हाच आठवण्याचा जोरदार उपाय झाला होता.

रमेशला खरोखरच घाई असती तर खूप आधीच कलकत्यातील काम पूर्ण करून तो परतला असता. अर्थात सामान्य काम पूर्ण होता होता खूप वाढले होते. सामान्य काम खूप वाढले होते. शेवटीं सर्व काम पूर्ण झाले.

उद्या रमेश आधी काही कामासाठी अलहाबादला जाऊन मग गाझियाबादला परतणार होता. इतके दिवस त्याने धीर धरला होताच पण त्या धैर्याचा त्याला पुरस्कार मिळाला नव्हता. अर्थात निरोप घेण्यापूर्वी एकदा कोलुटोलाची लपून बातमी काढण्यात वाईट ते काय आहे.

आज कोलुटोलामधील त्या गल्लीत जाण्याचे नक्की करून एक पत्र लिहायला बसला. त्यामध्ये त्याने कमलासोबतचे आपले संबंध सुरूवातीपासून शेवटपर्यंत नमूद केले होते. आता गाझीपूरला परत गेल्यावर त्या लाचार आणि विवाहित कमलाला आपली पत्नी म्हणून स्वीकारण्याचे ठरविले असल्याचे त्याने लिहिले. अशा प्रकारे हेमनलिनीशी आपला प्रत्येक प्रकारे विरह होण्यापूर्वी खरी घटना पूर्ण पणे पत्रात लिहून तो निरोप घेणार होता.

पत्र लिहून पूर्ण झाल्यावर त्याने पाकिट बंद केले. अर्थात त्या पाकिटावर त्याने कोणाचे नाव मात्र लिहिले नाही. आतही कोणाच्या नावाचा उल्लेख केलेला नव्हता. संध्याकाळच्या वेळी रमेशने ते पत्र हातात घेऊन नेहमीच्या ओळखीच्या गल्लीमध्ये धडधडत्या छातीने प्रवेश केला. त्याचे पायही थरथरत होते. दरवाजा जवळ गेल्यावर त्याला आढळून आले की दरवाजा बंद आहे. वर पाहिल्यावर सर्व खिडक्या बंद होत्या. त्या घरात भयावह शांतता आणि आंधार आहे.

तरीही रमेशने दारावर थाप दिली. दोन - चार वेळा दार ठोठावल्यावर आतून एक नोकर दार उघडून बाहेर आला. रमेशने विचारले, 'कोण आहे, सुख्खन?'

नोकर म्हणाला, 'होय, बाबू.'

रमेशने विचारले, 'बाबू, कुठे गेले आहेत?'

नोकर म्हणाला, 'दिदीला घेऊन पश्चिमेकडील हवा खायला गेले आहेत.'

रमेशने विचारले, 'कुठे गेले आहेत?'

नोकर म्हणाला, 'हे मी सांगू शकत नाही.'

रमेशने विचारले, 'सोबत कोण कोण गेले आहे?'

नोकर म्हणाला, 'नलीन बाबू सोबत आहेत.'

रमेशने विचारले, 'हे नलीन बाबू कोण आहेत?'

नोकर म्हणाला, 'हे मला माहीत नाही.'

विचारल्यामुळे रमेशला कळून चुकले होते की नलिन बाबू कोणी तरी तरुण पुरूष आहेत. काही दिवसांपासून या घरी त्यांचे येणे-जाणे सुरू झाले आहे. आता रमेश हेमनलिनीचा त्याग करूनच निघाला होता. तरीही नलिन बाबूबद्दल मात्र त्याच्या मनात सदभावना निर्माण झाली नाही.

रमेशने विचारले, 'तुझ्या दिदीची तब्येत कशी आहे?'

नोकर म्हणाला, 'आता चांगली आहे.'

सुख्खन नोकराने ही गोष्ट समजून घेतली की या सर्व बातम्या कळल्यावर रमेश बाबू निश्चिंत आणि सुखी होतील. अंतर्यामी मात्र हे कळत होते की सुख्खनने चुकीचे समजले आहे.

रमेश म्हणाला, 'मला वरच्या घरात जायचे आहे.'

त्या नोकराने धूर ओकणारा केरोसिनचा दिवा घेऊन रमेशला वर घेऊन गेला. रमेश एखाद्या भूतासारखा त्या खोलीत फिरून आला. एक खुर्ची निवडून तिच्यावर बसला. त्याला आढळून आले की घरातील चीज वस्तू आणि सजावट सर्व काही पूर्वीसारखेच आहे. मध्येच हे नलिन बाबू कुठून टपकले आहेत? जीवनात कोणाच्या अभावामुळे जास्त दिवश शून्य स्थिती राहू शकत नाही. ज्या खिडकीमध्ये एके दिवशी हेमनलिनीसोबत उभे राहून शांत पावसाळ्यातील श्रावणाच्या सूर्यास्ताची आभा पाहत दोन्ही मनांचे मिलन झाले होते. त्या खिडकीमध्ये आता सूयाची आभा येत नाही का? जर समजा त्याच खिडकीमध्ये आता दुसरी एखादी युगल मूर्ती तयार होऊ लागली तर आधीच्या आठवणी त्यात अडथळा निर्माण करीत नाहीत? हळूच बोट उभे करून त्यांना तो दूर करीन? दुःखीत अभिमानाने रमेशचे मन फुलून आले होते.

दुसऱ्या दिवशी रमेश अलाहाबादला न जाता थेट गाझीपूरला गेला.

रमेश कलकत्त्यात जवळपास एक महिना राहून आला आहे. हा एक महिना कमलासाठी काही लहान नव्हता. कमलाच्या जीवनात एखाद्या विवाहित स्त्रीचा स्त्रोत अतिशय वेगाने वाहत येत होता. सकाळची आभा पाहता पाहता सकाळच्या ऊन्हामध्ये

फुलून येते. त्याच प्रमाणे कमलातील स्त्रीत्त्वही थोड्याच दिवसांत झोपेतून जागे झाले होते. शैलजाशी तिचा जर खूप जवळचा संबंध नसता, शैलजाच्या जीवनातील प्रेमाच्या प्रकाशाची छटा आणि प्रकाश तिच्या हृदयावर पडला नसता, तर काय माहीत किती दिवस त्याचा आधार शोधावा लागला असता.

या दरम्यान रमेशच्या येण्याला होणारा उशीर पाहून शैलजाच्या विशेष विंनंतीनुसार काकांनी कमलाच्या राहण्यासाठी गंगेच्या काठावर एक बंगला नक्की केला होता. थोडे थोडे सामान संग्रहित करून ते घर राहण्यायोग्य बनविण्यासाठी तयारी सुरू होती. नवीन घर संसारासाठी आवश्यकतेनुसार नोकर-नोकरानींचीही व्यवस्था करण्यात आली होती.

बऱ्याच दिवसानंतर रमेश गाझिपूरला परत आला तेव्हा त्याला काकाच्या घरात पडून राहण्याची काही आवश्यकता उरली नाही. एका दिवसानंतर कमलाने आपल्या नवीन संसारात प्रवेश केला.

बंगल्याच्या चारही बाजूला बाग लावण्यासारखी खूप मोठी रिकामी जागा आहे. दोन ओळीत असलेल्या मोठमोठ्या शिसमच्या रांगेमध्ये सावली असलेला रस्ता आहे. हिवाळयात गंगा नदीचा संकुचितपणा निघून गेल्यावर गंगा नदी आणि बंगल्याच्या दरम्यान खालची वाळू निघाली आहे. त्या रेतीमध्ये शेतकऱ्याने जागोजागी गहू पेरले आहेत. मधून मधून काही ठिकाणी टरबूज लावले जात आहेत. घराच्या उजव्या बाजूला गंगेच्या दिशेने एक मोठे लिंबाचे झाड आहे त्याच्या खाली पार बांधला आहे.

बरेच दिवस भाडेकरू न मिळाल्यामुळे घर आणि तेथील जमिन दुर्लक्षित राहिल्यामुळे बागेमध्ये फुले आणि रोपे काही राहिली नव्हती. तसेच घरही घाण झाले होते. कमलाला मात्र हे सर्व छान वाटले. गृहिणीचे पद मिळविण्याच्या नादात तिच्या दृष्टीला सर्व काही सुंदर दिसत होते. कोणत्या खोलीचा कशासाठी वापर करायचा, कोणत्या जमिनीत कोणते रोपटे लावायचे हे तिने मनातल्या मनात ठरवून टाकले होते. काकाच्या सल्ल्यानुसार कमलाने सर्व जमिन पेरण्याची व्यवस्था केली. स्वतः उभे राहून स्वंयपाक घरात चूल बनवून घेतली. त्याच्या बाजूच्या खोलीत भांडारघर, असे ज्या ठिकाणी जे काही बदल आवश्यक होते, ते सर्व काही करून घेतले. सर्व दिवसभर धुणे-धाणे करणे, झाडझूड करणे या कामांचा काही शेवट नव्हता. चहुबाजूला कमलाची ममता पसरू लागली होती.

घरातील कामांमध्ये स्त्रीचे सौंदर्य जसे विचित्र आहे, जसे मधूर आहे तसे दुसरे काही असत नाही. कमला आज सुद्धा त्याच कामात लागलेली पाहून रमेशला वाटले जणू काही पिंजऱ्यातून बाहेर पडलेला पक्षी आकाशात भराऱ्या घेत आहे. तिचा प्रसन्न चेहरा आणि तिचे चातुर्य यामुळे रमेशच्या मनात एक नवीन आश्चर्य निर्माण झाले होते.

इतके दिवस रमेशने कमलाला आपल्या जागी पाहिले नव्हते. आज त्याने तिला आपल्या नवीन गृहस्थीच्या शिखरावर पाहून सौंदर्यासोबत तिचा महिहाही अनुभवला.

कमलाच्या जवळ जाऊन रमेश म्हणाला, 'कमला, हे काय करीत आहेस? थकून जाशील.'

आपल्या हातातील काम जरासे थांबवून कमलाने रमेशकडे पाहिले आणि गोड हासून म्हणाली, 'नाही, मी काही थकणार नाही.'

रमेश तिचा अर्थ समजून घ्यायला आला होता. ते सर्व एखाद्या पुरस्कारासारखे समजून ती परत आपल्या कामाला लागली.

मुग्ध झालेल्या रमेशने पुन्हा एखाद्या कारणाने तिच्या जवळ जाऊन विचारले, 'तू काही खाल्ले आहेस का, कमला?'

कमला म्हणाली, 'चांगली पोटभर जेवले नाही म्हणजे उपाशी आहे, असे थोडेच आहे? केव्हाची खाऊन बसले आहे.'

रमेशला हे माहीत होते तरीही प्रश्नाच्या निमित्ताने कमलाचा थोडा फार आदर केल्याशिवाय त्याला राहवले नाही. रमेशच्या या प्रश्नाने कमलाही आनंदित झाली.

बोलण्याची साखळी पूर्ववत सुरू रहावी म्हणून रमेश कमलाला म्हणाला, 'कमला, आपल्या हाताने तू किती काम करशील? मलाही काही काम दे की.'

काम करणाऱ्या माणसामध्ये एक दोष असतो की, तो दुसऱ्याच्या कामावर जास्त विश्वास ठेवीत नाही. त्याला अशी भीती वाटत असते की जे काम आपण करू शकणार नाही ते काम दुसरी व्यक्ती करून बिघडवून तर टाकणार नाही ना? कमला हासून म्हणाली, 'नाही. हे सर्व काम तुमच्यासारख्याचे नाही.'

रमेश म्हणाला, 'पुरूष अतिशय सहनशील असतात. त्यामुळे पुरुषांसाठी तुम्हा स्त्रियांची अशा प्रकारची अवज्ञा आम्ही सहन करतो. तुमच्यासारखे बंड करीत नाहीत. तुझ्यासारखी मीही स्त्री असतो तर खूप भांडण केले असते. बरं, काकाला तर तू कामाला लावतेस. मी काय त्यांच्यापेक्षाही जास्त बिनकामाचा आहे?'

कमला म्हणाली, 'हे मला माहीत नाही. पण स्वंयपाकघरात झाडू मारण्याच्या कल्पनेनेच मला हासू येते. तुम्ही इथून बाजूला व्हा. इथे खूप धूळ उडेल.'

कमला सोबत बोलत राहण्याची मालिका सुरू ठेवण्यासाठी रमेश म्हणाला, 'धूळ तर कोणाचा विचार करीत नाही. ज्या डोळ्यांनी धूळ मला पाहते, त्याच डोळ्यांनी ती तुलाही पाहते.'

कमला म्हणाली, 'माझे काम आहे म्हणून मी धूळ सहन करते. तुमचे ते कामच नाही तर तुम्ही कशाला सहन करता?'

नोकरांच्या कानापर्यंत आवाज पोहचणार नाही, अशा उद्देशाने हळूवारपणे म्हटले, 'काम असो की नसो. तू जो काही त्रास सहन करीत आहेस, त्याचा काही भाग मी घेईन.'

कमलाची कानशिले गरम झाली. रमेशच्या प्रश्नाचे काहीही उत्तर न देता जरा

बाजूला होत ती म्हणाली, 'रमेश, इथे आणखी एक माठ पाणी घाला. किती चिखल झाला आहे ते दिसत नाही का? तो झाडू माझ्या हातात द्या तर खरं.' असे म्हणून हातात झाडू घेऊन ती स्वच्छता करू लागली.

रमेश कमलाला झाडू देत थोड्याशा व्यग्रपणाने म्हणाला, 'अगं कमला, हे काय करीत आहेस?'

त्याच वेळी मागून आवाज आला, 'काय आहे, रमेश बाबू? इथे बिनकामाचे कोणते काम चालले आहे? इंग्रजी शिकून तुम्ही लोक तोंडाने समानतेच्या गप्पा मारता. झाडू देण्याचे काम इतके तिरस्करणीय वाटते तर मग नोकराच्या हातात का झाडू देता? मी तर मूर्ख आहे. तुम्ही जर मला विचारले तर मी या सती मातेच्या हातात झाडूचा प्रत्येक धागा सूर्य किरणासारखा उज्ज्वल झालेला पाहतो. मुली, तुझे जंगल एका प्रकारे मी संपवून टाकले आहे. आता भाजी कुठे लावणार आहेस ते सांग?'

कमला म्हणाली, 'काकाजी, थोडा धीर धरा. माझी ही खोली स्वच्छ होत आली आहे.'

असे म्हणून कमला घराची स्वच्छता पूर्ण करून कबंरेला बांधलेल्या पदराने कपाळ झाकून काकाजी सोबत भाजीच्या शेताबद्दल सल्ला मसलत करू लागली.

अशा प्रकारे पाहता पाहता दिवस निघून गेला, पण घराची स्वच्छता काही अजून पूर्णपणे झाली नव्हती. गेल्या अनेक दिवसांपासून बंगला रिकामा पडला होता. बंद होता. आणखी दोन-चार दिवस स्वच्छता केल्यावर आणि खिडक्या दरवाजे बंद ठेवल्यामुळे ते घर राहण्यासारखे होईल, असे आता वाटत होते.

लाचार होऊन आज संध्याकाळनंतर काकाच्या घरीच आसरा घ्यावा लागला. त्यामुळे रमेशचे मन काहीसे लज्जीत झाले. आज संध्याकाळी आपल्या एकांत असलेल्या खोलीत दिवा लागेल आणि कमलाच्या लज्जायुक्त स्मिताच्या समोर रमेश आपले परिपूर्ण मन अर्पण करील, असेच स्वप्न रमेश आज दिवसभर पाहत होता. आणखी दोन चार दिवश लागतील हे लक्षात आल्यावर रमेश आपल्या न्यायालयविषयक कामासाठी अलहाबादला गेला.

दुसऱ्या दिवशी शैलने कमलाच्या घरी येऊन चिउड्याच्या खिचडीचे निमंत्रण दिले. विपिनच्या जेवणानंतर तो ऑफिसला निघून गेल्यावर शल खिचडी खाण्यासाठी कमलाच्या घरी आली. कमलाच्या विनंतीनुसार समोवारी काकांनी शाळा सोडून दिली होती. दोघांनी मिळून लिंबाच्या झाडाखाली पेटविलेल्या चुलीवर खिचडी टाकली. उमेश त्यांना मदत करण्यात गर्क होता.

स्वंयपाक तयार झाल्यावर आणि जेवणे झाल्यावर काकाजी घरात जाऊन दुपारची डुलकी घेऊ लागले. दोघी मैत्रिणी लिंबाच्या सावलीत बसून आपल्या नेहमीच्या गुज गोष्टी करू लागल्या. या गप्पामुळे कमलाच्या नजरेसमोर तो नदीचा किनारा, थंडीच्या

दिवसातील ते उबदार ऊन, झाडाची सावली सर्वच काही खूपच मजेदार झाले होते. या मेघ विहिन निळ्या आकाशात जितक्या उंचीवरून घारीचे फेऱ्या मारणे सुरू होते; कमलाच्या मनातील उद्देश आणि स्वप्ने तितक्याच उंचीवरून भरारी घेत होती.

संध्याकाळ व्हायच्या आधीच शैल खूप घाबरली. ही तिच्या पतीची ऑफिसवरून घरी परत येण्याची वेळ होती. कमला म्हणाली, 'एखाद्या दिवशीही तुमचा नियम मोडलेला चालत नाही?'

या प्रश्नाचे काहीही उत्तर न देता शैल कमलाची हनुवटी वर उचलून हासली. त्यानंतर तिने बंगल्यात जाऊन आपल्या सासऱ्यांना जागे केले आणि त्यांना म्हणाली, 'बाबा, मी घरी निघाली आहे.'

कमलाकडे पाहत काकाजी म्हणाले, 'मुली, तूही चल ना?'

कमला म्हणाली, 'नाही. माझे अजून काही काम बाकी आहे. ते काम झाल्यावर मी येते.'

आपला जुना नोकर आणि उमेशला कमला जवळ ठेवून काकाजी शैलजाला घरी पोहचविण्यासाठी गेले. तिकडे गेल्यावर त्यांना दुसरे काही काम होते म्हणून ते शैलला म्हणाले, 'मला परत यायला काहीसा उशीर होईल.'

कमलाने आपल्या घराची स्वच्छता पूर्ण केली तेव्हा सूर्य मावळला नव्हता. पायापासून डोक्यापर्यतं एक रॅपर पांघरून ती लिंबाच्या झाडाच्या सावलीला बसली होती. दूरवर नदीमध्ये दोन तीन नावा आपल्या शिडांवरून सोनेरी छटा घेऊन उभ्या राहिल्या होत्या. त्याच्या माग उंच आकाशात सूर्यास्त व्हायला लागला होता.

अशा वेळी उमेश काही तरी निमित्ताने तिच्या समोर उभा राहिला आणि म्हणाला, 'आई साहेब, बऱ्याच वेळापासून तुम्ही पान खाल्ले नाही. त्या घरातून येताना मी पान घेऊन आलो आहे.' असे म्हणून कागदात बांधून आणलेले अनेक पानाचे विडे त्याने कमलाच्या हातात दिले.

त्यावेळी संध्याकाळ झाल्याचे कमलाच्या लक्षात आले. ती झटपट उठली. उमेश म्हणाला, 'चक्रवर्ती बाबूंनी गाडी पाठविली आहे.'

गाडीवर स्वार होण्याच्या आधी कमलाने एकदा आपल्या घरात डोकावून सर्व काही व्यवस्थित असल्याची खात्री करून घेतली.

मोठ्या घरात हिवाळ्याच्या दिवसात शेकोटी पेटविण्यासाठी एक शेकोटी तयार करण्यात आली होती. त्याला लागूनच असलेल्या ओट्यावर रॉकेलचा मोठा दिवा जळत होता. त्याच ओट्यावर पानाची पुडी ठेवून ती आत काही पाहण्यासाठी जात होती. त्याच वेळी अचानकपणे कागदात गुंडाळलेले रमेशने आपल्या नावे लिहिलेले एक पत्र सापडले.

कमलाने उमेशला विचारले, 'हा कागद तुला कुठे सापडला?'

उमेश म्हणाला, 'बाबूजींच्या खोलीत एका कोनाड्यात पडलेला होता. तिथे झाडून काढताना मी उचलून आणला. '

कमला तो कागद उघडून वाचू लागली.

त्या दिवशी हेमनलिनीला रमेशने जे सविस्तार पत्र लिहिले होते, तेच ते होते. थोड्याशा वेंधळया स्वभावाच्या रमेशला आपल्या हातातून ती कधी गळून पडली तेही कळले नाही.

कमलाने ते पत्र वाचून पूर्ण केले. उमेश म्हणाला, 'आई साहेब, अशा प्रकारे शांतपणे का उभ्या राहिल्या आहात? रात्र झाली आहे.'

घरात भयानक शांतता पसरली होती. कमलाचा चेहरा पाहून उमेशला भीती वाटत होती. तो म्हणाला, 'आई साहेब, हे बघा, माझे म्हणणे ऐकत आहात ना? घरी परत चला. रात्र झाली आहे.'

थोड्या वेळानंतर काकांचा नोकर येऊन म्हणाला, 'आई साहेब, गाडी बऱ्याच वेळापासून उभी आहे. चला, आपण जाऊ या.'

शैलजाने विचारले, 'आज तुला बरे वाटत नाही का? डोक दुखतंय का?'

कमलाने विचारले, 'नाही तर. काकाजी काही कुठे दिसत नाहीत, कुठे गेलेत?'

शैल म्हणाली, 'शाळेला सुटी आहे. आजीला पाहण्यासाठी आईने त्यांना अलहाबादला पाठविले आहे. गेल्या काही दिवसांपासून आजीची तब्यात बरी नाहीये.'

कमलाने विचारले, 'ते कधी परत येतील?'

शैल म्हणाली, 'त्यांना येण्यासाठी जवळपास एक आठवडा वेळ लागू शकत. तू आपल्या बंगल्याची सजावट करण्यासाठी दिवसभर परिश्रम करतेस. त्यामुळे तुझी प्रकृती खूपच थकल्यासारखी वाटते. आज जरा लवकरच खाऊन पिऊन झोपी जा.'

खरं तर आता शैलला कमला सर्व गोष्टी सांगू शकली असती तर, तिचे मन खूपच हलके झाले असते; पण ती काही सांगण्यासारखी गोष्ट नव्हती. 'इतके दिवस मी ज्याला आपला पती समजत होते, खरं तर तो माझा पतीच नव्हता.' ही गोष्ट कोणाला सांगावी? शैलला तर कोणत्याही प्रकारे सांगता येणे शक्य नव्हते.

आपल्या झोपण्याच्या खोलीच दरवाजा बंद करून पुन्हा एकदा दिव्याच्या प्रकाशात रमेशचे चे पत्र घेऊन वाचीत बसली. जिला उद्देशून ते पत्र लिहिण्यात आले होते, त्यामध्ये तिचे नाव, पत्ता काहीच नव्हता. ती एक स्त्री असून रमेशसोबत तिचा विवाह नक्की झाला होता आणि कमालामुळेच त्यांच्या लग्नाच्या संबंधात दुरावा निर्माण झाल्याचे त्या पत्रावरून स्पष्ट होत होते. जिला हे पत्र लिहिण्यात आले होते, तिच्यावर रमेशचे प्रेम असल्याचे आणि त्याने तिला आपले मन अर्पण केल्याचे पत्रावरून लक्षात येत होते. नशिबाच्या घटनाचा फेरा म्हणून काय माहीत कुठून पण कमला त्याच्या मानगुटीवर येऊन बसली होती. त्या अनाथ मुलीसोबत दया दाखविण्याच्या प्रयत्नात

आपले प्रेम संबंध कायमस्वरुपी तोडून तिच्यापासून वेगळे होण्यासाठी तो तयार झाला आहे. अशा अनेक गोष्टी त्या पत्रातून स्पष्ट होत होत्या.

त्या रात्रीच्या वाळूमध्ये रमेशसोबत झालेल्या पहिल्या भेटीपासून गाजीपूरला येईपर्यंतच्या सर्व घटनांना मनातल्या मनात आठवत होती. इतके दिवस मनात सुप्त अवस्थेत असलेल्या या सर्व आठवणी आता जाग्या झाल्या होत्या.

रमेश तर नेहमीसाठी तिला परकी स्त्री समजत आला आहे. तिला घेऊन आपण काय करावे, या विचाराने तो सतत घाबरत असतो. इकडे दुसऱ्या बाजूला कमला मात्र खात्रीलायकरित्या त्याला आपला पती समजून त्याच्यासोबत संसार थाटण्याची स्वप्ने सजवित आहे. तिचीच लाज तिला आता एखाद्या तापलेल्या सळईप्रमाणे वारंवार चटके देत होती. रोद घडणाऱ्या विचित्र स्वरूपाच्या घटनांच्या आठवणीमध्ये ती जणू काही लाजून जमिनीमध्ये गाडली जात होती. ही लाज तिच्या जीवनासोबत एकरुप झाली होती. त्यापासून कोणत्याही प्रकारे तिचा उद्धार होणार नव्हता.

बंद दरवाजा उघडून कमला खिडकीच्या वाटेने घराबाहेर पडली. आंधारी हिवाळ्याची कुडकुडविणारी रात्र, काळे आकाश काळ्या दगडासारख थिजून गेले आहे. आकाशात स्वच्छ तारे चमकत आहेत.

समोर कमी उंचीच्या आंब्याची सावली जमिनीला भिडून जमिनीवर पसरलेला गडद आंधार आणखी गडद करीत आहे. कमला कोणत्याही प्रकारे काहीही विचार करू शकत नव्हती. ती थंड गवतावर बसली. लाकडाच्या मूर्तीसारखी निर्जीव झाल्यामुळे तिच्या डोळयांमधून आसवांचा एक थेंबही ओघळला नाही.

अशा प्रकारे ती किती वेळ बसून राहिली असती, हे कोणीही सांगू शकले नसते. पण कडाक्याच्या थंडीने तिचे मन हेलावून टाकले. तिचे सर्व शरीर थरथरायला लागले. बरीच रात्र झाल्यावर कृष्ण पक्षातील चंद्रोदयाने शांततेचा भंग केला. बागेतील आंधाराचा एक तुकडा कापण्यात आला. तेव्हा कमला हळूहळू घरात आली आणि तिने आतून दरवाजा बंद केला.

आपल्या खाटेजवळ शैलजा उभी असल्याचे कमलाने सकाळी डोळे उघडल्याबरोबर पाहिले. दिवस खूप वर आला असावा या विचाराने लाजलेली कमला आंथरुणावर उठून बसली.

शैलजा म्हणाली, 'नको, तू उठू नको. आणखी थोडा वेळ झोप. नक्कीच तुझी तब्येत चांगली नाही. तुझा चेहरा सुकल्यासारखा दिसत आहे. डोळयांखाली काळी वर्तुळे पडली आहेत. तुला काय झाले आहे, ते तरी मला सांग.' असे म्हणून कमलाजवळ बसून शैलजाने तिच्या गळयात हात टाकले.

कमलाचे मन भरून आले होते. तिच्या डोळयांमधील आसवे काही केल्या थांबायला तयार नव्हती. शैलजाच्या खांद्यावर डोके टेकवताच तिचा हुंदका फुटला. शैलजाने

काहीही न बोलता आपले दोन्ही हात तिच्या चेहऱ्यावरून फिरविले.

काही वेळानंर कमला अचानक शैलजाच्या जवळून उठून उभी राहिली. डोळे पुसून जोरजोरात हासू लागली. शैलजा म्हणाली, 'राहू दे, राहू दे. आता हासण्याची काहीच आवश्यकता नाही. मी खूप साऱ्या मुली पाहिल्या आहेत, पण तुझ्यासारखी आतल्या गाठीची काही कुणी बघितली नाही. माझ्यापासून सर्व काही लपवू शकशील, असे तुला वाटते? मला अशी मूर्ख समजू नको. मग सांगू का? अलाहाबादला गेल्यावर रमेशने तुला एकही पत्र पाठविले नाही. त्यामुळे तू चिडली आहेस आणि रुसून बसली आहेस. तो तिथे कामासाठी गेला आहे, ही गोष्ट तू समजून घ्यायला हवी. किमान दोन दिवसांत परत येतील. या दरम्यान त्यांना वेळ मिळाला नसेल. तरीही तू इतकी रागावली आहेस. तुला मी इतका उपदेश करीत असले तरीही तुझ्या जागी मी असते तर मीही हेच केले असते, हे मला माहीत आहे. असं खोटं खोटं रडणाऱ्या मुलींना खूप रडावं लागतं. मग हे रडणे दूर होऊन त्याच्या जागी हास्य येईल, तेव्हा त्याच्या जागी काहीही मागे उरणार नाही. असे म्हणून कमलाला हृदयाशी कवटाळून धरीत शैलजा म्हणाली, 'रमेश बाबूंना कधीही माफ करायचे नाही, असा तू आज विचार करीत असशील. असंच आहे ना? ठीक आहे, खरं सांग... '

कमला म्हणाली, 'होय, खरंच सांगते. '

कमलाच्या गालावर प्रेमाने चापटी मारीत शैलजा म्हणाली, 'अच्छा, असं आहे. चल, तर मग मी पैज लावते.'

कमलाशी बोलणे झाल्यावर शैलजाना अलहाबादला आपल्या वडिलांना पत्र लिहिले. त्यामध्ये लिहिले, 'रमेश बाबूंचे काहीही पत्र-निरोप न आल्यामुळे कमला काळजीत आहे. बिचारी एक तर नवी नवी दूर देशात आली आहे. अशात रमेश बाबू तिला एकटीला सोडून जातात आणि वर पत्रही लिहित नाहीत, त्यामुळे ती खूप काळजी करते. जरा त्याला समजावून सांगा. त्याचे अलहाबादमधील काम संपणार नाही का? तसे काम तर सर्वांनाच असते, पण कामामुळे काय दोन ओळींचे पत्र लिहियलाही वेळ मिळत नाही का?

काकांनी रमेशला भेटून आपल्या मुलीच्या पत्रातील महत्त्वाचा भाग त्याला सांगितला आणि त्याचा निषेध व्यक्त केला. रमेशचे मन कमलाकडे पूर्णपणे आकर्षित झाले होते, ही गोष्ट खरी असली तरीही अशा प्रकारे त्याचे मन आकर्षित झाल्यामुळेच त्याची द्विधा स्थिती वाढ़ली होती.

या द्विधेमध्ये सापडल्यामुळेच रमेश अलाहाबादवरून परत येत नव्हता. याच दरम्यान त्याने काकांकडून शैलच्या पत्रातील परिस्थिती ऐकली.

कमल रमेशसाठी विशेष निराशा व्यक्त करीत असल्याचे त्या पत्रातून स्पष्ट होत होते. लाज वाटत असल्यामुळे ती स्वतः आपली व्यथा प्रकट करू शकत नव्हती.

त्यामुळे रमेशच्या मनातील द्विधेच्या दोन शाखा पाहता पाहता एकरूप झाल्या. आता काही फक्त एकट्या रमेशच्या सुख-दुःखाचा प्रश्न नव्हता. कमलाही रमेशवर प्रेम करते. विधात्याने नदीच्या रेतीत त्यांची भेट घातली आहे. दोघांचे मनही एकत्र आणले आहे.

असा विचार करून जराही वेळ न लावता रमेश पत्र लिहायला बसला, 'लाडके,

कमला पत्राच्या सुरुवातीला तुझ्यासाठी वापरलेले संबोधन म्हणजे पत्र लिहिण्याची प्रचलित पद्धत समजू नकोस. या जगातील सर्वाधिक प्रिय व्यक्ती तूच असल्याचे मला वाटले नसते, तर मी तुला कधीही 'लाडके' लिहिले नसते. अजूनही तुझ्या मनात काही संशय किंवा शंका असेल तसेच कधी जाणता-अजाणता मी तुझे मन दुखावले असेल तर आज मी तुला मनापासून लाडके लिहित आहे. त्यामुळे तुझ्या सर्व शंका आणि वेदना कुठल्या कुठे गायब होतील. आता पर्यंत किती तरी वेळा माझे वागणे तुझ्यासाठी दुःखदायी असेल, यापेक्षा सविस्तर मी तरी दुसरे काय लिहिणार? म्हणून तू माझ्यावर खटला दाखल करणार असशील तर प्रतिवादी होऊन मी कधीही तुझे म्हणणे मोडून काढणार नाही. मी फक्त तुला इतकेच सांगतो की आज पासून तू माझी लाडकी आहेस. तुझ्यापेक्षा प्रिय असे या जगात माझ्यासाठी दुसरे कोणीही नाही. त्यामुळे माझ्या गुन्हेगारी वागण्याचे आणि असंगत अचरणाचे निराकारण होणार नसेल तर मग मात्र या जगात दुसऱ्या कशानेही काहीही होऊ शकणार नाही.

'म्हणूनच कमला आज मी तुला लाडके म्हणून आपल्या दोघांमधील सर्व प्रकारचा दुरावा आणि शंका-कुशंका दूर करतो. तुला लाडके लिहून मी आपल्या दोघांमधील प्रेमाचे भविष्यासाठी सुरुवात करतो. तुला माझी खूप खूप मनापासून विनंती आहे की, आज पासून तू माझ्या लाडके या संबोधनावर विश्वास ठेव. हे सर्व योग्य समजून तू आपल्या मनात ग्रहण केलेस तर कोणताही संशय ठेवण्याची किंवा काही विचारण्याची आवश्यकताच पडणार नाही.

'मला तुझे प्रेम मिळाले की नाही, असे या नंतर तुला विचारण्याची माझी हिमंत होत नाही. मी तसे विचारणारही नाही. माझ्या या अनुच्चारीत प्रश्नाचे उत्तर एके दिवशी तुझ्या ह्दयाकडून माझ्या ह्दयापर्यत येईल, यावर माझा ठाम विश्वास आहे. हे मी माझ्या प्रेमावरील विश्वासाने म्हणत आहे. खरं तर मी काही तशा प्रकारचे गर्वाने बोलत नाही, पण माझी साधना का फळाला येणार नाही? मी जे काही लिहित आहे, ते सामान्य का होत नाही, हे मला चांगल्या प्रकारे कळते. ते वाचण्यासाठी एखाद्या साहित्याकृतीसारखे वाटते. हे पत्र फाडून फेकून देण्याची इच्छा होते, पण जे काही मनात आहे ते सर्व व्यक्त करणारे पत्र लिहिणे आता तरी शक्य होणार नाही. समोरा समोरचे दोन दरवाजे उघडे असल्यावर त्यामधून कोणत्याही अडथळयाशिवाय हवा वाहते. हे माझ्या लाडके कमला, मी तुझे मन पूर्णपणे कधी उघडू शकेल?

'या सर्व गोष्टींची मिंमासा तर नंतरही होतच राहील. उगीच व्यस्त राहिल्याने काही होणार नाही. तुला हे माझे पत्र मिळेल त्याच्या दुसऱ्याच दिवशी मी गाझीपूरला आलेला असेल. मी गाझीपूरला आल्यावर आपल्या बंगल्यातच तुला पाहण्याची माझी इच्छा आहे. साधू-सन्यांसासारखे खूप दिवस घालविले आहेत, आता ते सर्व सहन होत नाही. आता या वेळी मी माझ्या घरात प्रवेश करणार आहे. माझ्या हृदय लक्ष्मीला गृह लक्ष्मीच्या रुपात पाहील. त्यावेळी दुसऱ्यांदा आपली शुभ दृष्टी असेल. आपली पहिल्यांदा झालेली शुभ दृष्टी भेट तुला आठवते? तिथे चांदण्या रात्री, त्या नदीच्या तीरावर, त्या वाळवंटी शांततेत. तिथे छत नव्हते, भिंती नव्हत्या. आई-वडील, भा- बहीण असे कोणीही अप्तस्वकीय नव्हते. ती घरापासून एकदम खूप दूर अंतरावर घडलेली गोष्ट आहे. जणू काही ते एक स्वप्न होते. तिथे दुसरे काहीच नव्हते. म्हणूनच एके दिवशी स्निग्ध आणि पवित्र सकाळच्या प्रकाशात खरोखरच त्या शुब दृष्टीला पूर्ण करण्याची माझी अपेक्षा आहे. पवित्र पौष महिन्याच्या सकाळी आपल्या घरात मला तुझी साधी आणि हासरी मूर्ती चीर जीवनाप्रमाणे माझ्या मनात अंकित करील. त्यासाठीच माझी वेडी विनवणी आहे. लाडके, मी तुझ्या हृदयाच्या अंगणात पाहुणा आहे, मला तसेच परत पाठवू नको.

प्रसाद मागणारा भिक्षुक - 'रमेश'.

२१

कोमेजून गेलेल्या कमलाला उत्साहित करण्यासाठी शैल म्हणाली, 'आज आपल्या बंगल्यात जाणारा नाहीस?'

कमला म्हणाली, 'नाही, आता काही त्याची आवश्यकता नाही.'

'तुमच्या घराची सजावट पूर्ण झाली?' शैलने विचारले.

कमला म्हणाली, 'हो. पूर्ण झाल्यासारखीच आहे.'

थोड्या वेळानंतर शैल परत आली आणि म्हणाली, 'तुला एक गोष्ट दिली तर तू मला काय देशील?'

कमला म्हणाली, 'माझ्याकडे देण्यासारखे आहेच काय, ताई?'

शैलने विचारले, 'काहीच नाही?'

कमलाच्या डोक्यावर थपकी मारीत शैल म्हणाली, 'जे काही तुझ्याकडे होते ते सर्व तू कोणाला तरी अर्पण केले आहेस असे वाटते. हे बघ, हे काय आहे?' असे म्हणून शैलजाने आपल्या पदराडून एक पत्र काढले.

त्या पत्राच्या पाकिटावरील रमेशचे अक्षर पाहून कमलाचा चेहरा पिवळा पडला. तिने जरा तोंड फिरविले.

शैल म्हणाली, 'व्वा, जी व्वा. आता नकार दिल्यामुळे प्रश्न सुटणार नाही. आता

खूप झाले. हे पत्र मिळविण्यासाठी आतून मनाची तडफड चालली असेल. तू तोंड उघडून मागितल्याशिवाय मी काही तुला देणार नाही. कधीच देणार नाही. पाहूया, तुझा हट्ट कधीपर्यंत चालतो ते.'

त्याच वेळी ऊमा साबणीच्या एका डब्याला दोरी बांधून तो ओढीत ओढीत तिथे घेऊन आली. म्हणाली, 'मावशी ग...'

कमलाने तिला पटकन उचलून घेतले आणि तिचे पटापट मुके घेत ती बेडरूमध्ये निघून गली. आपल्या गाडी चालविण्यात अडथळा आल्यामुळे उमा ओरडू लागली. कमलाने मात्र तिला काही केल्या सोडले नाही आणि तिला विविध प्रकारच्या गप्पा सांगून तिचे मनोरंजन करण्याचा प्रयत्न केला.

आत येऊन शैल म्हणाली, 'मी हारले. तुझा विजय झाला. मी असे करू शकत नाही. तू धन्य आहेस. हे घे तुझे पत्र. मी उगीच पापाची भगिदार कशाला होऊ?

असे म्हणून तिने बेडवर पत्र फेकले आणि उमाला उचलून घेऊन निघून गेली.

त्या पाकिटाला मागून पुढून पाहिल्यावर कमलाने ते उघडले. पहिल्या दोन-चार ओळींवर नजर जाच तिचा चेहरा लाजून चूर झाला. तिन पत्र टाकून दिले. पहिल्यांदा बसलेल्या धक्क्यातून सावरल्यावर मग तिने खाली पडलेले पत्र उचलून वाचायला सुरूवात केली. सर्व गोष्टी समजल्या की नाही, हे तिला माहीत नव्हते; पण आपल्या हाताला काही चिखल लागला आहे, असे तिला वाटत होते. तिने पुन्हा पत्र फेकून दिले. जी व्यक्ती आपला पती नाही, त्याच्या सोबत संसार करावा लागणार, त्यामुळेच हा अभिमान निर्माण झाला होता. रमेशने जाणून बुजून इतक्या दिवसानंतर तिचा अपमान केला होता. ग़ाझीपूरला आल्यानंतर कमलाने रमेशकडे आपले हदय सोपविले होते. ते त्याला रमेश समजून किंवा आपलाच पती समजून. रमेशचे ध्येयही असेच होते. त्यामुळेच अनाथ व्यक्तीबद्दल वाटणाऱ्या दयेमुळे त्याने आज हे पत्र लिहिले होते. नकळतपणे त्याने कमलाच्या समोर जे काही सादर केले होते, ते आज कमला कशी काय परत करू शकेल? कशा प्रकारे? इतकी लाज आणि तिरस्कार कमलामध्ये कशामुळे निर्माण झाला? तिने जन्म घेऊन कोणाचा काय गुन्हा केला होता? आता जणू काही घर या नावाने एखादा भयंकर प्राणी कमलाला गिळून टाकण्यासाठी येत होता. त्यापासून कमला कसा बचाव करू शकेल? दोन दिवसांपूर्वीकमलाने स्वप्नातही कधी कल्पना केली नव्हती की रमेश अशा प्रकारे वागू शकेल.

त्याच वेळी दरवाजात येऊन उमेश खाकरला. कमलाकडून काहीही प्रतिसाद न मिळाल्याचे पाहून तो म्हणाला, 'माताजी, आज सिंधू बाबंच्या घरी मुलीच्या लग्नासाठी कलकत्त्याहून रासधारियाची एक तुकडी आली आहे. '

कमला म्हणाली, 'चांगले आहे. तू जाऊन रास बघ.'

'उद्या सकाळच्यासाठी फुले तोडून आणायची आहेत?' उमेशने विचारले.

'नाही, नाही. काही आवश्यकता नाही.' कमला म्हणाली.

उमेश जायला निघाल्यावर अचानकपणे कमलाने त्याला आवाज दिला. म्हणाली, 'अरे उमेश, तू रास बघायला जात आहेस. हे घे पाच रुपये राहू दे.'

उमेशला आश्चर्य वाटले. रास पाहण्यासाठी पाच रूपयांची काय गरज पडणार होती? त्याने विचारले, 'आईसाहेब, शहरातून तुमच्यासाठी काही आणायचे आहे का?'

'नाही, नाही. मला काहीही नको आहे,' कमला म्हणाली. तू तुझ्याजवळ ठेव. तुझ्या उपयोगी पडतील.'

मूर्ख उमेश जायला तयार झाला तेव्हा कमलाने त्याला बोलावून विचारले, 'याच कपड्यामध्ये तू रास पहायला जाणार आहेस? लोक काय म्हणतील तुला?'

ही गोष्ट उमेशच्या गावीही नव्हती की लोक उमेशच्या नटण्याकडे लक्ष देतील. त्यामध्ये काही त्रुटी असतील तर टीका करतील. त्यामुळे धोतराचा पांढरेपणा आणि दुप्पटा नसणे याकडे काही त्याचे लक्ष गेले नाही. कमलाचा प्रश्न ऐकून उमेश काहीच न बोलता नुसता हासला.

कमलाने आपल्याकडे असलेली धोतर जोडी उमेशच्या समोर टाकली आणि म्हणाली, 'हे घे. वापर.'

धोतर जोडी आणि त्याचे काठ पाहून उमेश खूपच आनंदित झाला. त्याने कमलाच्या पायांवर वाकून प्रणाम केला. हास्य अडविण्याचा खोटा खोटा प्रयत्न करीत आपले तोंड वेडे वाकडे करून तो निघून गेला. उमेश निघून गेल्यावर कमलाने डोळ्यातील आसवे पुसली आणि खिडकीमध्ये जाऊन शांतपणे उभी राहिली.

शैलजाने तिच्या खोलीत येऊन हळूवारपणे विचारले, 'कमला, तुझे पत्र मला दाखविणार नाहीस?'

कमलापासून शैलजाने आपली कोणतीही गोष्ट लपवून ठेवली नव्हती. त्यामुळेच इतक्या दिवसानंतर संधी साधून शैलने ही मागणी केली होती.

कमला म्हणाली, 'ती तिथे पडली आहे, ताई. तूच पाहा की.' असे म्हणून तिने जमिनीवर पडलेल्या पत्राकडे इशारा केला. शैलजाने आश्चर्याने तिला विचारले, 'व्वा ग! अजून राग नाही गेला.' खाली पडलेले पत्र उचलून शैलजाने सर्व काही वाचून काढले. त्या पत्रामध्ये प्रेमाच्या अनेक गोष्टी लिहिलेल्या होत्या. तरीही हे असे कोणत्या प्रकारचे पत्र आहे? पुरूष आपल्या पत्नीला असे पत्र लिहितो! ही कोणत्या प्रकारे लिहिण्याची पद्धत आहे?' शैलने विचारले, 'तुझे पती कादंबरी लेखन करतात की काय?'

पती हा शब्द ऐकताच कमलाचे सर्व शरीर आणि मन संकुचित झाले. ती म्हणाली, 'मला माहीत नाही.'

शैलने विचारले, 'तर मग तू आज बंगल्यातच राहशील?'

कमलाने होकारार्थी मान हालविली.

शैल म्हणाली, 'मी आज संध्याकाळपर्यंत तुझ्यासोबत राहू शकतो. तुला माहीत आहे का? आज संध्याकाळी नृसिंह बाबूंची सून येणार आहे. आई, तुझ्यासोबतच येतील.'

कमला व्याकुळ होऊन म्हणाली, 'नाही, नाही. मी तिथे जाऊन काय करणार? तिथे नोकर-चाकर तर असतील की?'

शैल हासून म्हणाली, 'तिथे तुझे वाहन उमेशही आहे. मग तुला भीती कशाची?'

त्याच वेळी उमाला कुठून तरी एक पेन्सिल सापडली होती. भिंतीवर जागोजागी ती पेन्सिल ओढीत मोठ मोठ्याने ओरडत कोणत्या तरी अनोळखी भाषेत काही तरी बडबडत होती. तिच्या मते ती अभ्यास करीत होती. शैलने तिला तिच्या त्या काव्यरचनेतून बळजबरीने ओढून काढले. ती जोरजोराने ओरडत गोंधळ घालीत होती. कमला म्हणाली, 'तुला एक चांगली गोष्ट देते,चल.'

असे म्हणून ती तिला बेडरूममध्ये घेऊन गेली आणि आंथरूणावर बसवून खूप काही खाऊ घातले. तिने चांगली वस्तू मागितली तेव्हा कमलाने आपला बॉक्स उघडला आणि सोन्याच्या ब्रेसलेटची एक जोडी काढली. ही दुर्मिळ वस्तू मिळालेली पाहू उमा खूपच हारकून गेली. कमलाने ते तिच्या हातात घातले. ती डगमग करीत हातात सैलसर झालेले दागिने सांभाळीत हाच उंचावून आपल्या आईकडे गेली. आईला तिने ते अतिशय गर्वाने दाखविले. तिच्या आईने ते ब्रेसलेट परत करण्याच्या उद्देशाने अतिशय व्याकुळपणे तिच्या हातातून काढले. ती म्हणाली, 'कमला, तू अशी कशी वागतेस? अशा वस्तू तिच्या हातात कशाला देतेस?'

अशा वाईट वागण्यामुळे उमा जोरात ओरडली. कमला जवळ जात म्हणाली, 'ताई, ब्रेसलेटची ही जोडी मीच तिला दिली आहे.'

शैलजा आश्चर्यचकित होऊन म्हणाली, 'तू काय वेडी आहेस का?'

कमला म्हणाली, 'तुला माझ्या गळ्याची शपथ, ताई तू मला हे ब्रेसलेट परत करू नकोस. हा मोडून उमियासाठी हार बनवून घे.'

शैल म्हणाली, 'तुझ्यासारखी वेडी मुलगी मी अजून पाहिली नाही.'

असे म्हणून ती कमलाच्या गळ्यात पडली. कमला म्हणाली, 'आज तुमच्या घरून मी जात आहे, ताई. खूप सुखात राहिले इथे. असे सुख मला माझ्या उभ्या आयुष्यात मिळाले नाही.' असे बोलता बोलता तिचे डोळे वाहू लागले.

आपल्या डोळ्यांतून बाहेर पडणाऱ्या आसवाना थांबवित शैल म्हणाली, 'जणू काही तू खूप दूर जात आहेस, अशी तुझी सवयच आहे, कमला. तू कोणत्या प्रकारच्या सुखात राहिलीस ते मला चांगल्या प्रकारे माहीत आहे. आता तुझ्या मार्गातील सर्व अडचणी दूर झाल्या आहेत. आता तू सुखाने आपल्या घरात राज्य कर. कधी कधी आम्ही तिथे आलो तर आमच्याकडेही जरा लक्ष असू दे म्हणजे झालं.'

याच्या उत्तरादाखल कमला हो -नाही काहीच बोलली नाही.

बंगल्यात गेल्यावर उमेश आला असल्याचे कमलाला आढळून आले. ती म्हणाली, 'तू कुठे होतास? रास बघायला जायचे नाही का?'

उमेश म्हणाला, 'तुम्ही जर आज इथेच राहणार अससाल तर...'

कमला म्हणाली, 'ठीक आहे. तुला याची खूपच काळजी वाटते तर. तू रास बघायला जा. इथे बिशुन आहे. जा. उशीर करू नकोस.'

उमेश म्हणाला, 'रास सुरू व्हायला आणखी बराच वेळ आहे.'

कमला म्हणाली,'असू दे. तशीही लग्न घरी खूप धावपळ असते. चांगल्या प्रकारे पाहून ये.'

यावेळी तरी उमेशला अधिक उत्साहित करण्याची आवश्यकता नव्हती. त्याला जाण्यासाठी तयार असलेले पाहून जवळ बोलावित कमला म्हणाली, 'चाचाजी आल्यावर तू....?'

इतकेच बोलून ती गप्प झाली. पुढे काहीच बोलू शकली नाही. उमेश तिच्या चेहऱ्याकडे पाहतच राहिला. थोडा वेळ विचार करून कमला म्हणाली, 'चाचाजी, तुझ्यावर खूप प्रेम करतात, हे नेहमी लक्षात असू दे. तुला एखाद्या गोष्टीची गरज पडल्यावर त्यांना माझा नमस्कार सांगून त्यांच्याकडे मागून घे. समजले?'

या शिकवणुकीचा काहीही अर्थ न कळल्यामुळे 'ठीक आहे,' असे म्हणून उमेश तिथून निघून गेला.

संध्याकाळी बिशनूने विचारले, 'आईसाहेब, कुठे निघाला आहात?'

कमला म्हणाली, 'गंगास्नान करण्यासाठी जात आहे.'

बिशनू म्हणाला, 'मी सोबत येऊ का?'

कमला म्हणाली, 'नाही, तू घराकडे लक्ष ठेव.' असे म्हणून त्याच्या हातावर सहजपणे एक रूपया ठेवून ती निघून गेली.

२२

एका संध्याकाळी हेमनलिनी सोबत चहा घेण्याच्या अपेक्षेने आनंद बाबू तिला शोधण्यासाठी दोन मजली घराकडे निघाले. ती तिथे नव्हती. झोपण्याच्या खोलीतही नव्हती. नोकराला विचारल्यावर ती कुठे बाहेर गेली नसल्याचे कळले. त्यामुळे परेशान झालेले आनंद बाबू तिला शोधण्यासाठी वर छतावर गेले.

त्यावेळी कलकत्ता शहरातील अनेक चौकोणी आणि आयाताकृती छतांवर हेमंत ऋतूतील मळभ असलेले ऊन पडले होते. संध्याकाळच्या वेळी झुळू झुळू वारा वाहत होता. हेमनलिनी एका कोपऱ्यात बसली होती.

आनंदाबाबू तिच्या मागे येऊन अशा प्रकारे उभे राहिले की तिला त्याचा पत्ताही लागला नाही. शेवटी हळूहळू जवळ जाऊन आनंदाबाबूंनी तिच्या खांद्यावर हात ठेवला तेव्हा ती जराशी दचकली. त्यानंतर तिच्या चेहऱ्यावर लालिमा पसरला. हेमनलिनी त्या ठिकाणाहून झटपट उठण्याच्या आधीच आनंद बाबू तिच्या जवळ बसले. थोडा वेळ थांबून त्यांनी एक उसासा टाकला आणि म्हणाले, 'हेम, आज तुझी आई असती तर तुला अशा प्रकारे माझी काहीही आवश्यकता पडली नसती.'

असे बोलणे ऐकल्यावर ती जणू काही शुद्धीवर आली. तिने आपल्या वडिलांच्या चेहऱ्याकडे पाहिले. त्या चेहऱ्यावर किती करूणा, किती प्रेम आणि कोणती वेदना आहे? गेल्या काही दिवसांत त्यांच्या चेहऱ्यात बराच काही बदल घडून आला आहे. या जगामध्ये जणू हेमनलिनीच्या नात्यासारखा आंधार पसरला आहे. तिचा सर्व आवेग आपल्या शरीरावर झेलीत तो म्हातारा संघर्ष करीत आहे. ते आपल्या मुलीच्या जखमी आणि विदिर्ण हृदयाजवळ वारंवार येतात. तिला धीर देण्याचे सर्व प्रयत्न कूचकामी ठरल्यावर आज त्यांना हेमनलिनीच्या आईची आठवण झाली. त्या दोघांमधील प्रेमाच्या अक्षय नात्यातील ओलावा उसास्यांच्या स्वरूपात जाणवत होता. हेमनलिनीच्या समोर अचानकपणे हे सर्व एखाद्या वज्रासारखे जाणवू लागले. धिक्कारच्या आघाताने तिला आपल्या दुःखाच्या चक्रातून थोडा वेळ तरी बाहेर काढले. जी पृथ्वी तिच्या समोर एखाद्या सावलीसारखी आंधारात गडप झाली होती, तीच आता एक सत्य होऊन तिच्या समोर प्रकट झाली होती. अचानकपणे हेमनलिनीच्या मनात लाजेची भावना निर्माण झाली. ज्या आठवणींमध्ये ती एकदम बुडून गेली होती त्याची बळजबरी तिने आपल्या आजू बाजूला फटके मारून एकदम दूर केली होती. तिने विचारले, 'बाबा, आता तुमची तब्येत कशी आहे?'

तब्येत? तब्येत हाच तर निंदेचा विषय झाला आहे. आपल्या तब्येतीला आनंदा बाबू कित्येक दिवसांपासून विसरून गेले होते. ते म्हणाले, 'माझी तब्येत? माझी तब्येत तर खूप चांगली आहे. या वेळी माझा चेहरा फिक्कट पडला आहे तो माझ्या तब्येतीमुळे नाही तर तुझ्या तब्येतीच्या काळजीमुळे. आपली शरीरे काय माहीत कधीपासून टिकून आहेत. आपल्याला सहजपणे काहीच होत नाही. तुम्ही लोक आता या दिवसांत आहात. तुमच्याकडून काही जखम तर होणार नाही ना, अशी भीती वाटते.' असे म्हणत ते हळूहळू तिच्या पाठीवरून हात फिरवित होते.

हेमनलिनीने विचारले, 'बरं बाबा, आई गेली तेव्हा मी केवढी होते?'

आनंदा बाबू सांगू लागले, 'त्या वेळी तू तीन वर्षांची होती. थोडे थोडे बोलायला लागली होतीस. मला चांगल्या प्रकारे आठवते की आई कुठे आहे म्हणून तू मला विचारले होतेस.' तुझी आई आपल्या वडिलांच्या घरी गेल्याचे मी तुला सांगितले होते. तुझ्या जन्माच्या आधीच तुझ्या आईचे वडील वारले होते. तू तर त्यांना बघितलेही

नव्हते. माझे म्हणणे एकेल्यावर काहीच न कळल्यामुळे तू माझ्या चेहऱ्याकडे पाहत राहिलीस. थोड्या वेळानंतर माझा हात धरून तुझ्या आईच्या उदास खोलीत मला ओढत नेण्याचा तू प्रयत्न करू लागलीस. त्या शून्य वातावरणात मी तुला तुझ्या आईचा पत्ता सांगेल, असा तुला विश्वास वाटत होता. आपल्या वडिलांमध्ये खूप मोठे सामर्थ्य असल्याची तुला खात्री होती. जी खरी गोष्ट घडून गेली आहे, त्या बाबतीत तुझे वडीलही एखाद्या लहान मुलासारखे अक्षम आणि असाह्मा आहेत, ही साधी गोष्ट त्यावेळी तुझ्या लक्षात येत नव्हती. आजही हीच गोष्ट आठवते की माणूस किती दुबळा आणि असाह्य आहे. परमेश्वराने वडिलांच्या मनात आपल्या मुलांबद्दल प्रेम तर निर्माण केले आहे, पण क्षमता खूप कमी दिल्या आहेत.'

असे म्हणत म्हणत त्यांनी हेमनलिनीच्या कपाळावरून आपला उजवा हात फिरविला.

करूणेचा पाऊस पाडणारा आपल्या वडिलांचा हात आपल्या एका हातात घेतला आणि आपल्या दुसऱ्या हातानें ती त्याला हलकेच चोंभाळू लागली. कोणी तरी म्हणाले, 'आईची मला खूपच थोडी आठवण आहे. मला आठवते की दुपरच्या वेळी ती आंथरुणावर लोळत पुस्तक वाचीत असे. मला ते अजिबात आवडत नसायचे. तिच्या हातातील पुस्तक काढून घेण्याचा मी प्रयत्न करीत असे.'

त्या वेळी अशाच जुन्या आठवणी निघाल्या. आई कशी होती? काय करीत असे? त्या वेळी काय काय होत असे? असे सर्व काही आठवण्यातच सूर्यास्त झाला आणि आकाश मळभ साचलेल्या तांब्यासारखे दिसू लागले.

त्याच वेळी जिन्यावर योगेंद्रच्या पावलांचा आवाज ऐकून दोघांचे बोलणे थांबले आणि दोघेही दचकून उभे राहिले. आल्याबरोबर योगेद्रंने दोघांकडे कटाक्ष टाकून पाहिले आणि म्हणाला, 'आज काल याच छतावर हेमाची सभा भरते?'

योगेंद्र अधीर झाला होता. घरात रात्रंदिवस पसरलेल्या दुःखाच्या छायेने त्याला एखाद्या साधूसारखे बनविले होते. तरीही इष्ट मित्र आणि नातेवाईकांच्या घरी गेल्यावर हेमनलिनीच्या लग्ना विषयी विचारल्या जाणाऱ्या किंवा उपस्थित केल्या जाणाऱ्या प्रश्नांना त्याला उत्तर द्यावे लागत होते. त्यापासून दूर जाणेही अवघड झाले होते. तो सर्वांना फक्त इतकेच सांगत असे, 'हेमनलिनी खूपच डोक्यावर चढून बसली आहे. मुलींनी इंग्रजी कादंबऱ्या वाचल्यावर त्यांची अशीच अवस्था होते.' रमेशने आपल्याला सोडले आहे त्यामुळे आपणही त्याला आपल्या आसपास भटकू देता कामा नये, असा हेम विचार करीत असे. त्यामुळेच ती आजकाल खूप मोठ्या तयारीने ती आपले हृदय विदिर्ण करीत आहे. कादंबरी वाचून किती मुलींच्या नशिबात अशा प्रकारची प्रेमातील निराशा सहन करण्याची संधी मिळते?'

योगेंद्रच्या कठोर वचनांपासून आपल्या मुलीला वाचविण्यासाठी आनंदा बाबू म्हणाले, 'मी हेमासोबत काही बोलत होतो.' जणू काही त्यांनीच तिला बोलण्यासाठी वर आणले होते.

योगेंद्र म्हणाला, 'चहाच्या टेबलावर अशा प्रकारे बोलता येत नाही का? बाबा, तुम्ही फक्त आम्हाला वेडे करण्याचा प्रयत्न करीत आहात. अशा प्रकारे तर घरात राहणेही अवघड झाले आहे.'

हेमनलिनीने आश्चर्याने विचारले, 'बाबा, तुम्ही अजून चहा घेतला नाही?'

योगेंद्र म्हणाला, 'चहा म्हणजे काही कवीची कल्पना असत नाही. जी संध्याकाळच्या वेळी आकाशातील सूर्याच्या किरणांसोबत खाली टपकेल. अशा प्रकारे छताच्या कोपऱ्यात बसल्यावर चहा मिळत नाही.'

हेमनलिनीला वाटणारी लाज लवकरात लवकर दूर करण्यासाठी आनंदा बाबू म्हणाले, 'माझी तर आज चहा पिण्याची इच्छाच नाही.'

योगेद्रं म्हणाला, 'का बाबा? तुम्ही सर्व जण तपस्वी होणार आहात की काय? तेव्हा माझी काय अवस्था होईल? केवळ हवेवर जगणे माझ्याच्याने होणार नाही.'

आनंदा बाबू म्हणाले, 'नाही, नाही. तपस्येबद्दल आम्ही बोलत नाहीत. काल रात्री मला चांगली झोप लागली नाही म्हणूनच मी विचार करीत होतो की आज संध्याकाळी चहा घेऊ नये. त्यामुळे तब्येतीत काही फरक पडतो का ते मला पहायचे आहे.'

वास्तविक पाहता अशा प्रकारे हेमनलिनीसोबत संध्याकाळच्या वेळी गप्पा मारीत असताना चहाच्या कपाने अनेक वेळा आनंदा बाबूंना भूरळ पाडली आहे. तरीही आज मात्र ते फक्त चहासाठी उठू शकले नाही. बऱ्याच दिवसानंतर हेमनलिनी आज त्यांच्याशी चांगले बोलली होती. त्या एकांत छतावर दोघांध्ये अनेक चांगल्या गप्पा झाल्या होत्या. अशा प्रकारे खोल भावनेत गुंतलेल्या गप्पा कधीच झाल्या नव्हत्या. अशा प्रकारच्या गप्पा सुरू असताना त्यांना एका ठिकाणाहून दुसऱ्या ठिकाणी ओढून नेणे चांगले होणार नव्हते. इथून दूर करण्याचा प्रयत्न केला तरी घाबरलेल्या हरिणीसारखी तिची अवस्था होणार होती. त्यामुळेच आज आनंदा बाबूंनी चहाच्या कपाच्या बोलावण्याकडेही दुर्लक्ष केले.

आनंदा बाबूंनी चहा पिणे बंद करून निद्रानाशावर उपचार करायला सुरुवात केली आहे, यावर काही केल्या हेमनलिनीचा विश्वास बसला नाही. ती म्हणाली, 'चला बाबा, आपण चहा घेऊ.' त्यावेळी आनंदा बाबूला निद्रानाशाचा विसर पडून ते चहाच्या टेबलाच्या दिशेने धावले.

चहा पिण्याच्या खोलीत गेल्यावर तिथे अक्षय बसला असल्याचे आनंदा बाबूला आढळून आले. त्यांचे मन जरासे दचकले. हेमनलिनीचे मन आज जरा बऱ्यापैकी थाऱ्यावर आले आहे, असे त्यांना वाटत होते, पण अक्षयला पाहिल्यावर ती पुन्हा मनाने विदिर्ण होईल. तरीही त्यावर काही उपाय नव्हता. एका क्षणात हेमनलिनीही त्या ठिकाणी आली. तिला पाहताच अक्षय उठून उभा राहिला आणि म्हणाला, 'मग योगेंद्र, मी आता जातो.'

हेमनलिनीने विचारले, 'काय अक्षयबाबू, तुम्हाला काही काम आहे की काय? एक कप चहा तर घेऊन जा.'

हेमनलिनी असे म्हणाल्यामुळे घरातील सर्व जण आश्चर्यात पडले. अक्ष पुन्हा खाली बसत म्हणाला, 'तुम्ही नसताना मी आधीच दोन कप चहा पिऊन बसलो आहे. कोणी जास्तच आग्रहा केला तर आणखी दोन कप चहा घेऊ शकतो, हे कोणाला कसे सांगणार?'

हेमनलिनी हासून म्हणाली, 'चहाच्या कपासाठी तर कधी तुम्हाला आग्रह केला नाही.'

अक्षय म्हणाला, 'नाही. चांगल्या गोष्टींसाठी मी कधीच नाही म्हणत नाही. देवाने मला इतकी बुद्धी दिली आहे.'

योगेंद्र म्हणाला, 'ही गोष्ट लक्षात घेउन एखाद्या चांगल्या गोष्टीने तुला परत करू नये म्हणजे झालं. मी तुला असाच आशीर्वाद देतो.'

बऱ्याच दिवसानंतर आनंदा बाबूच्या चहाच्या टेबलावर अशा प्रकारे सहज सुंदर गप्पा रंगल्या होत्या . हेमनलिनी नेहमी शांत भावनेने हासत असे. आज मात्र तिच्या हासण्याच्या आवाज अधून मधून बोलण्यापेक्षाही वरच्या सूरात जात होता. ती हासत हासत आनंदा बाबूंना म्हणाली, 'बाबा, जरा अक्षय बाबूंच्या गप्पा पहा. गेल्या अनेक दिवसांपासून तुमची गोळी न खाताही ते बरे आहेत. त्यांच्यात थोडा जरी कृतज्ञपणा असता तर त्यांनी मान झुकविली असती.'

आनंदा बाबू खूपच आनंदी होऊन हासू लागले. बऱ्याच दिवसानंतर आज त्यांच्या गोळयाच्या आत्मिय डब्ब्यावर कोणी तरी आपले मत व्यक्त केले होते. त्या डब्ब्याला ते कौटुंबिक आरोग्याचे लक्षण समजत असत. त्यांच्या मनातून एक भावना दूर झाली.

ते म्हणाले, 'कदाचित यालाच विश्वासामध्ये हस्तक्षेप करणे म्हणत असावे. माझी गोळी खाणाऱ्यामध्ये फक्त एक अक्षय आहे. त्यालाही तुम्ही भडकविण्याचे काम करीत आहात.'

अक्षय म्हणाला, 'त्याला मी काही घाबरत नाही, आनंदा बाबू. अक्षयला अशा प्रकारे बहकविणे खूपच अवघड आहे.'

योगेंद्र म्हणाला, 'नकली नोटांप्रमाणे तुडविल्या गेल्याकडून पोलिस केस होण्याची शक्यता आहे.'

अशा प्रकारे हास्य विनोद करीत आनंदा बाबूच्या चहाच्या टेबलावरील भूत जणू काही बऱ्याच दिवसानंतर उतरले होते.

चहाच्या टेबलावरील सभा आज अशा प्रकारे लवकर संपली नसती, पण आज हेमनलिनीने चांगल्या प्रकारे वेणी घातली नव्हती. त्यासाठी ती निघून गेली. मग अक्षयलाही एक आवश्यक काम आठवले. त्यासाठी तोही निघून गेला.

योगेंद्र म्हणाला, 'बाबा, आता आणखी उशीर करण्यात अर्थ नाही. हेमनलिनीचा विवाह नक्की करून टाकायला हवा.'

आनंदा बाबू परेशान होऊन त्याच्या चेहऱ्याकडे पाहत राहिले. योगेंद्र म्हणाला, 'रमेश सोबतची सोयरिक मोडल्यामुळे समाजात खूप मोठ्या प्रमाणात कुजबूज करीत चर्चा सुरू आहे. त्यामुळे मी एकटा कधीपर्यंत लोकांना तोंड देत राहणार? सर्व गोष्टी उघड करून सांगण्यासारखी परिस्थिती असती तर लोकांशी संघर्ष करण्यात मलाही काही वाटले नसते. पण हेममुळे मी तोंड उघडून काहीही सांगू शकत नाही. उगीच्या उगीच गोष्टी कोणत्या थराला जातात. आता त्या दिवशी अखीलला धमकी द्यावी लागली. त्याच्या मनात जे काही आले तेच तो बोलला, असेही मला ऐकायला आले आहे. जर हेमचा विवाह लवकरात लवकर झाला तर सर्व गोष्टींचा आपोआप शेवट होईल. शिवाय मलाही बाह्या वर करून लोकांना धमक्या देत फिरावे लागणार नाही. माझे म्हणणे ऐका. आता उशीर करू नका.'

आनंदा बाबूंनी विचारले, 'पण तिचा विवाह कोणासोबत करणार?'

योगेंद्र म्हणाला, 'अशी एकच तर व्यक्ती आहे. जे काही प्रकरण झाले आहे आणि ज्या बाबतीती लोक चर्चा करून निरनिराळ्या वावड्या उठवितात. अशामध्ये फक्त एकटा अक्षयच राहिला आहे. त्याला कोणीही काहीही सांगून किंवा कोणत्याही प्रकारे बिघडवू शकत नाही. त्याला गोळी खाऊ घालण्याचा प्रयत्न केला तर तो गोळी खातो. विवाह करायचा म्हटले तर तो विवाहाला तयार आहे.'

आनंदा बाबू म्हणाले, 'वेडा झाला आहेस का, योगेंद्र? हेम अक्षयसोबत विवाह करणार नाही.'

योगेंद्र म्हणाला, 'तुम्ही मध्ये पडला नाहीत तर मी तिला तयार करतो.'

आनंदा घाबरून म्हणाले, 'नाही, योगेंद्र नाही. तू अजून हेमला ओळखले नाहीस. तिला काही दिवस शांतपणे राहू दे. तिला बिचारीला खूप त्रास सहन करावा लागला आहे. तिच्या विवाहासाठी अजून खूप वेळ आहे.'

योगेंद्र म्हणाला, 'मी तिला जराही त्रास होऊ देणार नाही. तुम्हाला काय वाटते, भांडण केल्याशिवाय मला दुसरी कोणतीही गोष्ट करता येत नाही?'

योगेंद्रमध्ये जराही धीर नाही. त्या दिवशी संध्याकाळी वेणी घालून हेम समोर आल्यावर योगेंद्र तिला म्हणाला, 'मला तुझ्याशी काही बोलायचे आहे.'

'काही बोलायचे आहे' असे ऐकल्यावर हेम थरथरली. योगेंद्र सोबत ती बैठकीत येऊन बसली. योगेंद्र म्हणाला, 'हेम, आपल्या बाबांची तब्येत कशी ढासळत चालली आहे, हे तर तुलाही चांगल्या प्रकारे माहीत आहे.'

हेमनलिनीच्या चेहऱ्यावर उद्वेगाची भावना पसरली. ती काहीच बोलली नाही.

योगेंद्र पुढे बोलू लागला, 'यावर लवकरात लवकर काही उपाय केला नाही तर ते

आणखी आजारी पडतील असे मला वाटते.'

आपल्या वडिलांच्या बिघडलेल्या आरोग्यासाठी आपल्यालाच जबाबदार धरले जाणार आहे, ही गोष्ट हेमनलिनीच्या लक्षात आली. ती खाली मान घालून अतिशय उदास मनाने आपल्या साडीच्या पदराशी खेळू लागली.

योगेंद्र म्हणाला, 'जे व्हायचे होते, ते होऊन गेले आहे. त्या बाबतीती कितीही बोलले तरी त्यामुळे फक्त आपल्यावर लाजण्याचीच पाळी येणार आहे. आता जर आपल्या बाबांना बरे करण्याची इच्छा असेल तर जितक्या लवकर होईल तितक्या लवकर या सर्व गोष्टी तोडून फेकून द्यायला हव्यात.'

इतके बोलून झाल्यावर हेमनलिनीकडून काही तर उत्तर मिळेल म्हणून तो तिच्या चेहऱ्याकडे शांतपणे पाहत राहिला.

हेम सलज्ज भावनेने म्हणाली, 'या सर्व गोष्टीसाठी मी आपल्या बाबांनी विरक्त करावे, अशी तर काहीही शक्यता नाही.'

योगेंद्र म्हणाला, 'तू असे काही करणार नाहीस, हे मला चांगल्या प्रकारे माहीत आहे. पण यामुळे इतरांची तोंडे तर बंद करता येत नाहीत.'

हेमने विचारले, 'तर मग मी काय करावे, ते तूच सांग.'

योगेंद्र म्हणाला, 'सर्वत्र ज्या प्रकारच्या गोष्टी सुरू आहेत, त्या थांबविण्याचा फक्त एकच उपाय आहे.'

त्याला काय म्हणायचे आहे ते कळल्यामुळे हेमनलिनी लवकरात लवकर म्हणाली, 'अशा वेळी बाबांना घेऊन पश्चिमेला फिरायला जाणे योग्य होणार नाही का? दोन-चार महिने फिरून आल्यावर सर्व भांडणे आणि समस्या आपोआपच नाहीशा होतील.'

योगेंद्र म्हणाला, 'त्यामुळेही आपल्याला जे हवे आहे ते होणार नाही. तुझ्या मनात काहीही क्षोभ नाही, ही गोष्ट बाबांना चांगल्या प्रकारे पटणार नाही तोपर्यंत त्याच्या मनावर दगडाचे ओझे राहील. तो पर्यंत ते कधीही चांगले राहू शकणार नाहीत.'

पाहता पाहता हेमनलिनीच्या दोन्ही डोळ्यात आसवे भरून आली. तिने घाई घाईने ती आसवे पुसून टाकली आणि म्हणाली, 'मग मी काय करायला हवे ते तूच सांग.'

योगेंद्र म्हणाला, 'ही गोष्ट तुझ्या कानांना कठोर वाटू शकते, हे मला माहीत आहे. पण सर्व बाजूने सर्व काही चांगले व्हावे असे वाटत असेल तर जराही उशीर न करता तू लग्न करायला हवे.'

हेमनलिनीच्या वर्मावरच घाव झाला. वेदनेने विव्हळत ती म्हणाली, 'दादा, तू मला अशा प्रकारे टोचून टोचून का बोलत आहेस? तुझ्या आवडीच्या पलिकडे जाऊन मी कधी तरी एखादी गोष्ट केली आहे का?'

योगेंद्र म्हणाला, 'तू काहीही म्हणाली नाहीस, हे खरे आहे. पण तू विनाकारण

आपल्या काही मित्रांवर द्वेष व्यकत करण्यातही संकोच दाखविला नाही. या जीवनात आतापर्यंत तुला जितकी म्हणून माणसे भटेली आहेत, त्या सर्वांमध्ये सुख-दुःख आणि मानापमानामध्ये तुझ्या बाजूने आपले मन स्थिर ठेवले आहे, तुझ्यावर मनापासून श्रद्धा ठेवली आहे, ही गोष्ट तर तुला मान्य करावीच लागेल. तुला सुखी ठेवण्यासाठी तिच व्यक्ती आपले जीवन अर्पण करू शकते. तुला असा पती हवा असेल तर त्याला कुठे शोधीत जाण्याची काहीच आवश्यकता नाही. तुला काव्य रचना करायची असेल तर तू...'

हेमनलिनी उभे राहून म्हणाली, 'अशा गोष्टी तू मला सांगू नकोस. माझ्याशी तसे काही बोलूही नकोस. बाबा, मला ज्या प्रकारची आज्ञा देतील आणि ज्याच्याशी लग्न करायला सांगतील, त्याच्याशीच मी लग्न करीन. मी असे वागले नाही तर मग मला काव्याची व्यथा सांग.'

योगेंद्र त्याच वेळी थोडासा मऊ पडला आणि म्हणाला, 'हेम, नाराज होऊ नको ताई. माझे मन थाऱ्यावर नसले की माझे डोके नीट काम करीत नाही, हे तर तुला माहीत आहे. अशा वेळी मनाला वाटेल ते मी बोलतो. मी तुला लहानपणापासून पाहिले आहे. लाजणे हा तुझा स्वाभाविक गुण असल्याचे तसेच बाबांवर तुझे खूप प्रेम असल्याचे मला चांगले माहीत आहे.'

असे म्हणत योगेंद्र आनंदा बाबूच्या खोलीत गेला. योगेंद्र आपल्या बहिणीला काय माहीत कशा प्रकारे त्रास देत असेल, याचाच विचार करीत आनंदा बाबू आपल्या खोलीत अस्वस्थ झाले होते. बहिण भावाच्या बोलण्यामध्ये दखल देण्यासाठी आपल्या ठिकाणाहून उठण्याचा वारंवार प्रयत्न करीत होते. त्याच वेळी योगेंद्र तिथे आला. आनंदा बाबू त्याच्या चेहऱ्याकडे पाहू लागले.

योगेंद्र म्हणाला, 'बाबा, हेम विवाह करण्यासाठी राजी झाली आहे. मी तिच्यावर काही बळजबरी केली आहे, असे अजिबात समजू नका. तुम्ही तिला सांगितले तर ती अक्षय सोबत विवाहालाही तयार होईल.'

'आपल्या तोंडून असे बोलण्यासाठी तुम्हाला संकोच वाटत असेल तर तुम्ही मला तशी आज्ञा द्या. मी तुमचा आदेश तिला सांगतो.'

आनंदा बाबू घाबरून म्हणाले, 'नाही, नाही. ला जे काही सांगायचे आहे ते मी स्वतःच सांगेन. पण त्यासाठी इतकी घाई करण्याची काय आवश्यकता आहे? माझ्या मतानुसार आणखी काही दिवस जाऊ द्यायला हवेत.'

योगेंद्र म्हणाला, 'नाही बाबा. उशीर केल्यामुळे अनेक समस्या निर्माण होऊ शकतात. त्यामुळे अशा प्रकारे आणखी दिवस वाय़ा घालविणे व्यर्थ आहे.'

योगेंद्रच्या हट्टा समोर बोलण्याची कोणाचही हिमंत होत नाही. तो जी काही जिद्द करतो, तिला पूर्ण केल्याशिवाय तो स्वस्थ बसत नाह. आनंदा त्यामुळेच मनातून त्याला

घाबरतात. कमीत कमी विषय बदलण्याच्या उद्देशाने ते म्हणाले, 'ठीक आहे, मी सांगतो.'

योगेंद्र म्हणाला, 'बाबा, हे सर्व सांगण्यासाठी आजचाच दिवस उपयुक्त आहे. तुमच्या आदेशाची वाट पाहत ती ओसरीमध्ये बसली आहे. जे काही व्हायचे ते होवो, पण आजच सर्व काही संपवून टाका.'

आनंदा बसल्या बसल्या विचार करू लागले. योगेंद्र म्हणाला, 'बाबा, तुमच्या विचार करण्याने काहीही होणार नाही. जरा हेमकडे चला...'

आनंदा बाबू म्हणाले, 'ठीक आहे. मी एकटाच तिच्याकडे जातो.'

योगेंद्र म्हणाला, 'ठीक आहे. तोपर्यंत मी इथेच बसून राहतो.'

आनंदाने खोलीत जाऊन बघितले, तिथे सर्वत्र आंधार पसरलेला होता. एका कोपऱ्यातून झटपट उठण्याचा त्यांना आवाज आला. त्यानंतर भरलेल्या आवाजात त्यांना ऐकू आले, 'बाबा, दिवा विझला आहे. नोकराला पुन्हा लावायला सांगू का?'

दिवा विझल्याचे कारण आनंदा बाबू चांगल्या प्रकारे ओळखून होते. ते मुलीला म्हणाले, 'राहु दे मुली. आता दिव्याची किंवा प्रकाशाची काहीच गरज नाही. त्यानंतर हाताने चाचपडत ते हेमनलिनीच्या जवळ येऊन बसले.

हेम म्हणाली, 'बाबा, तुम्ही आपल्या प्रकृतीची काळजी घेत नाहीत.'

आनंदा म्हणाले, 'त्याचे एक विशेष कारण आहे, मुली. शरीर चांगले आहे, हे माहीत असल्यामुळेच मी त्यासाठी काही विशेष प्रयत्न करीत नाही. आता जरा तूच आपल्या प्रकृतीकडे आणि शरीराकडे लक्ष दे, हेम.' हेमनलिनी दुःखी होऊन म्हणाली, 'तुम्ही सर्व जण एक सारखेच बोलत आहात. हे अजिबात योग्य नाही, बाबा. मी तर एखाद्या साधारण व्यक्तीसारखी आहे. मी माझ्या शरीराची काळजी घेत नसताना मला कोणी पाहिले आहे? तुमच्या मतानुसार मी माझ्या शरीराची योग्य प्रकारे काळजी घेत नसेल तर मग मला त्याच वेळी का सांगत नाहीत? मी कधी तरी तुमचे म्हणणे ऐकले नाही, असे झाले आहे का बाबा?' तिचे हे अखेरचे शब्द कंठात दाटून आले होते.

आनंदा बाबू व्यथित झाले. ते म्हणाले, 'कधीच नाही, मुली. तुला कधी काही सांगावे लागले नाही. तू माझी मुलगी आहेस. त्यामुळे तुला माझ्या मनातील गोष्टी कळतात. तू माझी इच्छा ओळखून सदैव वागत असतेस. माझ्या एकांत मनातील आशीर्वाद आहेस. त्यामुळे देव तुला नेहमी सुखी ठेवो.'

हेम म्हणाली, 'बाबा, तुम्ही मला आपल्या सोबत राहू देणार नाहीत का?'

आनंदा बाबू म्हणाले, 'का नाही ठेवणार, मुली?'

हेम म्हणाली, 'कमीत कमी दादाची नवरी येईपर्यंत तरी राहू द्या. मीच राहिले नाही तर तुमची काळजी कोण घेईल?'

आनंदा म्हणाला, 'माझी काळजी कोण घेईल, असा विचार करू नको, मुली. मला

स्वतःला पाहण्यासाठी तुझे डोळे हवे आहेत. तुझी इच्छा हवी आहे. माझे स्वतःचे काय आहे?'

हेम म्हणाली, 'बाबा, खोलीत खूप आंधार पसरला आहे. दिवा लाऊ का?' असे म्हणून तिने शेजारच्या खोलीतून कंदिल आणून ठेवला. मग म्हणाली, 'गेल्या अनेक दिवसांपासून संध्याकाळच्या वेळी वेगवेगळया भानगडी निर्माण होत राहिल्यामुळे तुम्हाला पेपर वाचून दाखविता आला नाही. आज वाचू का?'

आनंदा बाबू उठून म्हणाले, 'ठीक आहे. थोडा वेळ थांब मुली. मग मी ऐकतो.' असे म्हणून ते योगेंद्रकडे गेले. आज काही बोलणे झाले नाही. नंतर कधी तरी होईल, असे त्याला सांगावे असा त्यांच्या मनात विचार आला. पण योगेंद्रने विचारले, 'काय झाले, बाबा? लग्नाबद्दल काय म्हणाली?' त्यावर ती म्हणाली, 'होय म्हणाली.' योगेंद्र स्वतः जाऊन तिला आणखी त्रास देणार नाही ना, अशी त्यांना भीती वाटत होती.

योगेंद्र म्हणाला, 'ती नक्कीच लग्नाला तयार झाली असेल.'

आनंदा म्हणाला, 'होय, एक प्रकारे तयार झालीच असे समज.'

योगेंद्र म्हणाला, ' मग मी अक्षयला जाऊन सांगू का?'

आनंदा घाबरून म्हणाले, 'नाही, नाही. अक्षयला आताच काही सांगू नको. इतकी घाई केल्यामुळे काम बिघडूही शकते. आताच कोणाला काहीही सांगण्याची आवश्यकता नाही. जमलं तर आम्ही एकदा हवा पालट करण्यासाठी पश्चिमेला जाऊन येतो. त्यानंतर सर्व काही ठीक होईल.'

यावर काहीही उत्तर न देता योगेंद्र निघून गेला. त्याने आपल्या खांद्यावर चादर घेतली आणि तो थेट अक्षयच्या घरी गेला. अक्षय त्यावेळी एका इंग्रजी व्यक्तीने लिहिलेले पुस्तक घेऊन बूक किपिंग शिकत होता. योगेंद्रने त्याच्या समोरील वह्या पुस्तके दूर सारीत सांगितले, 'हे सर्व काम नंतर कर. आधी आपल्या लग्नाचा दिवस नक्की कर.'

अक्षय म्हणाला, 'हे काय सांगतो आहेस?'

दुसऱ्या दिवशी सकाळी उठल्यानंतर तयार होऊन हेमनलिनी बाहेर आली तेव्हा आनंदा बाबू आपल्या झोपण्याच्या खोलीमधील खिडकीजवळ खुर्ची ओढून बसले असल्याचे पाहिले. त्या खोलीत काही फारसे सामान नव्हते. एक खाट आणि एक कपाट. एका भिंतीला आनंदा बाबूच्या कैलासवाशी पत्नीचा एक फोटो लटकत होता. त्याच्या बरोबर समोरच्या भिंतीवर त्यांच्या त्याच पत्नीने आपल्या हाताने तयार केलेला एक वॉल पिस टांगलेला होता. त्यावर तिने आपल्या हाताने वेल बुट्टी काढली होती. त्यांची पत्नी जिवंत असताना कपाटामध्ये जो काही तुकडे वगैरे पडले होते, ते आजही तसेच्या तसे आहेत.

वडिलांच्या मागे उभे राहून पिकलेले केस काढून टाकण्याच्या निमित्ताने त्यांच्या डोक्यातून आपली नाजूक बोटे फिरवित हेमनलिनी म्हणाली, 'बाबा, चला आज

सकाळी लवकरच सकाळचा चहा घेऊ. त्यानंतर घरात बसून तुमच्या त्या जुन्या गोष्टी ऐकते. त्या सर्व गोष्टी मला इतक्या चांगल्या वाटतात की सांगायलाच नको.'

हेमनलिनीच्या बाबतीत आनंदा बाबूंची समजूत इतकी तीव्र झाली आहे की तिने चहा पिण्यासाठी घाई करण्याचा अर्थ समजून घेण्यात त्यांना जराही वेळ लागला नाही. काही वेळानंतर अक्षय तिथे येऊन बसणार होता. त्याच्यापासून बचाव करण्यासाठी घाई घाईने चहा पिऊन तिला आपल्या वडिलांच्या एकांत खोलीत बसायचे होते. ही गोष्ट त्याच वेळी त्यांच्या लक्षात आली. वाघाच्या भीतीने एखाद्या हरिणीने जीव घेऊन पळत सुटावे त्याप्रमाणे आपल्या मुलीला वागताना पाहून आनंदा बाबूंच्या मनाला खूप यातना झाल्या.

त्यांनी खाली जाऊन पाहिले की नोकराने अजून चहासाठी पाणी गरम करून ठेवले नव्हते. त्यामुळे ते त्याच्यावर अचानक नाराज झाले. आज तुम्ही वेळेच्या आधीच चहा मागत असल्याचे त्याने समजावून सांगण्याचा प्रयत्न केला. सर्व नोकर आज काल बाबू झाले आहेत, त्याना जागे करण्यासाठी आणखी एक नोकर ठेवण्याची गरज पडत आहे, असेच काहीसे आनंदा बाबू बडबडत होते.

नोकराने लवकरात लवकर चहासाठीचे पाणी आणून दिले. आनंदा बाबू नेहमी इतरांबरोबर गप्पा मारीत हळूवारपणे चहा घेत असत. आज मात्र त्यांनी तसे काहीही न करता घाईत चहा पिऊन टाकला. हेमनलिनी आश्चर्याने म्हणाली, 'बाबा, आज तुम्हाला कुठे बाहेर जायचे आहे का? घाईत आहात का?'

आनंदा बाबू म्हणाले, 'कुठेही नाही. हिवाळ्याच्या दिवसांत गरम चहाचे घोट घेतल्यामुळे शरीरात उष्णता निर्माण होते. त्यामुळे शरीर जरा हलके होते.' अशा प्रकारे आनंदा बाबूचे शरीर हलके होण्याच्या आधीच अक्षय सोबत योगेंद्र तिथे आला. आज अक्षयच्या कपड्यामध्ये विशेष चमक दिसून येत होती. हातामध्ये चांदीच्या मुठीची छडी, डाव्या हातामध्ये बदामी रंगाच्या कागदी वेष्टनात गुंडळलेले पुस्तक होते. इतर दिवशी अक्षय टेबलाच्या ज्या कोपऱ्यात बसत असे तिथे न बसता आज त्याने आपली खुर्ची हेमनलिनीच्या जवळ ओढली आणि हासून म्हणाला, 'तुमचे घड्याळ आज वेगात धावते आहे, असे दिसते.'

हेमनलिनीने अक्षयच्या तोंडाकडे पाहिले नाही. तसेच तिने त्याच्या म्हणण्याला काही प्रतित्युत्तरही दिले नाही. आनंदा बाबू म्हणाले, 'हेम, चल मुली जरा वर जाऊ. माझे गरम कपडे जरा उन्हाला टाक.'

योगेंद्र म्हणाला, 'बाबा, ऊन काही कुठे पळून जात नाही. इतकी काय घाई आहे? हेम, अक्षयला चहा दे. मग मलाही दे.'

अक्षय हासून हेमनलिनीला म्हणाला, 'कर्तव्य पालनाच्या तुलनेत इतका मोठा आत्मत्याग कुठे बघितला आहे का?'

हेमनलिनीने अक्षयच्या बोलण्याकडे लक्ष न देता चहा बनविला. एक कप अक्षयला तर दुसरा कप योगेंद्रकडे सरकवला. त्यानंतर तिने आनंदा बाबूंच्या चेहऱ्याकडे पाहिले. आनंदा बाबू म्हणाले, 'ऊन वाढल्यावर जास्त त्रास होतो. चला, आता वर जाऊ या.'

योगेंद्र म्हणाला, 'आज काही कपडे ऊन्हात वाळत घालू नका. अक्षय आला आहे.'

आनंदा बाबू अचानकपणे चिडून म्हणाले, 'प्रत्येक गोष्टीमध्ये तुमची बळजबरीच असते. तुम्ही फक्त हट्ट करीत असता. त्यामुळे कोणाला काही त्रास होतो किवा कसे याच्याशी तुम्हाला काही घेणे-देणे असत नाही. तुम्हाला फक्त आपली गोष्ट पूर्ण करण्याशीच संबंध असतो. मी शांतपणे खूप काही सहन केले आहे. आता मात्र तसे काही चालणार नाही. बाळ हेम. उद्यापासून वरच्या खोलीतच बसून आपण चहा घेऊ.'

असे म्हणत हेमला सोबत घेऊन आनंदा बाबू वरच्या खोलीमध्ये जाण्यासाठी तयार झाले. तेव्हा हेम शांतपणे म्हणाली, 'बाबा, जरा बसा. आज तुम्ही चांगल्या प्रकारे चहा पिऊ शकले नाहीत. या कागदात गुंडाळलेले हे कोणते रहस्य आहे ते मी विचारू शकते का अक्षय बाबू ?'

अक्षय म्हणाला, 'फक्त विचारायचे काय? तुम्ही हे रहस्य उघडही करू शकता.' असे म्हणून त्याने ते कागदाचे बंडल हेमनलिनीच्या पुढे सरकवले.

हेमने उघडून पाहिले. फीत बांधलेली टेनिसन होती. अचानक आश्चर्यचकित झाल्यामुळे तिच्या चेहऱ्याचा रंग पिवळा पडला होता. बरोबर आहे, अशाच प्रकारे फीत बांधलेली टेनिसन तिला पूर्वीही एकदा भेट म्हणून मिळाली होती. ते पुस्तक आजही तिच्या झोपण्याच्या खोलीतील कपाटात खूप काळजीपूर्वक आणि सुरक्षित ठेवलेले आहे.

योगेंद्र हासून म्हणाला, 'रहस्य अजून पूर्णपणे उघड झालेले नाही.' असे म्हणून त्याने पुस्तकाचे पहिले पान उघडून ते तिच्या समोर धरले. त्या पानावर लिहिले होते, 'श्रीमती हेमनलिनीला अक्षयकडून भक्ति भावनेने दिलेली भेट.'

त्या वेळी हेमच्या हातातून ते पुस्तक जमिनिवर गळून पडले. त्याच्याकडे न पाहताच ती वडिलांना म्हणाली, 'बाबा, चला आपण जाऊ या.'

दोघेही त्या खोलीच्या बाहेर निघून गेले. योगेंद्रच्या दोन्ही डोळ्यांच अंगार पेटला. तो म्हणाला, 'नाही, मी आता हे सहन करू शकत नाही. कुठे ना कुठे शाळा मास्तराची नोकरी शोधून मी इथून निघून जाईल.'

अक्षय म्हणाला, 'अरे बाबा, तू उगीच संतापतोस. तू हे चुकीचे समजू नकोस असे ी तुला आधीच सांगितले होते. तू वारंवार धीर दिल्यामुळेच मी विचलित झालो होतो. तरीही मी तुला खात्रीपूर्वक सांगतो की माझ्या बद्दल हेमनलिनीचे मन कधीही बदलणार नाही. त्यामुळे ही आशा सोडून दे. ज्या मुळे ती रमेशला विसरून जाईल यासाठी खरं म्हणजे तुम्ही लोकांनी प्रय्न करायला हवेत.'

योगेंद्र म्हणाला, 'तू आमचे कर्तव्य तर सांगितले आहेस, पण त्यावर उपाय काय?'

अक्षय म्हणाला, 'जणू काही माझ्याशिवाय या जगात दुसरा कोणीच तरूण नाही. त्यामुळे आता लवकरात लवकर अशी एखादी व्यक्ती शोध की ज्याला पाहिल्यावर ऊन्हात कपडे वाळत घालण्याची इच्छा तीव्र होणार नाही.'

योगेंद्र म्हणाला, 'फक्त आवड सांगितल्यामुळे तर अशी व्यक्ती मिळणार नाही.'

अक्षय म्हणाला, 'तू लगेच हिमत का हारतोस? अशा व्यक्तीचा पत्ता मी देऊ शकतो, पण घाई केल्यामुळे सर्व प्रकरण वाया जाऊ शकते. आधीच विवाहाचा प्रस्ताव मांडून दोन्ही पक्षाकडील मंळीला शाशंक केल्याने चालणार नाही. हळूहळू भेटी-गाठी होऊ दे. त्यानंतर मग वेळ पाहून मुहूर्त नक्की करावा.'

योगेंद्र म्हणाला, 'मार्ग तर चांगला आहे, पण ती व्यक्ती कोण आहे ते तर कळू दे.'

अक्षय म्हणाला, 'तू त्याला चांगल्या प्रकारे ओळखत नाहीस. तरीही तू त्याला पाहिले आहेस. तेच आपले नलिनाक्ष डॉक्टर.'

योगेंद्र म्हणाला, 'नलिनाक्ष?'

अक्षय म्हणाला, 'चकित कशाला होतोस? ब्रह्म समाजात त्याच्याबद्दल वाद उठला आहे. पण म्हणून काय झाले? फक्त वादासाठी अशी व्यक्ती नाकारणार का?'

योगेंद्र म्हणाला, 'मी हात ओढल्यावर भांडे माझ्या हातातून सुटणार असेल तर मग चिंता कशाची? पण नलिनाक्ष लग्नाला तयार होतील का?'

अक्षय म्हणाला, 'तो आजच तायह होईल, असे मी तरी सांगू शकत नाही. पण प्रयत्न केल्यावर काय म्हणून होत नाही? योगेंद्र माझे म्हणणे ऐक. उद्या नलिनाक्षचे व्याख्यान आहे. त्या व्याख्यानाला हेमनलिनीला घेऊन जा. तो तसे चांगले बोलतो. स्त्रीयांचे मन आखर्षित करण्याची त्याच्याकडे अतिशय चांगली क्षमता आहे. अरेरे, अबोध अबलांना हे कळत नाही की, वक्ता असलेल्या पतीपेक्षा श्रोता असलेला पती खूपच चांगला असतो.'

योगेंद्र म्हणाला, 'पण नलिनाक्षचा इतिहास काय आहे?'

अक्षय म्हणाला, 'हे बघ योगेंद्र, इतिहासात काही उणिव निघाली तर त्यामध्ये खूप खोलात जाऊ नको. थोडासा वाईटपणा दूर केल्यामुळे दुर्मिळ गोष्टीही सहज साध्य होतात.मी तर त्याला लाभ समजतो.'

अक्षयने सांगायला सुरुवात केली. नलिनाक्षचे वडील राजवल्लभ फरीदपूर जिल्ह्यातील एक लहान- मोठे जमिनदार होते. त्यांनी आपल्या वयाच्या तीसाव्या वर्षीच ब्राह्मो धर्माची दीक्षा घेतली. त्यांच्या पत्नीने मात्र कोणत्याही प्रकारे आपल्या पतीच्या धर्माचा स्वीकार केला नाही. आपल्या आचार विचारात अतिशय सावधपणा बाळगून ती आपल्या पतीसोबत आपल्या स्वातंत्र्याचे रक्षण करीत जगत होती. यामुळे राजवल्लभ यांचाच फायदा झाला. त्यांचा मुलागा नलिनाक्षने वक्तृत्तव शक्तीच्या आधारे योग्य

वयात ब्रह्मो समाजात प्रतिष्ठा मिळविली. त्यांनी सरकारी डॉक्टर म्हणून काम करतांना बंगाल मधील अनेक ठिकाणी राहून यश मिळविले.

याच दरम्याने एक विचित्र घटना घडली. राजवल्लभ म्हातारपणी एका विधवेशी विवाह करायला तयार झाले. त्यांना कोणीही समजावू शकले नाही. आपली सध्याची पत्नी योग्य सहचारिणी नाही, असे राजवल्लभ म्हणू लागले. जिच्यासोबत धर्म, मत, व्यवहार आणि मन जुळले आहे तिला पत्नी न बनविणे म्हणजे पापच होईल. अनेक प्रकारे टीका आणि निंदा झाली तरीही त्यांनी त्या विधवेशी हिंदु परंपरेनुसार लग्न केले.

त्यानंतर नलिनाक्षंची आई घर सोडून काशीला जायला निघाली तेव्हा नलिनाक्षने रंगपूर येथील डॉक्टी सेवा सोडली आणि तो आईकडे आला. तो आईला म्हणाला, 'आई, मी ही तुझ्यासोबत काशीला येतो.'

आई रडत रडत म्हणाली, 'माझ्या सोबत राहिल्यामुळे तुला काहीही मिळणार नाही. मग विनाकारण का त्रास सहन करतोस?'

आईने खूप समजावले तरीही नलिनाक्ष काही ऐकला नाही. तो तिच्यासोबत काशीला गेला. आईने विचारले, 'बाळा, घरात सून आणणार नाहीस का? ' नलिनाक्ष खूप मोठ्या संकटात पडला. नलिनाक्षने खूप त्रास सहन केला आहे, पण ब्रह्मो समाजाशिवाय दुसऱ्या ठिकाणी लग्न करायला तो तयार नसावा, असा आईने विचार केला. ती दुःखी होऊन म्हणाली, 'बाळा, माझ्यासाठी नेहमी सन्यांशी बनून राहशील की काय? असे होऊ शकणार नाही. तुझी जशी इच्छा असेल तसे लग्न कर. माझी काहीही अडकाठी असणार नाही.'

नलिनाक्षने दोन दिवस विचार करून सांगितले, 'तुला जशी हवी आहे तशीच सून मी तुझ्यासाठी आणतो.जिच्यामुळे तुला दुःख होईल, अशी मुलगी सून म्हणून आणणार नाही.'

अशा प्रकारे बोलणे झाल्यावर नलिनाक्ष बंगालमध्ये निघून गेला. त्यानंर काय घडले याबाबत विविध प्रकारची मते आहेत. कोणी म्हणते त्यांनी एका गावात जाऊन एका अनाथ मुलीशी गुपचूपपणे विवाह केला आणि विवाहानंतर लगेच त्याला पत्नीचा विरह सहन करावा लागला. कोणी त्यांच्यावर संशय घेते. मला असे वाटते की लग्न करण्याच्या वेळी त्यांनी नकार दिला.

जे काही असेल ते असो, पण अक्षयच्या मतानुसार नलिनाक्ष ज्या मुलीला पसंत करील, तिच्याशीच तो विवाह करू शकतो. त्याची कोणत्याही प्रकारचा अक्षेप घेणार नाही तर उलट त्यामुळे सुखीच होईल. हेमनलिनीसारखी मुलगी नलिनाक्षला कुठे मिळेल? तसेच काहीही झाले तरी हेमचा स्वभाव चांगला आहे, त्यामुळे ती आपल्या सासूवर खूप माया आणि प्रेम करील. कोणत्याही प्रकारे तिला त्रास देणार नाही, याबाबत संशय बाळगण्याचे काहीच कारण नाही. हेमला नलिनाक्षने दोन दिवस पाहिले तरीही ही गोष्ट त्याला चांगल्या प्रकारे समजेल. म्हणूनच कोणत्याही प्रकारे का होईना दोघांचा परिचय करून द्यायला हवा, असे अक्षयचे मत आहे.

अक्षय निघून गेल्यावर योगेंद्र दुसऱ्या माळ्यावर गेला. वरच्या बसण्याच्या खोलीत हेमनलिनीच्या जवळ बसून आनंदा बाबू गप्पा मारीत असल्याचे त्याला आढळून आले. योगेंद्रला पाहून आनंदा बाबू जरासे लाजले. आज चहाच्या टेबलावर त्यांना राग आला होता. त्यामुळे त्यांचे मन व्यथित झाले होते. म्हणूनच ते झटकन आदराच्या स्वरात म्हणाले, 'ये योगेंद्र, बैस.'

योगेंद्र म्हणाला, 'बाबा, आज काल तुम्ही कुठे बाहेर जाणे अजिबात बंद केले आहे. दोन्ही व्यक्तीचे रात्रंदिवस अशा प्रकारे घरात बसून राहणे चांगले वाटते का?'

आनंदा म्हणाले, 'तर मग ऐक. मी तर नेहमीच या कोपऱ्यात बसून आपला वेळ घालविला आहे. हेमला कुठे बाहेर न्यायचे म्हणजे त्यासाठी खूप मोठी डोकेदुःखी सहन करावी लागते.'

हेम म्हणाली, 'मला का दोष देता, बाबा? मला कुठे घेऊन जायची तुमची इच्छा असेल तर चला, मी येते.'

हेमनलिनी आपल्या स्वभावाच्या विरूद्ध गोष्टी घडल्यावरही आपण दुःखी नसल्याचे ती बळजबरीने सिद्ध करण्याचा प्रयत्न करते. फक्त याच कारणामुळे ती घरात राहत नाही.

योगेंद्र म्हणाला, 'बाबा, उद्या एक बैठक आहे. हेमला घेऊन तुम्ही तिथे जा.'

अशा प्रकारे एखाद्या बैठकीला जाणे हेमनलिनीला आवडत नाही, हे आनंदा बाबूंना चांगले माहीत होते. त्यामुळेच ते काहीही न बोलता हेमच्या तोंडाकडे पाहत राहिले.

हेमने त्यावेळी आपल्या स्वभावाच्या विरूद्ध उत्साह दाखविला आणि म्हणाली, 'बैठक? तिथे कोणाचे व्याख्यान होणार आहे, दादा?'

योगेंद्र म्हणाला, 'डॉ. नलिनाक्ष.'

आनंदा बाबू म्हणाले, 'नलिनाक्ष!'

योगेंद्र म्हणाला, 'ते खूप चांगले बोलतात. याशिवाय त्यांचा इतिहासही आश्चर्यचकित करणारा आहे. त्याग, स्वीकार आ ठामपणा. असा माणूस होणे दुर्मिळ आहे.' याच्या दोन तास आधी काही अफवांशिवाय योगेंद्रला नलिनाक्षबाबत काहीही माहीत नव्हते. हेम अतिशय आग्रहाने म्हणाली, 'चांगली गोष्ट आहे. बाबा, मग चाला ना. आपण त्यांचे व्याख्यान ऐकायला हवे.'

२३

सभा संपल्यावर आनंदा बाबू हेमनलिनीसोबत घरी परत आले तेव्हा संध्याकाळ झाली होती. चहा प्यायला बसल्यावर आनंदा बाबू म्हणाले, 'आज खूप छान वाटले.'

चहा घेतल्यावर हेमनलिनी हळूहळू वर गेली. ही गोष्ट आनंदा बाबूंच्या लक्षातही आली नाही.

नलिनाक्ष जे काही बोलला ते प्रभाव निर्माण करणारे होते. तारुण्यातही त्यांच्यामध्ये बालपणीचे लावण्य होते, तरीही त्यांचा आंतरात्मा एक प्रकारे ध्यानमग्नतेचे गांभीर्य विखुरणारा होता.

त्यांच्या भाषणाचा विषय 'क्षती' होता. या जगामध्ये जी व्यक्ती काहीही गमावत नाही, तिला काही मिळतही नाही, असे त्यांचे म्हणणे होते. त्याच प्रमाणे आपल्या हातात येणारे सर्व काही आपण मिळवू शकत नाही. त्याग करून आपणे ते मिळवितो तेव्हा खऱ्या अर्थाने ते आपल्या हृदयाचे धन होते. जे काही निसर्ग संपन्न आहे, त्याच्या समोरून बाजूला झाल्यावर जी व्यक्ती ते गमावते, ती दुर्दैवी असते. खरं तर एखाद्या गोष्टीचा त्याग करून ती जास्त प्रमाणात मिळविण्याची क्षमता माणसांच्या मनामध्ये असते. आपले जे काही जात असते, त्याच्या बाबतीत आपण नम्र होऊन हात जोडून असे म्हणू शकलो की, 'आम्ही जे काही दिले ते आमचे त्यागाचे दान आहे. तेव्हा लहान व्यक्ती मोठी होते. अनित्य नित्य होते. तसेच आपल्या व्यवहारातील साहित्य जे फक्त पूजेचे साहित्य होऊन आपल्या अंतःकरणातील देव मंदिरात असलेले रत्न भांडार चिरसंचित होते.'

आज हेच शब्द हेमनलिनीच्या मनात सारखे गुंजत होते. आकाशातील झगमगत्या ताऱ्यांच्या खाली ती छतावर शांतपणे आणि परिपूर्ण मनाने बसली होती.

व्याखानाच्या सभेवरून परत आल्यावर योगेंद्र म्हणाला, 'अक्षय, तू चांगल्या व्यक्तीला शोधून काढले आहेस. हा तर सन्यांशी आहे. त्याच्या आर्ध्या गोष्टी तर मला कळल्याच नाहीत.'

अक्षय म्हणाला, 'रुग्णाची स्थिती पाहून औषध पाण्याची व्यवस्था करायला हवी. हेमनलिनी रमेशच्या आठवणीत आकंठ बुडालेली आहे. त्या आठवणीतून आपण तिला सन्यांशाशिवाय आपल्यासारखी सामान्य माणसे बाहेर काढू शकत नाहीत. तो बोलत असताना तू हेमकडे पाहिले होतेस?'

योगेंद्र म्हणाला, 'पाहत तर होतो. तिला चांगले वाटत असल्याचे मला जाणवले. पण फक्त चांगले बोलल्यामुळे कोणाच्या गळ्यात कोणी वरमाला घालीत नाही.'

अक्षय म्हणाला, 'तेच भाषण आपल्यापैकी कोणाच्या तोंडी चांगले वाटत नाही. तुला हे कळत नाही, योगेंद्र. तपस्वी व्यक्तीसाठी स्त्रियांच्या मनामध्ये एक विशेष आकर्षण असते.'

योगेंद्र म्हणाला, 'नलिनाक्ष आपल्या सारख्या लोकांच्या समजण्याच्या पलिकडे आहे, हीच खरी गोष्ट आहे. अशा व्यक्तीला सोबत घेण्याची मला भीती वाटते. एका दोषापासून सुटका मिळविण्यासाठी दुसऱ्यामध्ये अडकून पडावे लागेल.'

अक्षय म्हणाला, 'अरे बाबा, तू तर आपल्याच दोषात अडकला आहेस. त्यामुळेच आज लाल रंगाचे ढग पाहून तुला दहशत वाटते. रमेशच्या बाबतीत तुम्ही सर्व जण

सुरुवातीपासून आंधळे होतात. असा मुलगा दुसरा कोणी असूच शकत नाही. रमेशला छल-कपट काय असते ते माहीतच नाही, असे तुम्हाला वाटत होते. तत्त्वज्ञानाच्या भाषेत तर रमेशला दुसरा शंकाराचार्यच म्हणायला हवे. साहित्याच्या बाबीतत बोलायचे तर तो म्हणजे जणू काही एकोणीसाव्या शतकातील सरस्वतीचा पुरूषच आहे जणू. मला तर तो सुरूवातीपासूनच आवडत नव्हता. महात्म्यांची भक्ती करणे चांगली गोष्ट असली तरी त्याच्याशी आपल्या बहिणीचे लग्न लाऊन देणे, ही काही चांगली गोष्ट नाही.'

योगेंद्र म्हणाला, 'हे बघ अक्षय, तू लाख वेळा म्हणालास तरीही आमच्या आधी तू रमेशला ओळखले होतेस, यावर मी विश्वास ठेवणार नाही. अर्थात नलिनाक्षही मला काही आवडला नाही.'

अक्षय आणि योगेंद्र आनंदा बाबूच्या चहा पिण्याच्या खोलीमध्ये आले. हेमनलिनीने त्या दोघांना येताना खिडकीतून पाहिले होते. तेव्हा ती जरासे हासून आनंदा बाबूंच्या जवळ जाऊन बसली. आपल्या हातातील चहाचा कप भरीत ती म्हणाली, 'नलिनाक्ष बाबू जे काही बोलतात, ते सर्व हृदयापासून असते. त्यामुळे त्यांचे बोलणे थेट हृदयाला जाऊन भिडते.'

आनंदा बाबू म्हणाले, 'त्या माणसात क्षमता आहे.'

अक्षय म्हणाला, 'फक्त क्षमताच आहे, असे नाही तर अशा प्रकारचा साधू सारखे चरित्र असलेला माणूस सहज सापडत नाही.'

योगेंद्र दुसऱ्याच कोणत्या तरी विचारात होता. तरीही त्याला राहवले नाही. तो म्हणाला, 'व्वा! त्याच्या साधू चारित्र्याबद्दल काही सांगू नका. अशा साधूंपासून देवच आपले रक्षण करो.'

योगेंद्रने काल याच नलिनाक्षच्या साधूपणाचे कौतुक केले होते.

आनंदा बाबू म्हणाले, 'शी. योगेंद्र असे काही बोलू नको. जे लोक बाहेरून चांगले असतात त्यांचे हृदयही निर्मळ असते. या गोष्टीवर विश्वास ठेवून मी फसवणूक करून घ्यायलाही तयार आहे. एखाद्याच्या साधुत्वावर संशय घ्यायला मी तयार नाही. आपण स्वतः जाऊन नलिनाक्ष बाबूच्या साधुवादाला धन्यवाद द्यावेत, अशी माझी इच्छा आहे.'

अक्षय म्हणाला, 'मला तर भीती वाटते की तो जास्त दिवस जगणार नाही.'

आनंदा बाबूंनी व्यस्त होऊन विचारले, 'का?'

अक्षय म्हणाला, 'तो रात्रंदिवस आपली साधना आणि शास्त्र याची टीका करण्यामध्ये लागलेला असतो. आपल्या शरीराकडे तर त्याचे लक्षच असत नाही.'

आनंदा बाबू म्हणाले, 'ही अतिशय वाईट बाब आहे. शरीर नष्ट करण्याचा अधिकार आपल्याला असत नाही. कारण हे शरीर आपण स्वतः निर्माण केलेले नाही. खरं तर आरोग्य चांगले ठेवण्याचे काही मुलभूत नियम आहेत, त्यातील पहिला आहे...'

योगेंद्र अधीर होऊन म्हणाला, 'बाबा, तुम्ही उगीच चिंता करीत आहात. नलिनाक्ष

२४

पूर्वी जेव्हा शरीर चांगले होते तेव्हा आनंदा बाबू डॉक्टरी आणि आयुर्वेदिक अशा अनेक प्रकारच्या औषधांचे सेवन करीत असत. आता मात्र त्यांना औषध घेण्यात अजिबात रस उरला नाही. तसेच आज काल ते आपल्या आरोग्याची तक्रारही करीत नाहीत, तर आपले आरोग्य लपविण्याचा प्रयत्न करीत असतात.

आज ते आराम खुर्चीत बसून झोपले होते तेव्हा जिन्यावर कोणाच्या तरी पावलांचा आवाज ऐकून हेमनलिनी आपल्या मांडीवरील शिवणकामाचे साहित्य बाजूला ठेवून दादाला सावध करण्यासाठी त्याच्या दरवाजात गेली. आपल्या दादासोबत नलिनाक्ष बाबूही येत असल्याचे तिला आढळून आले. ती दुसऱ्या खोलीत जाऊ लागली. त्याच वेळी योगेंद्रने तिला आवाज दिला, 'हेम, नलिनाक्ष बाबू आले आहेत. ये त्यांच्याशी तुझी ओळख करून देतो.'

हेम जाग्यावरच थबकली. नलिनाक्ष समोर येताच त्यांच्या चेहऱ्याकडे न बघता तिने नमस्कार केला. इकडे जागे झालेल्या आनंदा बाबूंनी आवाज दिला, 'हेम...'

त्यांच्या जवळ येऊन गोड आवाजात ती म्हणाली, 'नलिनाक्ष बाबू आले आहेत.'

योगेंद्र सोबत नलिनाक्ष बाबूला पाहून आनंदा बाबूंनी झटपट उठून त्यांचे स्वागत केले. म्हणाले, 'आज तुम्ही माझ्या घरी आला आहात, हे मी माझे भाग्य समजतो. हेम, कुठे चालली आहेस, मुली. इथे बस. नलिन बाबू, ही माझी मुलगी हेम आहे. त्या दिवशी तुमचे भाषण ऐकण्यासाठी आम्ही दोघेही आलो होतो. खूप चांगले वाटले. नलिनाक्ष बाबू, तुम्हाला विनंती आहे की कधी मधी आमच्याकडेही येत जा. तसे आम्ही बहुतेक करून घरीच असतो.'

नलिनाक्षने लाजून चूर झालेल्या हेमनलिनीच्या चेहऱ्याकडे एकदा पाहिले आणि म्हणाले, 'मी व्याख्यानाच्या सभेत खूप मोठ्या मोठ्या गप्पा मारल्या. त्यामुळे कृपा करून तुम्ही मला एक गंभीर व्यक्ती समजू नका. त्या दिवशी मला विद्यार्थ्यांनी खूप त्रास दिला होता. त्यामुळे मी व्याख्यान देण्यासाठी गेलो होतो. एखाद्याची विनंती अस्वीकृत करणे मला शक्य होत नाही. त्यामुळे त्या दिवशी असे काही व्याख्यान दिले की आता ते मला पुन्हा कधीच व्याख्यानासाठी बोलविणार नाहीत, याची खात्री आहे. आपल्याला काहीही कळले नाही, असे विद्यार्थ्यांचे स्पष्ट मत आहे. योगेंद्र बाबू तुम्हीही त्या दिवशी आला होतात ना?'

योगेंद्र म्हणाला, 'मी चांगल्या प्रकारे समजू शकलो नाही. हा माझ्या बुद्धीचा दोष असू शकतो. त्यासाठी तुम्ही नाराज होण्याचे कारण नाही.'

आनंदा बाबू म्हणाले, 'योगेंद्र, सर्व गोष्टी समजण्यासाठी एक वय लागते.'

नलिनाक्ष म्हणाला, 'सर्व गोष्टी समजण्याची प्रत्येक वेळी काही आवश्यकता नसते.'

आनंदा म्हणाले, 'पण नलिनीबाबू, तुम्हाला मला एक गोष्ट सांगायची आहे. देवाने काही विशेष काम करण्यासाठी तुम्हाला या जगात पाठविले आहे. त्यामुळे तुम्ही आपल्या शरीराकडे दुर्लक्ष करू नका.'

नलिनाक्ष म्हणाला, 'मला चांगल्या प्रकारे समजावून घेण्याची तुम्हाला कधी संधी मिळाली तर तुम्हाला कळेल की, मी या जगात कधीही कोणत्याही गोष्टीबद्दल निष्काळजीपणा करीत नाही. या जगात मी एखाद्या भिक्षूसारखा आलो होतो. अतिशय त्रासाने आणि अनेक लोकांच्या सहाय्यामुळे हळूहळू हे शरीर तयार झाले आहहे. मी सर्वांकडे दुर्लक्ष करून सर्व गोष्टी नष्ट कराव्यात हा नबाबीपणा मला परवडण्यासारखा नाही. जे आपण निर्माण करू शकत नाही, ते नष्ट करण्याचाही आपल्याला काही अधिकार असत नाही.'

आनंदा म्हणाले, 'तुम्ही अतिशय योग्य ते सांगितले आहे. तुम्ही अशाच प्रकारच्या बऱ्याच गोष्टी त्या दिवशीच्या व्याख्यानात सांगितल्या होत्या.'

योगेंद्र म्हणाला, 'तुम्ही सर्व बसा. मला थोडे दुसरे काम आहे.'

नलिनाक्ष म्हणाला, 'योगेंद्र बाबू, मला क्षमा करा, पण मीही आता निघतो. चाला वाटेने आपण सोबतच राहूत.'

योगेंद्र म्हणाला, 'नाही, नाही. तुम्ही थांबा आणि बसा.'

आनंदा बाबू म्हणाले, 'नलिनाक्ष बाबू, तुही योगेंद्रसाठी उतावीळ होऊ नका. योगेंद्र अशाच प्रकारे आपल्या मनाला वाटेल तेव्हा येतो आणि जातो. त्याला धरून ठेवणे अवघड आहे.'

योगेंद्र गेल्यावर आनंदा बाबूंनी विचारले, 'नलिन बाबू, आज काल तुम्ही कुठे राहता?'

नलिनाक्ष हासून म्हणाला, 'मी विशेष अशा एकाच ठिकाणी राहतो म्हणून सांगता येणार नाही. माझ्या ओळखीचे इथे खूप लोक आहेत. ते मला ओढा ताण करून आपल्या सोबत फिरवित असतात. मला याचे काहीही वाईट वाटत नाही, पण माणसाने एखाद्या ठिकाणी शांतपणे राहणेही आवश्यक असते. त्यामुळेच योगेंद्र बाबूंनी तुमच्या शेजारच्या घरात माझ्या राहण्यासाठी जागा शोधली आहे. तुमची गल्ली खूप शांत आहे.'

या बातमीमुळे आनंदा बाबूंनी अतिशय आनंद व्यक्त केला. हे सर्व ऐकल्यावर हेमनलिनीचा चेहरा घबरा झाल्याचे त्यांनी पाहिले असते तर त्यांना दिसले असते. याच शेजारच्या घरात रमेश राहत होता.

त्याच वेळी चहा तयार झाल्याचा निरोप आल्यामुळे सर्व जण चहा घेण्याच्या उद्देशाने खालच्या खोलीमध्ये आले.

नलिनाक्ष म्हणाला, 'आनंदा बाबू, मी काही चहा पिणार नाही.'

आनंद बाबू म्हणाले, 'तुम्ही स्वतःच डॉक्टर आहात. तुम्हाला मी तरी काय सांगणार? दुपारच्या जेवणानंतर तीन-चार तासांनी चहासारखे गरम पाणी पिणे पचनासाठी खूप

चांगले असते. तुम्हाला याची सवय नसेल तर तुमच्यासाठी खास पातळ चहा बनवितो.'

नलिनाक्ष आश्चर्याने हेमनलिनच्या चेहऱ्याकडे पाहून हे समजले की, ती आपल्या चहा न पिण्याच्या संकोचावर काही आंदाज मांडीत आहे. त्याच वेळी हेमनलिनीकडे पाहत नलिनाक्ष म्हणाला, 'तुम्ही जो काही विचार करीत आहात, तो अजिबात योग्य नाही. तुमच्या या चहाच्या टेबलाचा मी तिरस्कार करतो, असे अजिबात समजू नका. पूर्वी मी खूप चहा पिला आहे. चहाचा सुगंध मला आताही खूप आवडतो. माझी आई खूप चांगल्या आचार-विचाराची आहे, हे कदाचित तुम्हाला माहीत नसावे. माझ्याशिवाय तिचे आता या जगात कोणीही नाही. त्या आईच्या समोर जायला लाज वाटावी, असे मी काहीही करीत नाही. त्यामुळेच मी चहा घेत नाही. शिवाय चहा पिल्यामुळे तुम्हाला जे काही समाधान मिळते, त्यामुळे मी खूप सुखी आहे.'

याच्या पूर्वी नलिनाक्षच्या गप्पामुळे हेमनलिनीच्या मनाला ठोकर बसली होती. नलिनाक्ष मोकळेपणाने बोलत नाही, असेच ती समजत होती.

अर्थात नलिनाक्ष जेव्हा आपल्या आईबद्दल बोलू लागला तेव्हा हेमनलिनीची श्रद्धायुक्त नजर त्याला पाहिल्याशिवाय राहू शकली नाही. आपल्या आईबद्दल बोलताना नलिनाक्षच्या चेहऱ्यावर जे भक्तीचे थेट गांभीर्य पसरले होते, ते पाहून हेमनलिनीचे मन द्रवले होते. नलिनाक्षसोबत त्याच्या आईबद्दल काही बोलावे, अशीही तिच्या मनात इच्छा निर्माण झाली, पण लाजेमुळे ती असे करू शकली नाही.

आनंदा बाबू व्यस्त होत म्हणाले, 'खूपच छान. आधीच मला हे माहीत असते तर मी चुकूनही तुम्हाला चहा पिण्याची विनंती केली नसती. मला क्षमा करा.'

नलिनाक्ष थोडेसे हासत म्हणाला, 'चहा घेत नाही म्हणून तुम्हा लोकांच्या विनंतीपासून वंचित का राहू?'

नलिनाक्ष निघून गेल्यावर हेमनलिनी आपल्या वडिलांसोबत वरच्या मजल्यावर निघून गेली. तिथे ते एका बंगाली मासिकातून एका लेखाची निवड करून तो ती आपल्या वडिलांना वाचून दाखवू लागली. ऐकत ऐकत आनंदा बाबू झोपी गेले. गेल्या काही दिवसांपासून आनंदा बाबूंच्या शरीरात अशा प्रकारच्या आळशीपणाची आणि सुस्तीची लक्षणे नियमितपणे आढळून येत होती.

काही दिवसांतच नलिनाक्षचा आनंदा बाबूच्या घराशी अतिशय दाट संबंध निर्माण झाला. नलिनाक्ष सारख्या व्यक्तीकडून फक्त मोठ मोठ्या गोष्टीवरच उपदेश मिळू शकतो, असे हेमनलिनीला वाटत होते. अशा व्यक्तीसोबत सामान्य विषयावर सामान्य व्यक्तीप्रमाणे बोलणी आणि गप्पा होऊ शकतात, असा तिने कधीही विचार केला नव्हता. त्यामुळे हास्य विनोदाच्या सर्व गोष्टीमध्ये नलिनाक्ष थोडासा वेगळाच होता.

एके दिवशी आनंदा बाबू आणि हेमनलिनीसोबत नलिनाक्षच्या गप्पा रंगल्या होत्या. त्यावेळी योगेंद्र थोड्याशा उत्तेजीत भावनेने म्हणाला, 'ऐकलं का बाबा? आज

काल आपल्या समाजातील लोक आपल्याला नलिनाक्ष बाबूंचे शिष्य म्हणायला लागले आहेत. यावरून परेश सोबत माझे नुकतेच भांडण झाले आहे.'

आनंदा बाबू हासून म्हणाले, 'मला त्यात लाज वाटण्यासारखे काहीही वाटत नाही. शेवटी नलिनाक्ष बाबू काय करतात की त्यामुळे लोकांनी आपल्याला त्यांचे शिष्य समजावे?'

नलिनाक्ष म्हणाला, 'होय, मी काय करतो ते तरी तुम्ही सांगा.'

योगेंद्र म्हणाला, 'हेच की तुम्ही प्राणायम करता. सूर्याकडे टक लाऊन पाहता. खाण्या -पिण्याबद्दल वेगळे विचार आहेत. इ. इ.'

योगेंद्रच्या या कोरडेपणाच्या बोलण्यामुळे व्यथित होऊन हेमनलिनीने आपली मान खाली झुकविली. नलिनाक्ष हासून म्हणाला, 'योगेंद्र बाबू, दहा व्यक्तींमध्ये बेबनाव होणे, ही दोषाची गोष्ट आहे. अर्थात तलवार आणि माणूस दोघेही धारदार असतात का? तलवारीच्या ज्या भागाला पाणी द्यायला हवे, त्यामध्ये सर्व तलवारी एकसारख्याच पाणीदार असतात. तलवारीच्या बाहेरील मुठीवर मात्र कारागिराची इच्छा आणि कौशल्य यानुसार विविध प्रकारची कला कुसर केलेली असते. माणसातही देशाच्या पाण्याशिवाय बाह्या स्वरूपात विशेष कौशल्याची कलाकुसर असते. त्याच्याकडेही तुम्ही लोक सारखेच दुर्लक्ष करणार का? मग मी सर्वांच्या नजरा चुकवून जे काही अनुष्ठान करीत असतो, त्याकडे तुम्ही लोक कशा प्रकारे पाहता ही सुद्धा माझ्यासाठी आश्चर्याची गोष्ट आहे. त्यावर टीका का करता?'

योगेंद्र म्हणाला, 'ज्यांनी या जगाच्या विकासाचा भार आपल्या खांद्यावर घेतला आहे, त्यांना कोणाच्या घरी काय होत आहे, हे माहीत करून घेण्याला आपले कर्तव्य समजतात, हे कदाचित तुम्हाला माहीत नसेल. ज़ी बातमी पूर्णपणे मिळत नाही, ती मिळविण्याची क्षमताही त्यांच्यामध्ये असते. नाही तर मग या जगात संशोधनाचे काम कसे चालले असते? या शिवाय नलिन बाबू जे काम चार माणसे करू शकत नाहीत, ते लोकांच्या नजरा चुकवून केले तरीही लोकांच्या लक्षात आल्याशिवाय राहत नाही. असे सर्वच जण करीत असतात. ते आमच्या हेमच्या नजरेलाही आले आहे आणि ती बाबांना सर्व काही सांगत होती, तरीही हेमने तुमच्या संशोधनाचे ओझे काही खांद्यावर घेतले नाही.'

हेमनलिनीचा चेहरा लाल झाला. घाबरलेल्या अवस्थेत तिला काही तरी सांगायचे होते, पण तेवढ्यात नलिनाक्ष म्हणाले, 'याची तुम्ही जराही लाज बाळगू नका. सकाळ संध्याकळ छतावर फिरताना माझी नित्यकर्मे तुम्ही पाहत असाल तर त्यासाठी तुम्हीला कोण दोष देणार आहे? तुम्हाला दोन डोळे असल्यामुळे या बाबतीत लाजण्याचे काहीच कारण नाही. हा दोष तर आमच्यातही आहे.'

आनंदा म्हणाले, 'याशिवाय तुमच्या नित्य कर्माबद्दल अद्याप तिने माझ्याकडे कोणत्याही प्रकारची तक्रार केली नाही. ती अतिशय श्रद्धेने तुमच्या साधनेबद्दल मला विचारित असते.'

योगेंद्र म्हणाला, 'पण मला हे सर्व काही समजत नाही. आम्ही लोक सामान्य जगामध्ये ज्या सहज भावनेने चालत असतो त्यामध्ये मला तरी काही गैरसोय असल्याचे वाटत नाही. लपून छपून एखादे अदभूत कार्य केल्यामुळे काही विशेष लाभ होतो, यावर माझा विश्वासच नाही. खरं तर त्यामुळे मनाचे सामंजस्य नाहीसे होते. माणूस एकाकी होतो. माझ्या सारखी अगणित माणसे आहेत. त्यामुळे तुम्ही जर या सर्वांना सोडून एखाद्या विचित्र लोकांचा प्रवास करीत असाल तर तुम्हाला पुष्कळ त्रास सहन करावा लागू शकतो.'

नलिनाक्ष म्हणाला, 'हा त्रासही अनेक प्रकारचा असतो. त्यातील काही लागतात तर काही फक्त खून करून निघून जातात. समजा कोणी म्हणत असेल की ही व्यक्ती वेडेपणा करते, बालीशपणा करते, तर त्यामुळे काही फरक पडत नाही. पण हा साधुगिरी करतो. आपले नवनवीन शिष्य बनवित असतो, असे काही लोक म्हणतात तेव्हा ही गोष्ट हासण्यावर नेण्यासाठी जितक्या प्रमाणात हास्याची आवश्यकता असते, त्या प्रमाणात आपल्याला हासू येत नाही.'

योगेंद्र म्हणाला, 'तरीही मी पुन्हा तेच म्हणतो. माझ्यावर नाराज होऊ नका, नलिन बाबू. तुम्ही आपल्या छतावर मनाला वाटेल त्याप्रमाणे वागा, त्याबद्दल तक्रार करणारा मी कोण? सामान्य मर्यादेमध्ये स्वतःला बांधून ठेवल्यामुळे कोणतीही बाब राहू शकत नाही, असेच फक्त माझे म्हणणे आहे.'

नलिनाक्ष म्हणाला, 'योंगेंद्र बाबू, तुम्ही जाता तरी कशासाठी? मला माझ्या छतावरून एकदम जमिनीवर उतरविल्यानंतर अशा प्रकारे पळून जाण्याने काम भागणार नाही.'

योगेंद्र म्हणाला, 'आज माझ्यासाठी इतकेच पुरेसे आहे. आता पुरे. झोप आल्यासारखे वाटते.'

योगेंद्र निघून गेल्यावर हेमनलिनी टेबलावर आंथरलेल्या कपड्याच्या झालरशी छेड छाड करू लागली. त्या क्षणी कोणी तिच्याकडे पाहिले असते तर तिच्या डोळयांच्या कडा पाणावल्याचे त्याला आढळून आले असते.

हेमनलिनी नेहमीच नलिनाक्षसोबत गप्पा मारता मारता नलिनाक्षच्या मार्गावरून वाटचाल करण्यासाठी अधीर झाली होती. अतिशय दुःखाच्या वेळी आत-बाहेर कितीही शोधा शोध केली तरीही तिला कुठेच आधार मिळत नव्हता. नेमक्या त्याच वेळी नलिनाक्षने हे जग तिच्या समोर आणखी नवीन स्वरूपात उलगडून दाखविले. ब्रह्मचारिणीसारख्या काही नियमांचे पालन करण्यासाठी तिचे मन गेल्या अनेक दिवसांपासून तयार होत होते. कारण नियम फक्त मनाचा ठाम संकल्प असतात इतकेच नाही तर त्यामुळे दुःख मनात घर करून राहू शकत नाही. ते बाहेरही एखाद्या कठोर साधनेमध्ये आपणच सत्य असल्याचे भासविण्याचा प्रयत्न करीत असतो. आता पर्यंत तरी हेमनलिनी असे काही करू शकली नव्हती. लोकांची आपल्यावर नजर पडेल या भीतीने ती

अतिशय लपून आपल्या मनातच या नियमांचे पालन करीत आली आहे. नलिनाक्षच्या साधना पद्धतीचा अवलंब करून आज जेव्हा तिने शुद्ध आचरण आणि शाकाहारी भोजन ग्रहण केले तेव्हा तिच्या मनाला खूप मोठे समाधान मिळाले. आपल्या झोपण्याच्या खोलीत तिने एक चटई आणि सतरंजी आंथरूण तिथली गादी पडद्याच्या आड टाकून दिली. त्या खोलीमध्ये तिने आता दुसऱ्या कोणत्याही वस्तू ठेवल्या नाहीत. तेथील जमिन हेम नेहमी आपल्या हाताने पाण्याचा वापर करून धूत असे. एका फुलदाणीमध्ये काही फुले ठेवीत असे. आंघोळ केल्यावर शुभ्र वस्त्रे परिधान करून ती त्याच जमिनीवर बसत असे. उघड्या असलेल्या खोलीच्या सर्व खिडक्यांमधून कोणत्याही अडथळयाशिवाय भरपूर सूर्य प्रकाश येत असे. खिडकीतून येणारा प्रकाश आणि वारा याच्या सहाय्याने ती स्वतःला अभिषिक्त करीत असे. आनंदा बाबू पूर्णपणे हेमनलिनीला साथ देऊ शकत नव्हते, पण नियमांचे पालन केल्यामुळे हेमच्या चेहऱ्यावर जे परिपूर्ण तृप्तीची प्रकाश दिसत होता, तो पाहून तेही पूर्णपणे तृप्त होत असत. आता नलिनाक्ष आल्यावर हेमनलिनीच्या त्या खोलीमध्ये जमिनीवर बसून त्या तीन माणसांमध्ये गप्पा होत असत.

योगेंद्र तर एकदम बंडखोर झाला होता, ‘हे सर्व काय चालले आहे? तुम्ही सर्वांनी मिळून या घराला अतिशय भयंकर स्वरूपात पवित्र करून टाकले आहे. मझ्या सारख्या माणसाला तर इथे पाय ठेवण्यासाठीही जागा उरलेली नाही.ट

आधी योगेंद्रच्या कटाक्षामुळे हेमनलिनी संकोचून जात असे, आता योगेंद्रच्या बोलण्यावर आनंदा बाबू अधून मधून नाराज होतात. हेमनलिनी मात्र नलिनाक्ष यांच्या संगतीत राहून शांत आणि प्रेमळ भावनेने हासत राहत असे.

एके दिवशी सकाळी हेमनलिनी आपल्या स्नानाच्या पूर्वी उपासना पूर्ण करून आपल्या एकांतातील खोलीमध्ये खिडकी समोर शांतपणे बसली होती. अशा वेळी अचानकपणे आनंदा बाबून नलिनाक्षला घेऊन तिथे आले. त्या वेळी हेमनलिनीचे हृदय परिपूर्ण होते. त्याच वेळी जमिनीवर बसून तिने आधी नलिनाक्ष यांना आणि नंतर आपल्या बाबांना प्रणाम केला. त्यांची पायधूळ तिने आपल्या मस्तकी धारण केली. नलिनाक्ष त्यामुळे खूपच संकोचले. आनंदा बाबू म्हणाले, ‘तुम्ही संकोचण्याचे काहीच कारण नाही. हेमनलिनीने आपले कर्तव्य पार पाडले आहे.’

इतर दिवशी इतक्या सकाळी नलिनाक्ष त्यांच्याकडे येत नसत. त्यामुळे अतिशय उत्सुकतेने हेमनलिनीने त्यांच्या चेहऱ्याकडे पाहिले. नलिनाक्ष म्हणाले, ‘काशीवरून आईबद्दल निरोप आला आहे की तिची तब्यत जरा बरी नाही. त्यामुळेच आज संध्याकाळच्या गाडीने मी काशीला जात आहे. दिवसभरात मला माझी सर्व कामे करावी लागणार आहेत. म्हणूनच तुमचा निरोप घेण्यासाठी मी इतक्या सकाळी तुमच्याकडे आलो आहे.’

आनंदा बाबू म्हणाले, ‘यावर आता मी तरी काय बोलू? तुमची आई आजारी आहे. परमेश्वराच्या कृपेमुळे ती लवकर बरी व्हावे इतकेच मी म्हणू शकतो. इकडे गेल्या

काही दिवसांपासून तुम्ही आमच्यावर जे उपकार केले आहेत, त्या ऋणातून काही आम्ही उतराई होऊ शकणार नाहीत.'

नलिनाक्ष म्हणाला, 'तुमचेच माझ्यावर खूप उपकार झाले आहेत, हे नक्की समजा. शेजाऱ्याच्या ज्या प्रमाणात आदर-सत्कार व्हायला हवा, तितका तर माझा झाला आहेच, पण त्या शिवाय ज्या गंभीर गोष्टींबद्दल मी फक्त मनातल्या मनात टीक करीत असे, त्यामध्ये तुमच्या श्रद्धेमुळे एक नवीन तेज आले आहे.'

आनंदा बाबू म्हणाले, 'इतके दिवस आम्ही कोणत्या तरी गोष्टीचा मनापासून शोध घेत होतो, पण कशाचा शोध घ्यायचा आहे ते काही कळत नव्हते, याचे मला आश्चर्य वाटते. नेमक्या याच वेळी काय माहीत कुठून आणि कसे तुम्ही भेटलात आणि मग वाटले तर तुम्ही न भेटल्यामुळे आमचे काहीही चालत नव्हते. आम्ही खूपच संकुचित वृत्तीचे आहोत. आम्ही समाजात फारसे मिसळतही नाहीत. एखाद्या सभेला जाऊन वक्त्याचे भाषण ऐकण्याचीही आम्हाला सवय नाही. कदाचित मी एकटा एखाद्या सभेला गेलो असेल, पण हेमनलिनीला अशा ठिकाणी नेणे, शक्य नव्हते. त्या दिवशी तुम्ही व्याख्यान देणार असल्याचे योगेंद्रकडून ऐकले. आम्हाला त्यात काही गैर वाटले नाही आणि आम्ही दोघेही तिथे आलो, ही अतिशय आश्चर्याची बाब होय. अशी घटना पूर्वी कधीही घडली नव्हती. नलिनबाबू ही गोष्ट लक्षात घ्या. आम्हाला तुमची निःसंशय गरज आहे, हे यावरून समजून घ्या. नाही तर अशा घटना का घडल्या असत्या?'

नलिनाक्ष म्हणाले, 'तुम्ही लोक वगळले तर इतर कोणासमोरही मी माझ्या जीवनातील गुढ गोष्टी उघड केल्या नाहीत, इतके तुम्ही लक्षात असू द्या. तुमची मला किती आवश्यकता आहे, ही गोष्ट तुम्हीही कधी विसरू नका.'

हेमनलिनी काहीही बोलली नाही. खिडकीतून येणाऱ्या ऊन्हाचा प्रकाश जमिनीवर पसरला होता. त्याकडे पाहत ती शांतपणे बसली होती. आता नलिनाक्षच्या उठण्याची वेळ झाली होती. तेव्हा ती म्हणाली, 'आईची तब्येत कशी आहे ते आम्हाला कळवा.'

नलिनाक्ष उठून उभे राहिल्यावर हेमनलिनीने त्यांना प्रणाम केला.

इकडे गेल्या अनेक दिवसांपासून अक्षय दिसला नव्हता. नलिनाक्ष काशीला गेल्यावर योगेंद्रसोबत तो आज आनंदा बाबूच्या चहाच्या टेबलावर दिसला. अक्षयला पाहून हेमनलिनीच्या चेहऱ्यावरील भाव अजिबात बदलले नाहीत. सामान्य प्रसन्नपणाने ती म्हणाली, 'अनेक दिवसांपासून तुम्ही दिसला नाहीत?'

अक्षय म्हणाला, 'रोज पाहवे असे माझ्यामध्ये काही आहे का?'

हेमनलिनी हासून म्हणाली, 'अशा प्रकारची योग्यता नसल्यामुळे भेटी -गाठी करणेही बंद झाल्यातर आम्हाला विजनवासात जावे लागेल.'

योगेंद्र म्हणाला, 'आपण एकट्यानेच विनय दाखवून शौर्य लुटावे, असे अक्षयला वाटत होते, पण हेमने.... ' हासत हासत का होईना पण आमच्यासारखी सामान्य

माणसेच भेटी गाठीसाठी उत्तम असतात. असामान्य असणाऱ्या माणसांना कधी तरी भेटणे चांगले असते. त्यापेक्षा जास्त भेटणे सहन शक्तीच्या पलिकडचे असते. म्हणूनच तर अशा प्रकारचे असामान्य लोक जंगल, डोंगर आणि गुहांमध्ये फिरत असतात. ते जर लोकांमध्ये नियमितपणे मिसळू लागले, तर अक्षय आणि योगेंद्र सारख्या सामान्य माणसाला गुहांमध्ये दडून बसावे लागेल.'

योगेंद्रच्या बोलण्यात खोच होती. त्याने हेमनलिनीला छेडण्याचा प्रयत्न केला होता. त्याचे काहीही उत्तर न देता तिने तीन कप चहा तयार करून आनंदा बाबू, अक्षय आणि योगेंद्रच्या समोर ठेवला. योगेंद्र म्हणाला, 'तू चहा घेणार नाहीस का?'

योगेंद्र काही तरी कठोर बोलेल हे हेमनलिनीला माहीत होते, तरीही ती शांत भावनेने आणि ठामपणाने म्हणाली, 'मी चहा सोडला आहे.'

योगेंद्र म्हणाला, 'कदाचित आता नियमानुसार तपश्चर्या सुरू झाली असावी. चाहाच्या पानांमध्ये योग्य प्रमाणात आध्यात्मिक घटक उरलेले नसावेत.'

'ही काय बला आहे? हेम, हे सर्व सोडून एक कप चहा पिल्याने तुझे योग समाधी वाया जाणार नाही. तसेच वाया जाणार असेल तर जाऊ दे. या जगामध्ये अनेक कठोर आणि सामर्थ्यशाली गोष्टीही कायम राहत नाहीत.अशा प्रकारच्या भावनेसह चार माणसांमध्ये राहणे अवघड आहे.'

असे म्हणून योगेंद्रने आपल्या हाताने एक कप चहा तयार केला आणि हेमनलिनीच्या समोर ठेवला. तिने काही त्याला हात लावला नाही. ती आनंदा बाबूंना म्हणाली, 'बाबा, आज तुम्ही फक्त चहाच घेतला आहे. काही खाणार नाहीत का?'

आनंदा बाबूंचा आवाज आणि हात थरथरू लागला. ते म्हणाले, 'बाळ, खरं सांगायचं म्हणजे या टेबलावर काही खायला मला आवडत नाही. योगेंद्रचे बोलणे बऱ्याच वेळापासून गुपचूपपणे सहन करण्याचा मी प्रयत्न करीत आहे. आपल्या शरीर आणि मनाच्या या अवस्थेमध्ये काही बोलताना मी काय बोलून जाईन, हे मला माहीत आहे. त्यामुळे नंतर माझ्यावर पश्चाताप करण्याची पाळी येते.'

हेमनलिनी आपल्या वडिलांच्या खुर्चीजवळ उभी राहून म्हणाली, 'बाबा, तुम्ही नाराज होऊ नका. मला चहा पाजण्याची दादांची इच्छा आहे. मी त्याकडे जराही लक्ष देत नाही, ही चांगली गोष्ट आहे. नाही बाबा, तुम्ही काही तरी खा. रिकाम्या पोटी चहा पिल्यामुळे हानी होते, हे मला माहीत आहे.'

असे म्हणून हेमनलिनीने जलपानाचा कप्पा आपल्याकडे ओढून वडिलांसमोर ठेवला. आनंदा बाबू हळूहळू जलपान करू लागले.

हेमनलिनी आपल्या खुर्चीवर बसून योगेंद्रने दिलेल्या चहाच्या कपातून चहा पिण्यासाठी तयार झाली, पण अक्षयने झटपट तो कप उचलला आणि म्हणाला, 'क्षमा करा. हा कप मला द्या. माझा कप रिकामा झाला आहे.'

हेमनलिनीच्या हातून कप घेत योगेंद्र आनंदा बाबूंना म्हणाला, 'मला क्षमा करा. माझ्याकडून चूक झाली.'

आनंदा बाबू त्याचे काहीही उत्तर देऊ शकले नाहीत. पाहता पाहता त्यांच्या डोळ्यातून आसवे टपकू लागली.

योगेंद्र अक्षय सोबत हळूहळू खोलीतून बाहेर पडला. आनंदा बाबू जलपान केल्यावर हेमनलिनीचा हात धरून थरथरत्या पायांनी वर गेले.

त्याच रात्री आनंदा बाबूंना शूल वेदना यासारखा आजार झाला. त्यांना तपासल्यावर डॉक्टर म्हणाले, 'यांना यकृताचा विकार आहे. अजून हा आजार वाढला नाही. यावेळी पश्चिमेकडील एखाद्या शांत आणि आरोग्यदायी ठिकाणी जाऊन वर्ष -सहा महिने राहिल्यामुळे शरीर निरोगी होऊ शकते.' वेदना कमी झाल्यावर आणि डॉक्टर निघून गेल्यावर आनंदा बाबू म्हणाले, 'हेम, चल मुली. शक्य झाले तर आपण काही दिवस काशीला जाऊन राहू.'

यावेळी हेमनलिनीच्या मनातही हाच विचार आला होता. नलिनाक्ष निघून गेल्यावर आपल्या साधनाच्या बाबतीत तिला थोडा कमकुवतपणा जाणवू लागला होता.

दुसऱ्या दिवशी तयारी पाहून योगेंद्र म्हणाला, 'काय गोष्ट आहे?'

आनंदा बाबू म्हणाले, 'आम्ही लोक पश्चिमेकडे जात आहोत. हिंडून फिरून आवडलेल्या एखाद्या जागी राहू.'

केवळ संकोचामुळे त्यांनी आपण काशीला जाणार असल्याचे योगेंद्रला सांगितले नाही.

योगेंद्र म्हणाला, 'पण यावेळी मी तुमच्यासोबत येऊ शकणार नाही. हेडमस्तर पदासाठी मी जो अर्ज पाठविला होता, त्याच्या उत्तराची मी वाट पाहत आहे.'

२५

भल्या पाहटेच रमेश अलहाबादवरून गाझीपूरला परत आला. त्यावेळी रस्त्यावर फारसे लोक नव्हते. जात्स थंडी पडल्युळे रस्त्याच्या कडेला असलेल्या झाडांच्या पानाआड ते दडून बसले होते. पांढऱ्या कवचाच्या अंड्यावर शांतपणे बसलेल्या बदकाप्रमाणे त्यावेळी संपूर्ण वस्तीवर ढग पसरले होते. त्या निर्जन रस्त्यावरून घोडा गाडीमध्ये बसून खूप मोठा ओव्हरकोट घातलेल्या रमेशच्या छातीतील हृदय जोरजोराने धडकत होते.

बंगल्याच्या बाहेर गाडू उभी करून रमेश खाली उतरला. आपल्या गाडीचा आवाज कमलाने नक्कीच ऐकला असेल, असा त्याने विचार केला. आवाज ऐकून कदाचित ती व्हरांड्यात आली असेल. आपल्या हाताने कमलाच्या गळयात घालण्यासाठी त्याने अलाहाबादवरून एक नेकलेस आणला होता. दागिन्याचा बॉक्स रमेशने ओव्हरकोटमधून काढून आपल्या हातात घेतला होता.

बंगल्याच्या समोर आल्यावर बिशुन नोकर व्हरांड्यात झोपला असल्याचे रमेशला आढळून आले. बंगल्याचे दार बंद होते. दुःखी होऊन रमेश जरासा थबकून थांबला. जरा वरच्या स्वरात त्याने आवाज दिला, 'बिशुन?' मध्य रात्रीपासून रमेश झोपला नव्हता.

दोन- तीन वेळा आवााज देऊनही बिशून काही जागा झाला नाही. शेवटी त्याला हालवून जागे करावे लागले. बिशुन उठून थोडा वेळा मूर्खासारखे इकडे तिकडे पाहत राहिला. रमेशने विचारले, 'बहू घरात आहे का?'

आधी तर बिशुन जणू रमेशची गोष्ट समजूच शकला नाही. त्यानंतर अचानकपणे दचकून सांगू लागला, 'होय, त्या घरातच आहेत.' त्यानंतर तो लगेच खाली पडून झोपण्याचा प्रयत्न करू लागला.

रमेशने ढकलताच दरवाजा उघडला. आत गेल्यावर त्याने प्रत्येक खोलीत जाऊन पाहिले. कुठेही कोणीही नव्हते. तरीही त्याने एकदा उंच रवात आवाज दिला, 'कमला.' त्याला काहीही प्रत्युत्तर मिळाले नाही. बाहेर बागेत जाऊन तो लिंबाच्या सावलीपर्यंत पाहून आला. स्वंयपाक घरात, नोकरांच्या खोलीत, हॉलमध्ये सर्वत्र त्याने शोधाशोध केली. त्याला कमला कुठेही आढळून आली नाही.

त्याच वेळी रुंद काठाचे अतिशय उत्तम प्रतिचे धोतर घातलेला तसेच अंगावरून चादर पांघरलेला आणि झोपेमुळे डोळे लाल झालेला उमेश तिथे आला. रमेशने त्याला विचारले, 'उमेश, तुझी मांसाहेब कुठे आहे?'

उमेश म्हणाला, 'मासाहेब तर कालपासून नाहीत.'

रमेशने विचारले, 'तू कुठे गेला होतास?'

उमेश म्हणाला, 'मला मातेने काल सुधू बाबूच्या घरी पाठविले होते.'

रमेश म्हणाला, 'चला, काकासाहेबांच्या इथे पाहू.'. रमेश सोबत उमेश बंगल्यात आला. तेथील महिलांच्या कक्षात त्याचे येणे-जाणे होते. या मुलावर शलजा माया करीत होती. उमेशने त्यांना विचारले, 'आई कुठे आहे, मावशी?'

शैलने आश्चर्याने विचारले, 'का? तू काल त्यांना सोबत घेऊन नवीन घरात गेला होतास ना?'

उमेश उदास होऊन म्हणाला, 'त्या घरात तर त्या दिसल्या नाहीत.'

शैलने घाबरून विचारले, 'असे कसे काय झाले? काल रात्री तू कुठे होतास?'

उमेश म्हणाला, 'मला तर मायने राहू दिले नाही. त्या घरी गेल्यावर त्यांनी मला सुधूच्या घरी रास पाहण्यासाठी पाठविले.'

शैल म्हणाली, 'जा, जा. लवकर बाबांना बोलावून आण.'

विपिन आल्यावर शैलजाने त्याला सर्व काही सांगितले आणि म्हणाली, 'अरे, हा कसा काय सर्वनाश झाला?'

बिपिनचा चेहरा पिवळा पडला होता. त्याने घाबरून विचारले, 'का? काय झाले?'

बिपिनने विचारले, 'ती काल रात्री इकडे आली नाही का?'

शैलने विचारले, 'रमेश बाबू आले आहेत की काय?'

बिपिन, 'ती बंगल्यात दिसली नाही तेव्हा ती इकडे असेल म्हणून इकडेच आले असावेत. ते तर आपल्या इथेच येऊन बसले आहेत.'

शैल म्हणाली, 'जा, जा. लवकर जा. त्यांना सोबत घेऊन तिचा शोध घ्या.'

बिपिन आणि रमेश परत त्याच गाडीमध्ये बसून परत बंगल्यावर आले. बिशुनकडे त्यांनी चौकशी करायला सुरूवात केली. खूप छिार पूस केल्यावर काल संध्याकाळी कमला गंगा नदीच्या काठावर एकटीच गेली होती. बिशुन तिला सोबत येण्याविषयी बोलला होता, पण कमलाने त्याच्या हातावर एक रुपया देऊन त्याला परत पाठविले होते. तो पाहरा करण्यासाठी बागेच्या फाटकावर बसून राहिला. ज्या वाटेने त्याने कमलाला गंगा किनारी जाताना पाहिले होते, तो मार्ग त्यांना दाखविला.

त्याच वाटेवरून दवामुळे चिंब झालेल्या शेतांमधून रमेश, विपिन आणि उमेश कमलाचा शोध घेण्यासाठी निघाले. गंगा तीरावर आल्यावर तिघेही एकदम थोडा वेळ थांबले. तिथे चहुबाजूला मोकळे मैदान होते. पांढरी वाळू सकाळच्या ऊन्हासारखी चमकत होती. कोणीही कुठेही दिसत नव्हते. उमेश मोठ्याने ओरडला, 'माते, माते कुठे आहेस?' पैल तीरावर असलेल्या उंच खडकाना टकरून त्याच्या आवाजाचा प्रतिध्वनी उमटला. कुठेच काही पत्ता लागला नाही.

शोधता शोधता उमेशने अचानक एक पांढरी वस्तू पाहिली. त्याने धावतच तिथे जाऊन पाहिले की पाण्याच्या काठावर एका रुमालाला बांधलेला किल्ल्यांचा जुडगा पडला आहे. 'ते काय आहे? असे विचारीत रमेशही तिथे पोहचला. तो किल्ल्यांचा जुडगा कमलाचा असल्याचे त्याने ओळखले.

जिथे किल्ल्या पडल्या होत्या तिथे वाळूच्या काठावर दलदल असलेली मातीही होती. त्या ओल्या मातीत गंगेच्या आतपर्यंत लहान लहान पावलांचे ठसे उमटले होते. थोड्याशा पाण्यामध्ये काही तरी चमकत होते. रमेशच्या नजरेतून ते सुटले नाही. त्याने पटकन उचलून पाहिले तेव्हा सोन्यावर नक्षीकाम केलेला एक लहानसा ब्रोच होता. तो रमेशने भेट दिला होता.

अशा प्रकारे सर्व शोधाने गंगेच्या काठाकडेच बोट दाखविले. तेव्हा उमेश आता शांत राहू शकला नाही. ते 'माते, माते' असे ओवडत पाण्यामध्ये गेला. तिथे पाणी जास्त नव्हते. उमेश वारंवार डुबकी घेऊन तळाशी शोध घेत होता. त्याच्या डुबक्यामुळे पाणी गढूळ झाले. रमेश हतबद्ध होऊन पाहत होता.

शांतपणे उभ्या असलेल्या रमेशला हलवून बिपिन म्हणाला, 'रमेश बाबू, चला. इथे उभे राहिल्यामुळे काय होईल?'

पोलिसात तक्रार करू. ते सर्व शोध घेतील.

त्या दिवशी तिसऱ्या प्रहरी काकाही आले. गेल्या काही दिवसांपासून कमलाच्या वागण्यात पडलेला फरक आणि सुरुवातीपासून शेवटपर्यंतचा सर्व वृत्तांत ऐकल्यावर कमलाच्या बुडून मरण्याबद्दल त्यांना जराही संशय राहिला नव्हता.

रमेशचे हृदय जणू कोरडे पडले होते. त्यामध्ये आसवांचाही ओलावा नव्हता. बसल्या बसल्या तो विचार करू लागला की एके दिवशी याच गंगेच्या पाण्यातून निघून कमला माझ्याकडे आली होती. मग पूजेच्या पवित्र फुलाप्रमाणे आता परत त्याच पाण्यात समाविष्ट झाली आहे.

त्यावेळी सूर्यास्त झाला होता. तेव्हा रमेश पुन्हा गंगेच्या तीरावर आला. ज्या ठिकाणी किल्ल्यांचा जुडगा पडला होता, त्या ठिकाणी उभे राहून तो तिच्या पाऊलखुणा पाहत होता. त्यानंतर आपले बूट काढून आणि धोतर जरा वर खोचून तो पाण्यात उतरला. त्याने बॉक्समधून नवीन नेकलेस काढून पाण्यामध्ये फेकून दिला.

आता रमेशसाठी कोणतेही काम राहिले नव्हते. या जीवनात आपण आता काही काम करू शकणार नाही, असाही विचार त्याच्या मनात आला. त्यावेळी त्याला हेमनलिनीची आठवण झाली नाही, असे नाही. आपल्या जीवनावर भयंकर घटनानी आक्रमण केले आहे, असे त्याला वाटले. तिने तर मला नेहमीसाठी या जगात अयोग्य ठरविले असेल. वीज कोसळलेले झाड फुललेल्या बागेध्ये जागा मिळविण्याची आशा कशी काय करू शकेल?

रमेश फिरण्यासाठी म्हणून बाहेर निघाला. तो कुठेही एक-दोन दिवसांपेक्षा जास्त काळ राहिला नाही. त्याने नावेवर चढून काशीतील घाटांची शोभा पाहिली. तो दिल्लीच्या कुतुबमिनारवर चढला. आग्र्यात जाऊन चांदण्या रात्री त्याने ताजमहहल पाहिला. अमृतसरमध्ये गुरूद्वारा पाहिला. राजपूतान्यामधील आबू डोंगरातील मंदिरे पाहण्यासाठी गेला. अशा प्रकारे रमेशने आपले शरीर आणि मनाला विश्रांती दिली नाही.

शेवटी भयंकर प्रवास केल्यामुळे थकलेला तो युवक आता फक्त घराचा शोध घेऊ लागला. त्याच्या मनात शांततादायी घराच्या भूत काळातील स्मृती आणि सुखकारक घराची कल्पना आघात करू लागली. शेवटी एके दिवशी त्याचा दुःख पाळण्याचा काळ संपला. शेवटी थंड उसासे टाकीत कलकत्त्याचे तिकिट काढून तो गाडीमध्ये चढला.

कलकत्त्याला गेल्यावर रमेश कोलूटोला गल्लीमध्ये अचानक प्रवेश करू शकला नाही. तिथे जाऊन आपल्याला काय ऐकायला आणि बघायला मिळेल, याबद्दल त्याला खात्री नव्हती. तिथे आता खूप मोठे परिवर्तन झाले असावे, इतकीच त्याच्या मनात शंका होती. एके दिवशी तो त्या गल्लीच्या वळणापर्यंत जाऊन परत आला. दुसऱ्या दिवशी संध्याकाळच्या वेळी त्याने स्वतःला बळजबरीने त्या घराच्या समोर पोहचविले. घराच्या सर्व दरवाजे-खिडक्या बंद असल्याचे त्याला आढळून आले. आतमध्ये कोणी असावे, असे काही वाटत नव्हते. त्याने विचार केला की कदाचित सुख्खन नोकर अशा

भयानक एकांतात राहत असेल. असे समजून रमेशने नोकराला आवाज देत दाराला अनेक धक्के दिले.

आतून काहीही उत्तर आले नाही. शेजारी चंद्रमोहन आपल्या दारात बसून तंबाखू ओढत होते. तो म्हणाला, 'कोण? रमेश बाबू आहात का? चांगले आहात ना? या घरात या वेळी आनंदा बाबू वगैरे कोणीही नाही.'

'ते सर्व लोक कुठे गेले आहेत ते तुम्हाला माहीत आहे का?'

चंद्रमोहन म्हणाला, 'ते तर मला माहीत नाही, पण पश्चिमेकडे हवा पालट करण्यासाठी गेले आहेत इतके मला माहीत आहे.'

रमेशने विचारले, 'कोण कोण गेले आहे?'

चंद्रमोहन म्हणाला, 'आनंदा बाबू आणि त्यांची मुलगी.'

रमेश थोडा वेळ शांत राहिला. मग त्याने विचारले, 'यावेळी योगेंद्र कुठे आहे ते तुम्ही सांगू शकता का?'

योगेंद्र मयमनसिंहमधील एका जमिनदाराच्या हायस्कूलमध्ये हेडमास्टर झाला असून तो विसईपूरला गेला असल्याचे चंद्रमोहन यांनी सांगितले.

शेवटी त्याने योगेंद्रची भेट घेण्याचा मनातल्या मनात निश्चय केला.

विसोईपूरमध्ये जमिनदाराच्या घरा शेजारी असलेल्या एक मजली घरात योगेंद्र राहत होता. रविवारच्या सकाळी तो तिथे वृत्तपत्रे वाचीत होता. त्याच वेळी बाजारातून आलेल्या एका व्यक्तीने त्याच्या हातात एक पत्र दिले. पाकिटावरचे हस्ताक्षर पाहून त्याला आश्चर्य वाटले. उघडून पाहिले. रमेशने लिहिले होते. तो विसोईपूरमध्ये एका दुकानाच्या आसऱ्याने राहत आहे. त्याला काही महत्त्वाचे बोलायचे आहे.

ते पत्र घेऊन येणाऱ्याच्या सोबत योगेंद्र स्वतः रमेशच्या शोधात निघाला. एका व्यापाऱ्याच्या दुकानात केरोसीनचा रिकामा डब्बा उलटा टाकून त्यावर तो आरामशीर बसला असल्याचे योगेंद्रने पाहिले. त्या बनिया ब्राह्मणाच्या हुक्क्यामध्ये तंबाखू भरायला तो तयार झाला. चश्मा घातलेले बाबू तंबाखू ओढीत नाहीत हे कळल्यावर त्यांना तो शहरातील एखादा अदभूत पदार्थ समजू लागले. त्यामुळे दोघांमध्ये परिचयाची काहीही बोलणी झाली नाही.

योगेंद्रने वेगाने येऊन रमेशचा हात धरून त्याला ओढले. म्हणाला, 'मी तुझ्यासोबत हारलो. तू आपली द्विधा आपल्यासोबत घेऊन गेलास. खरं तर तू थेट माझ्या घरी यायला हवे असताना वाटेत तुला बनियाच्या दुकानात गुळ बत्तासे आणि फराळाच्या चकत्या विकाव्या लागल्या.

रमेश लाजून हासला. मग दोघेही घरी परतले.

चहुकडे पाहत रमेश म्हणाला, 'अतिशय मजेची निर्जन जागा आहे.'

योगेंद्र म्हणाला, ' त्यामुळेच तर माझ्यासारख्याच कोणाला तरी या ठिकाणी जेवणासाठी आमंत्रित करून ही निर्जनता अधिक वाढवित असतो.'

रमेश म्हणाला, 'त्या पेक्षा असे म्हण की मनाच्या शांततेसाठी तर...'

योगेंद्र म्हणाला, 'या सर्व गोष्टी मला सांगू नकोस. मागील काही दिवसांपासून मनाला सारखी शांतता दिल्यामुळे माझे प्राण संकटात सापडले आहेत. याच दरम्याने सेक्रेटरीसोबत मारामारी होण्याची वेळ आली होती. जमिनदार बाबूंनाही मी माझ्या ऐटीची अशी काही ओळख करून दिली आहे, की त्यामुळे ते सहजपणे माझ्या प्रकरात हस्तक्षेप करण्यासाठी येणार नाहीत. ते माझ्यासोबत वर्तमात्रपत्रबद्दल चर्चा करू इच्छित असतात. पण मी त्यांना स्पष्टपणे सांगून टाकले आहे की मी स्वतंत्र स्वभावीची व्यक्ती आहे. तरीही मी इथे टिकलो आहे ते माझ्या गुणांमुळे नाही तर जॉईंट साहेबांना मी मनापासून आवडलो आहे म्हणून. त्यामुळे जमिनदार घाबरून मला सोडू शकत नाही. ज्या दिवशी जॉईंट साहेबांची बदली होईल, त्या दिवसी माझ्या मुख्याध्यापकपदाचा सोईच्या अकाशात शेवट झाला असे मी समजेन. या दरम्यान माझी फक्त एकाशीच चांगली ओळख झाली आहे. तो आहे पंचू कुत्रा. तसेच तिर लोकांची माझ्यावर जी काही दृष्टी आहे तिला मी कोणत्याही अर्थाने शुभ दृष्टी म्हणू शकत नाही.'

अशा प्रकारे जेवण-खाण, गप्पा आणि विश्रांती यामध्येच दिवस गेला. रमेश ज्या विशेष गोष्टी बोलण्यासाठी इथे आला होता, त्या बोलण्याची योगेंद्रने दिवसभर त्याला संधीच दिली नाही. संध्याकाळच्या जेवणानंतर केरोसिनच्या दिव्याच्या प्रकाशात दोन्ही माणसे जवळ खुर्च्या ओढून बसली. जवलच घुबड घुमायला लागले होते आणि आंधाऱ्या रात्री रातकीडे किरकिरायला लागले होते.

रमेश म्हणाला, 'योगेंद्र, मी तुला काय सांगण्यासाठी इथपर्यंत आलो असेल, असे तुला वाटते? एके दिवशी तू जे मला काही विचारले होते, त्याचे उत्तर देण्याची ती योग्य वेळ नव्हती. आता त्याचे उत्तर देण्यामध्ये काहीही अडचण नाही.'

असे म्हणून रमेश थोडा वेळ बसून राहिला. नंतर हळूहळू त्याने सुरूवातीपासून शेवटपर्यंत सर्व गोष्टी सांगितल्या. मध्येच त्याचा कंठ दाटून येत असे आणि आवाज भरून येत असे. त्यामुळेच तो दोन मिनिटांसाठी शांतही होत असे. योगेंद्र काहीही न बोलता शांतपणे रमेशचे म्हणणे ऐकत होता.

सर्व बोलणे संपल्यावर एक दीर्घ उसासा घेऊन योगेंद्र म्हणाला, 'या सर्व गोष्टी तू त्या दिवशी मला सांगितल्या असत्या तर मी विश्वास ठेवला नसता.'

रमेश म्हणाला, 'विश्वास ठेवण्याचे त्यावेळी जे कारण होते, तेच आजही आहे. म्हणून माझी तुला अशी विनंती आहे की, ज्या गावात मी विवाह केला होता, त्या गावात तुला एकदा जावे लागेल. त्यानंतर मग मी तुला कमलाच्या मामाकडेही घेऊन जाते.'

योगेंद्र म्हणाला, 'मी कुठेही जाणार नाही. मी या खुर्चीवर बसल्या बसल्याच तू सांगितलेल्या प्रत्येक अक्षरावर माझा विश्वास आहे. तुझ्या बोलण्यावर विश्वास ठेवण्याचा

मला नेहमीचा अनुभव आहे. जीवनात फक्त एकदाच त्यामध्ये फरक पडला होता. त्यासाठी मी तुझी क्षमा मागतो.'

असे म्हणून तो खुर्चीतून उठून रमेशच्या समोर आला. रमेशही उभा राहिला. लहानपणीचे दोन्ही मित्र परस्परांना कडकडून भेटले. रमेशने आपला दाटून आलेला कंठ साफ केला आणि म्हणाला, 'नशिबाच्या या कठोर मायाजालात मी कसा काय अडकून पडलो होतो, त्यात पूर्णपणे अडकल्याशिवाय मला दुसरा कोणताही उपाय दिसत नव्हता की सूचत नव्हता. आज मी त्यापासून सुटका मिळविली आहे. कमलाने का आणि कशासाठी आत्महत्या केली हेही मी समजू शकलो नाही. आता ते कळण्याची काही शक्यताही नाही. मरणाने जर आमच्या दोघाच्या मधली कठोर गाठ कापून टाकली नसती तर शेवटी आमच्या दोघांचीही जी काही दुर्गती झाली असती, त्या विचारानेच माझे मन थरथरते. हे नक्की आहे. जशी एके दिवसी मृत्यूच्या घासामुळे अचानक ही समस्या निर्माण झाली होती, तशीच मृत्यूच्या गर्भात ती समस्या सामावून गेली आहे.'

योगेंद्र म्हणाला, 'पण संशयाच्या भरात हे नक्की समजू नको की कमलाने आत्महत्याच केली आहे. जे काही होवो, पण तुझा मार्ग आता मोकळा झाला आहे. आता मी हेमबद्दल विचार करतो. कळत नाही, ती कशी होत चालली आहे.'

त्यानंतर दोन्ही मित्रांमध्ये घरात जाण्याविषयी एकमत झाले.

२६

चंद्रमोहन कडून रमेशची परिस्थिती ऐकल्यावर अक्षयच्या मनात अनेक प्रकारच्या चिंता निर्माण झाल्या. काय भानगड आहे, याचाच तो विचार करू लागला. रमेश जगाझीपूरमध्ये प्रक्टिस करीत होता. इतके दिवस त्याने स्वतःला लपविले होते. आता इतक्या दिवसानंतर अशी कोणती गोष्ट घडली आहे की तो कोलुटोलाधील गल्लीत येऊन भेटण्याची हिमंत करू शकला? आनंदा बाबू आणि हेम काशीम्ध्ये आहेत ही बातमी त्याला कुठून तरी कळाल्यावर त्याने तिकडे जाण्याचे नक्की करू नये. या दरम्यान गाझीपूरला जाऊन सर्व गोष्टी माहीत करून घेण्याचे त्याने मनाशी ठरविले. त्यानंतर मग काशीला जाऊन आनंदा बाबूंची भेट घ्यायची.

एके दिवशी तिसऱ्या प्रहरी हातात बॅग घेऊन अक्षय गाझीपूरला येऊन पोहचला. रमाश बाबू नावाच्या एका बंगाली विकलाचे घर कुठे आहे? म्हणून त्याने बाजारात चौकशी केली. बाजारातल्या चौकशीवरून रमेश बाबू तिथे फारसे लोकप्रिय किंवा प्रसिद्ध नसल्याचे त्याला आढळून आले. मग तो न्यायालयात गेला. त्यावेळी न्यायालय संपले होते. एक बंगाली वकिल आपल्या गाडीवर बसण्यासाठी निघाले होते. अक्षयने

त्यांना विचारले, 'महोदय, रमेशचंद्र चौधरी नावाचे एक नवीन बंगाली वकील गाझीपूरला आले आहेत. ते कुठे राहतात ते तुम्हाला माहीत आहे का?'

रमेश इतके दिवस काकांच्या घरी राहत असल्याचे त्या वकिलसाहेबांकडून अक्षयला कळले. आता ते कुठे आहेत ते माहीत नाही. त्यांची पत्नी सापडत नाही. कदाचित त्या पाण्यात बूडून मेली असावी.

अक्षय काकांच्या घराकडे निघाला. वाटेने चालता चालता तो विचार करू लागला की, आता रमेशची खेळी लक्षात आली आहे. त्याची पत्नी वारली आहे. त्यामुळे आता तो हेमनलिनीसमोर निःसंकोचपणे आपल्याला पत्नीच नसल्याचे सिद्ध करण्याचा प्रयत्न करीन. हेमनलिनीची सध्याची अवस्था पाहता रमेशवर अविश्वास दाखविणे तिला अशक्य होणार नाही.

काकाकडे गेल्यार रमेश आणि कमलाबाबत विचारणा केल्यावर ते स्वतःला सावरू शकले नाहीत आणि काकाच्या डोळयातून धारा वाहू लागल्या. ते म्हणाले, 'तुम्ही रमेश बाबूंचे मित्र आहात, तेव्हा कमलाला तुम्ही नक्कीच ओळखत असाल. पण तुम्हाला सांगतो एका दिवशीच्या भेटीमुळेच मी तिला आपली मुलगी मानले. दोन दिवस अशा प्रकारे माया लाऊन ती एके दिवसी अशी अचानक निघून जाईल, असे कधीही वाटले नव्हते.'

आपला चेहरा उदास करीत अक्षय म्हणाला, 'अश घटना कशी काय घडले ते काही मला कळत नाही. नक्कीच रमेश कमलासोबत चांगल्या प्रकारे वागला नसेल.'

काका म्हणाले, 'तुम्ही नाराज होऊ नका, पण रमेशला मी अजून ओळखू शकलो नाही. दिसायला तर एकदम भल्या व्यक्तीसारखे वाटतात, पण मनात काय विचार करतात आणि समजून घेतात हे ओळखणे अवघड आहे. कमलासारख्या पत्नीचा ते अनादर का करीत होते, हे कळायला मार्ग नाही. कमला सती लक्ष्मी होती. माझ्या सुनेसोबत तिचे मैत्रिणीसारखे संबंध होते, तरीही तिने कधी आपल्या पतीच्या विरोधात काहीही तक्रार केली नाही. ती मनातल्या मनात खूप त्रास सहन करीत असल्याचे माझ्या सुनेला वाटत होते. अर्थात अखेरच्या दिवसांपर्यत ती तिच्याकडून एकही गोष्ट बाहेर काढू शकली नाही. आता ही गोष्ट तर तुम्ही समजू शकता की अशा प्रकारची स्त्री असह्य यातना झाल्याशिवाय अशा प्रकारचे टोकाचे पाऊल उचलू शकत नाही, हे तर तुम्हीही समजू शकता. '

दुसऱ्या दिवशी काकांना सोबत घेऊन अक्षय रमेशचा बंगला आणि गंगेच्या किनाऱ्यावर फिरून आला. घरी परत आल्यावर तो म्हणाला, 'हे बघा मोहोदय, कमलाच्या गंगामध्ये उडी मारून आत्महत्या करण्याबद्दल तुम्ही जितके ठाम आहात, तितका मी नाही.'

'तुम्हाला काय वाटते?' काकाने विचारले.

अक्षय म्हणाला, 'मला असे वाटते की ती घर सोडून निघून गेली आहे. तिला

चांगल्या प्रकारे शोधायला हवे.'

काका उत्साहित होऊन म्हणाले, 'तुम्ही बरोबर म्हणत आहात. ही गोष्ट सुद्धा शक्य आहे.'

अक्षय म्हणाला, 'येथून जवळच काशी तीर्थ आहे. तिथे माझे मित्र आहेत. कदाचित कमला त्यांच्याकडेच गेली असावी.'

आशान्वित होत काका म्हणाले, 'त्या मित्रांबद्दल तर रमेश बाबू कधीही आमच्याशी बोलले नाहीत. मला माहीत असते तर शोध घेण्यात मी कसूर केली नसती.'

अक्षय म्हणाला, 'मग एक वेळ चला. आपण दोघेही एकदा काशीला जाऊन शोधू. पश्चिम भाग आपल्या चांगल्या परिचयाचा आहे. तुम्ही चांगल्या प्रकारे शोधू शकाल.'

या प्रस्तावाला काका अतिशय उत्साहाने तयार झाले. हेमनलिनी आपल्या बोलण्यावर विश्वास ठेवणार नाही, हे अक्षयला चांगले माहीत होते. त्यामुळे पुरावा म्हणून काकांना सोबत घेऊन तो काशीला गेला.

शहारातील कॅण्टॉमेंट भागात मोकळया भागात एक बंगला भाड्याने घेऊन आनंदा बाबू तिथे थांबले होते.

नलिनाक्ष बाबूनच्या आईला ताप, खोकला आणि न्युमोनिया झाला असल्याचे आनंदा बाबू आणि हेमला काशीला आल्यावर कळले. अंगात ताप असतानाही हिवाळयाच्या दिवसांत आईंनी नियमितपणे सकाळचे स्नान केले होते. त्यामुळेच त्यांची स्थिती इतकी बिकट झाली होती.

अनेक दिवस परिश्रम करून हेमने त्यांची सेवा केली. त्यामुळे नलिनाक्षच्या आईच्या प्रकृतीचा धोका टळला. अर्थात तरीही त्या अजून खूपच अशक्त होत्या. पावित्र्यामुळे अनेक विचारांचे पालन तसेच अनेक प्रकारची पथ्ये यामुळे हेमनलिनीची मदत त्याच्या काही फार उपयोगी पडली नाही. सुरूवातीला त्या आपले जेवण आपल्या हाताने तयार करीत असत. आता नलिनाक्ष त्यांना मदत करीत असे. तसेच त्यांच्या खाण्या पिण्याची सेवाही नलिनाक्षच करीत असत. यावेळी त्याची आई त्याला नेहमीच म्हणत असे, 'खरे तर माझे जाणेच चांगले झाले असते, पण तुम्हाला आणखी त्रास देण्यासाठी विश्वेश्वराने मला परत वाचविले आहे.'

क्षेमकरीने कठोरतेचा बुरखा पांघरला होता, पण आपल्या चहुबाजूचा परिपाठ आणि सौंदर्य यावर त्यांची नजर होती. हेमनलिनीने ही गोष्ट नलिनाक्षकडून ऐकली होती. म्हणून ती मोठ्या प्रयत्नाने घर-आंगणाच्या चारी बाजूला स्वच्छता करून तसेच स्वतःला चांगल्या प्रकारे तयार करून क्षेमकरीच्या समोर जात असे. आनंदा बाबूने कॅण्टॉमेंटमध्ये जो बाग भाड्याने घेतला होता, तिथून हेमनलिनी नेहमी फुले तोडून आणित असे. ती फुले ती क्षेमकरीच्या खाटेवर आणि गुलदस्त्यामध्ये सजवून ठेवीत असे.

नलिनाक्षने आपल्या आईसाठी एक दासी ठेवण्याचा खूप प्रयत्न केला होता, पण त्याला यश आले नाही. पाणी भरण्यासाठी नोकर-नोकराणी होत्या, पण आपल्या खाजगी कामाध्ये नोकरांचा कोणत्याही प्रकारे हस्तक्षेप करणे क्षेमकरी यांना आवडत नव्हते. ज्या हरिच्या आईने त्यांचा बालपणी सांभाळ केला होता, त्या वारल्यानंतर त्यांनी दुसऱ्या कोणत्याही नोकराणीला पंखा चालवू दिला नाही की आपल्या शरीराला हात लाऊ दिला नाही.

खरं तर त्यांचे आयुष्य एखाद्या तपस्विनीसारखे होते. स्नान आणि पूजा यामध्ये अख्खा दिवस घालविल्यावर फक्त दिवसाला एकदा थोडी मिठाई आणि दूध घेऊन राहत असत. त्यांचे इतके नियम आणि संयम नलिनाक्षला मात्र योग्य वाटत नसत.

त्या आजारातून उठून बऱ्या झाल्या तेव्हा हेमनलिनी नलिनाक्षच्या उपदेशानुसार अनेक प्रकारच्या नियमांचे पालन करीत असल्याचे त्यांना आढळून आले. इतकेच नाही तर म्हातारे झालेले आनंदा बाबू सुद्धा नलिनाक्षच्या प्रत्येक वाक्याला प्रमाण मानून त्याला गुरू वाक्य समजून अतिशय श्रद्धेने आणि भक्ति भावाने त्याचे श्रवण करीत असत.

याचे क्षेमकरीला खूप कौतुक वाटले. त्यांनी एके दिवशी हेमनलिनीला बोलावून हासून म्हटले, 'तुम्ही लोक नलिनला आणखी वेडे कराल, असे मला वाटते. त्याच्या या सर्व वेड्यासारख्या गोष्टी तुम्ही का ऐकता? तू चांगली नटून-थटून, हासत-खेळत आनंदाने रहा. साधना करण्याचे तुझे हे वय आहे का? मी असे का म्हणते असा तुला प्रश्न पडला असेल तर यामागे एक गोष्ट आहे. माझे आई-वडील खूपच निष्ठावान होते. लहानपणी आम्ही सर्व भावंडे अशाच प्रकारच्या संस्कारात वाढलो. त्यामुळे मी हे सोडले तर माझ्यासाठी दुसरा काहीच पर्याय नाही.'

तिसऱ्या प्रहरी हेमनलिनीची वेणी घालताना या सर्व गोष्टी सुरू होत्या.

क्षेमकरी पुन्हा आजारी पडली. यावेळचा ताप लवकरच उतरला.

सकाळी उठल्यावर त्यांना प्रणाम करून त्यांची पायधूळ घेत नलिनाक्ष म्हणाला, 'आई, तुला काही दिवस तरी रोगाच्या नियमानुसार रहावे लागेल. दुबळया शरीरावर इतका कठोरपणा लादणे योग्य होणार नाही.'

क्षेमकरी म्हणाली, 'मी रोग्या नियमाने राहते आणि तू योग्याच्या नियमाने रहा. नलिन, तुझे हे सर्व काम जास्त दिवस चालणार नाही. मी तुला आदेश देते की तुला विवाह करावाच लागेल.'

नलिनाक्ष शांतपणे बसून राहिला. क्षेमकरी म्हणाली, 'हे बघ, बाळा. माझे हे शरीर जास्त दिदवस तग धरणार नाही. आता तुला गृहस्थ झालेले पाहून सुखाने डोळे मिटेल. एक लहानशी सुंदर सून मला मिळेल, असा मी आधी विचार करीत होते. मी तिला माझ्या हाताने सुस्कृंत करीन, तिला चांगले सजवून मनात सुखी होईल. यावेळच्या

आजाराने देवाने मला चैत्यन्यता दिली आहे. ला हे चांगल्या प्रकारे माहीत आहे, की माझ्यासाठी आता हे अखेरचे काम आहे.

नलिनाक्ष म्हणाला, 'आपल्या कुटुंबाशी जुळेल, असे कुटुंब मी कुठे शोधू?'

क्षेमकरी म्हणाली, 'बंर आहे. मी स्वतः सर्व पाहून तुला सांगते.'

आजपर्यंत क्षेमकरी आनंदा बाबूंच्या समोर आली नव्ही. संध्याकाळ होण्याच्या थोडे आधी आनंदा बाबू नियमानुसार फिरत फिरत नलिनाक्षच्या घरासमोर आले तेव्हा क्षेमकरीने आनंदा बाबूंना बोलावणे पाठविले. त्या त्यांना म्हणाल्या, 'तुमची मुलगी जणू काही लक्ष्मी आहे. तिच्यावर माझी माया बसली आहे. माझ्या नलिनला तर तुम्ही ओळखताच. त्या मुलाला कोणीही कशा प्रकारे दोष देऊ शकत नाही. डॉक्टरी व्यवसायातही त्याचे चांगले नाव आहे. तुमच्या मुलीसाठी अशा प्रकारचा संबंध शोधूनही सापडणार नाही.काय?'

आनंदा बाबू घाबरून म्हणाले, 'हे तुम्ही काय म्हणत आहात? मी तर कधीच अशा प्रकारच्या गोष्टीची आशा केली नव्हती. नलिनाक्षसोबत माझ्या मुलीचा विवाह झाला तर त्याहून मोठे माझे सुदैव काय असू शकेल? पण तो खरंच...'

क्षेमकरी म्हणाली, 'नलिनची याबद्दल काहीही तक्रार असणार नाही. तो काही आज कालच्या इतर मुलांसारखा नाही. तो माझे म्हणणे ऐकतो. मग त्याच्यावर बळजबरी करण्याची आवश्यकताच काय आहे? शिवाय तुमची मुलगी कोणाला आवडणार नाही? अर्थात या कामात मला खूप घाई आहे. माझ्या शरीराची अवस्था मी चांगल्या प्रकारे समजते.'

त्या दिवशी आनंदा बाबू आनंदी होऊन परतले. त्याच रात्री हेमनलिनीला बोलावून ते म्हणाले, 'बाळ, माझे आता वय झाले आहे. आता शरीरही योग्य प्रकारे काम करीत नाही. तुला एखादे चांगले स्थळ पाहिल्याशिवाय माझ्या मनाला आनंद होणार नाही. तुझी आई नाही, त्यामुळे तुझा सर्व भार फक्त माझ्यावरच आहे.'

हेमनलिनी उत्कंठेने आपल्या वडिलांच्या चेहऱ्याकडे पाहत होती.

आनंदा बाबू बोलू लागले, 'बाळ, तुझ्यासाठी असे एक स्थळ आले आहे की तो आनंद मी लपवू शकत नाही. मागून त्यामध्ये कुठे काही अडचण येऊ नये, अशी फक्त मला भीती वाटते. आज नलिनच्या आईने मला बोलावून आपल्या मुलासोबत तुझे लग्न करण्याचा प्रस्ताव माझ्या समोर मांडला.'

हेमनलिनीचा चेहऱ्यावर लालिमा पसरली. ती अतिशय लाजून म्हणाली, 'बाबा, तुम्ही हे काय म्हणत आहात? नाही-नाही. असे कधीही होऊ शकत नाही.'

अशा प्रकारची शक्यता कधीही हेमनलिनीच्या मनात आली नव्हती. नलिनशी आपला विवाह होईल, याचा तिने विचारच केला नव्हता. अचानकपणे वडिलांच्या तोंडून अशा प्रकारचा प्रस्ताव ऐकल्यावर लाज आणि संकोचाने ती घाबरून गेली.

आनंदा बाबूने विचारले, 'हा विवाह का होऊ शकत नाही?'

हेमनलिनी म्हणाली, 'बाबा, असे कधीच होऊ शकणार नाही.'

हेम तिथे बसू शकली नाही. ती व्हरांड्यात निघून आली.

आनंदा बाबू खूपच उदास झाले. त्यांनी अशा प्रकारची अडचण येईल याचा कधी विचारही केला नव्हता. नलिनशी आपल्या विवाहाची गोष्ट ऐकल्यावर हेम मनातून खूप आनंदी होईल, असा त्यांना विश्वास वाटत होता. हतबद्ध आणि निराश होऊन उदास वाटणाऱ्या केरोसिनच्या दिव्याच्या प्रकाशात पाहत स्त्री चारित्र्याचे गूढ रहस्य आणि हेमनलिनीला आई नसणे याची ते मनातल्या मनात चिंता करू लागले. त्यांनी पुन्हा व्याकुळ होऊन थंड उसासा टाकला आणि मनातल्या मनात म्हटले, 'हेमनलिनी अद्याप रमेशला विसरू शकली नाही.'

मग आनंदा बाबू काहीही न बोलता उठून झोपण्यासाठी निघून गेले.

कामामध्ये काहीही नुकसान होऊ नये म्हणून हेमनलिनी रमेशच्या आठवणीने आपल्या मनाला दुःखी होऊ देत नसे. त्यासाठी आपल्या मनातल्या मनात ती खूप संघर्ष करीत आली होती. पण जेव्हा केव्हा बाहेरून आघात होतो तेव्हा त्याच्या आघाताची वेदना अधिकच तीव्र होते. आपले जीवन कशा प्रकारे व्यतीत होईल, याबद्दल हेमनलिनी अद्याप विचार करू शकली नव्हती. त्यामुळे एक समर्थ असा आधार समजून नलिनला गुरू मानून त्याच्या उपदेशानुसार ती चालू लागली होती. पण त्याच्याकडूनच आलेल्या विवाहाच्या प्रस्तावामुळे तिच्या हृदयात खोलवर असलेल्या आधारसूत्रालाच कोणी हिंदोळे देत असल्याचे तिला जाणवले. तेव्हा तिला कळले की ते बंधन किती अवघड आहे. तिला जेव्हा कोणी चावण्यासाठी येते तेव्हा हेमनलिनीचे मन व्याकुळ होऊन त्या बंधनाशी दुप्पट सामर्थ्याने झुंजण्याचा ती प्रयत्न करते.

इकडे क्षेमकरीने नलिनला बोलावले आणि म्हणाली, 'मी तुझ्यासाठी सहप्रवाशी निवडला आहे.'

नलिन हासून म्हणाला, 'अगदीच छान केले आहेस.'

क्षेमकरी म्हणाली, 'नाही तर काय? मला सदैव जिवंत रहावे लागेल. ऐक, मी हेमनलिनीला निवडले आहे. अशी मुलगी पुन्हा मिळणार नाही. रंग काही तितका गोरा नाही, पण ...'

नलिन म्हणाला, 'तुझ्या मनासारखे होवो, आई. मी काही गोऱ्या रंगाचाच फक्त विचार करीत नाही. पण हेमनलिनीशी माझे लग्न कसे काय होईल?'

क्षेमकरी म्हणाली, 'आता हे काय बोलणे झाले? न होण्याचे मला तरी काही कारण दिसत नाही.' नलिनसाठी याचे उत्तर देणे सोपे नव्हते. पण हेमनलिनीला तो आपल्या जवळ बसवून गुरू प्रमाणे निःसंकोचपणे उपदेश करीत असे. अचानकपणे तिच्याशी विवाहाचा प्रस्ताव आल्यामुळे त्याला जणू काही लाजेचा धक्का बसला.

नलिनला शांत पाहून क्षेमकरी म्हणाली, 'आता मी तुझे काही एक ऐकणार नाही. माझ्यासाठी सर्व काही सोडून काशी निवासी होऊन तपश्चर्या करावी, हे मी कोणत्याही

प्रकारे या पुढे सहन करणार नाही. पुढचा जो शुभ मुहुर्त असेल, तो नक्की केला जाईल.'

थोडा वेळ शांत राहिल्यावर नलिन म्हणाला, 'तेव्हा आई, एक गोष्ट ऐकून घे. तू घाबरू नकोस. मी जी घटना तुला सांगणार आहे, तिला नऊ-दहा महिने झाले आहेत. आता त्यासाठी उतावीळ होण्याची काहीही आवश्यकता नाही. तुझा एकूण स्वभाव पाहता, एखादे अमंगळ टळून गेल्यावरही ्त्याची भीती तुझ्या मनातून कधीही जात नाही. त्यामुळेच इतके दिवस मी तुला सांगायची इच्छा असूनही काही सांगू शकलो नाही. माझ्या ग्रहाच्या शांतीसाठी तुला जितके म्हणून यज्ञ वैगैरे करायचे असतील तेवढे कर. पण उगीच मनाला यातना करून घेऊ नको.'

क्षेमकरीने घाबरून विचारले, 'तू काय सांगणार आहेस ते तुझे तुलाच माहीत, पण तुझी प्रस्तावना ऐकून माझे मन खरोखरच घाबरले आहे.'

नलिन म्हणाला, 'याच माघ महिन्यात मी रंगपूरमधील आपले सर्व सामान विकून आपली बाग आणि घर भाड्याने देऊन परत येत होतो. माझी अशी मती फिरली की रेल्वेने कलकत्याला न जाता मी नावेने गेलो. नावेतून दोन दिवस प्रवास केल्यावर एके दिवशी किनाऱ्याला नाव बांधून मी स्नान करीत होतो. त्यावेळी आपले भूपेंद्र हातात बंदूक घेऊन उभे असल्याचे मला अचानक दिसले. मला पाहताच त्यांनी उडी मारली. ते तिथलेच कुठले तरी डेप्युटी मेजिस्ट्रेट होते. तबू सोबत घेऊन दौऱ्यावर निघाले होते. सोबतच हिंडत फिरतही होते. धौपापूरक नावाच्या गावात एके दिवशी त्यांनी आपला तंबू उभारला होता. त्या गावात तारिणी चटर्जी नावाचे एक सज्जन महाजनी राहत होते. त्यांच्यासारखा कंजुष गावात दुसरा कोणीही नव्हता. त्यांनी आपल्या घरीच मुलांना शिकविण्यासाठी शाळा सुरू केली होती. आपण खूप लोकांच्या भल्याचा विचार करतो हे दाखविण्यासाठी तसेच सरकारी अनुदान लाटण्यासाठी ही शाळा होती. त्या शाळेमध्ये एका पंडिताला फक्त दोन वेळचे जेवण देऊन तो शाळेत शिकवायला लावीत होता. तसेच रात्री दहा वाजेपर्यंत त्याला व्याजाच हिशोब मांडायला लावीत असे. त्याला एक विधवा बहिण होती. तिला एक मुलगी होती जी अतिशय सुशील आणि नम्र होती.

तिचे विवाहाचे वय झाल्यावरही या तारिणी चटर्जीच्या वागण्यामुळे गावातील कोणीही व्यक्ती तिच्याशी लग्न करायला तयार नव्हता. मुलीचे नाव कमला होते. जणू काही लक्ष्मीची प्रतिमूर्तीच होती ती. चार भली माणसे आणि भूपेंद्र यांच्यामुळे मला कमलाशी विवाह करावा लागला.'

क्षेमकरीने आश्चर्याने विचारले, 'लग्न झाले आहे? हे काय सांगतो आहेस, नलिन?'

नलिनाक्ष म्हणाला, 'होय, झाले आहे. मी नववधूला घेऊन नावेवर स्वार झालो. ज्या दिवशी तिसऱ्या प्रहरी नावेवर स्वार झालो त्याच दिवशी सूर्यास्तानंतर दोन तासांनी अचानकपणे जोरदार वादळ सुरू झाले. फाल्गुनातील उष्ण हवेसोबत उठलेले वादळ होते. त्याने एका क्षणात आमची नाव पलटी केली. काय झाले ते आम्हाला काहीच कळले नाही.'

क्षेमकरी म्हणाली, 'मधुसुदना!' तिच्या सर्व शरीरावर काटा उभा राहिला होता.

नलिनाक्ष म्हणाला, 'काही क्षणानंतर मला शुद्ध आली तेव्हा मी नदीमध्ये एका बाजूला पोहत असल्याचे मला जाणवले. खरं तर ही गोष्ट मी कधीही तुझ्यासमोर उघड केली नसती, पण तू आता माझ्या विवाहासाठी अडून बसली आहेस म्हणून सांगावी लागली.'

क्षेमकरी म्हणाली, 'एकदा एक अपघात घडला म्हणून तू काय जीवनभर कधीही लग्न करणार नाहीस?'

नलिनाक्ष म्हणाला, 'म्हणून नाही, आई. कदाचित ती मुलगी जिवंत असेल.'

क्षेमकरी म्हणाली, 'वेडा आहेस! ती जिवंत असती तर इतक्या दिवसात तिने तुला निरोप पाठविला नसता?'

नलिनाक्ष म्हणाला, 'तिला माझा पत्ता कसा काय माहीत असेल? माझ्यापेक्षा जास्त अनोळखी तिच्यासाठी कोण असेल? कदाचित तिने माझा चेहराही पाहिला नसेल. काशीला आल्यावर मी तारिणी चटर्जीला माझा पत्ता सांगितला आहे. त्यांना कमलाचा काहीही पत्ता लागला नसल्याचे मला पत्र पाठविले आहे.'

क्षेमकरी म्हणाली, 'आता आणखी काय?'

नलिनाक्ष म्हणाला, 'मी मनातल्या मनात ठरविले आहे की एक वर्ष झाल्यावरच तिचा मृत्यू झाला असल्याचे मी समजेन.'

क्षेमकरी म्हणाली, 'तू सर्वच बाबतीत आपला हट्ट करतोस. आता एक वर्ष कोणत्या आशेसाठी घालविणार आहेस?'

नलिनाक्ष म्हणाला, 'आई, एक वर्ष पूर्ण व्हायला आता असा किती वेळ बाकी आहे? सध्या मार्गशीर्ष सुरू आहे. पौष महिन्यात विवाह होत नाहीत. मग माघ आणि फाल्गुन.'

क्षेमकरी म्हणाल्या, 'चांगली गोष्ट आहे, पण मी वधू नक्की करते. हेमनलिनीच्या वडिलांना मी वचन दिले आहे.'

नलिनाक्ष म्हणाला, 'आई, माणूस फक्त वचन देऊ शकतो. त्याची सफलता ज्याच्या हातात आहे, त्याच्यावर विश्वास ठेव.'

२७

कमला गंगा तीरावर पोहचली त्यावेळी थंडीचे दिवस होते. सूर्यास्त होत होता. कमालाने येणाऱ्या अंधारासाठी अस्तास जाणाऱ्या सूर्याला प्रणाम केला. त्यानंतर कपाळावर गंगा जलाचा थेंब टाकून ती थोड्याशा पाण्यात गेली. त्यानंतर ओंजळीत गंगा जल घेऊन फुलांसह गंगेला अर्घ्य दिले. त्यानंतर तिने सर्व मोठ्या व्यक्तींना प्रणाम केला. प्रणाम करून डोके वर करताच तिला आणखी एका व्यक्तीची आठवण झाली. कधी

नजर उचलून तिने त्याच्या चेहऱ्याकडे पाहिलेही नव्हते. एके रात्री थोडा वेळा त्याच्या जवळ बसली होती तेव्हा त्याच्या पायाकडेही तिची नजर गेली नव्हती. इतर स्त्रियांशी ते दोन-चार वेळा बोलले होतो, तेही ती आपला बुरखा काढून लाजेमुळे नीटसे ऐकू शकली नव्हती. आज त्याचा कंठ स्वर आठवण्यासाठी गंगेमध्ये उभे राहून काळजीपूर्वक खूप प्रयत्न केले, पण कोणत्याही प्रकारे आठवू शकली नाही.

रमेशने हेमनलिनीला लिहिलेले पत्र कमलाच्या पदराला एका कोपऱ्यात बांधलेले होते. वाळूच्या क्निनाऱ्यावर बसून सांयकालीन अंधूक प्रकाशात वाचण्याचा तिने प्रयत्न केला. त्याच भागामध्ये तिच्या नवऱ्याचा परिचय होता. जास्त काही उल्लेख नव्हता. फक्त त्याचे नाव नलिन चटोपाध्याय आणि ते रंगपूरमध्ये डॉक्टरकी करीत असल्याचा उल्लेख होता. आता ते तिथे राहत नाहीत इतकेच. पत्राच्या उर्वरित भागात तिला शोधूनही काही सापडले नाही. 'नलिनाक्ष' हेच नाव तिच्या मनात अमृताचा वर्षाव करू लागले. या नावाने तिचे हृदय परिपूर्ण झाले. कमला मनापासून म्हणाली, 'मी सती गेले तर या जीवनात त्यांच्या पायांची धूळ मिळू शकेल. मी आहे म्हणजे तेही कुठे गेले नाहीत. त्यांची सेवा करण्यासाठीच देवाने मला जिवंत ठेवले आहे.'

असे म्हणून तिने रुमालाला बांधलेला किल्ल्यांचा जुडगा तिथेच फेकून दिला. अचानक तिला आठवले की रमेशने दिलेला ब्रोच तिच्या कपड्यांना बांधलेला आहे. तोही लगेच सोडून तिने घाईने पाण्यात टाकून दिला. त्या नंतर पश्चिम दिशेला वळून ती चालू लागली. कुठे जायचे, काय करायचे,असे प्रश्न काही तिच्या मनात आले नाहीत. आपण फक्त चालायला हवे,इतकेच तिला माहीत होते. या ठिकाणी एक क्षणभरही तिला थांबायचे नव्हते.

बरोबर नदीच्या काठाने चालत जाण्याचा निर्णय़ घेऊन तिने योग्य तेच केले होते. त्यामुळे तिला कोणालाही वाट विचारावी लागणार नव्हती. समजा तिच्यावर काही संकट आलेच तर गंगा माता तिला दुसऱ्याच क्षणी आश्रय द्यायला तयार होती.

रात वाढू लागली. शेतामध्ये घुबड घुमायला लागले होते. कमला खूप अंतर चालून गेल्यावर वाळू संपून माती लागली होती. नदीच्या काठावर तिला एक गाव दिसू लागले. कमला थरथरत्या हृदयाने गावाच्या जवळ गेल्यावर सर्व गाव झोपला असल्याचे तिच्या लक्षात आले. घाबरत घाबरत गाव ओलांडल्यावर चालून चालून तिचे शरीर थकले होते. चालता चालता ती अशा एका ठिकाणी आली जिथून पुढे मार्ग नव्हता. खूप थकल्यामुळे ती एका वटवृक्षाखाली झोपली. तिथे पडताच कधी झोप लागली ते तिचे तिला कळले नाही.

सकाळी डोळे उघडल्यावर तिने पाहिले की कृष्ण पक्षातील चंद्राच्या चांदण्यामुळे आंधार क्षीण झाला होता. एक वयस्कर स्त्री तिला विचारीत होती, 'तू कोण आहेस? थंडीच्या रात्री या झाडाखाली कशी काय झोपली आहेस?'

कमला दचकून उठून बसली. जवळच दोन होड्या बांधल्या असल्याचे कमलाने

पाहिले. ती वृद्धा इतर लोक उठण्याच्या आधी स्नान करून आली होती.

ती वृद्धा म्हणाली, 'तू तर बंगाली असल्यासारखी दिसतेस?'

कमला म्हणाली, 'होय, मी बंगालीच आहे.'

वृद्धा म्हणाली, 'मग इथे का पडली आहेस?'

कमला म्हणाली, 'मी काशीला जाण्यासाठी निघाले आहे. बरीच रात्र झाल्यावर मला झोप येऊ लागली म्हणून मी इथे झोपले.'

ती वृद्धा म्हणाली, 'अरे देवा ! हे काय बोलणे झाले? पायी पायी काशीला कशी जाशील? तर मग ठीक आहे. माझ्या सोबत होडीतून चल. मी आता स्नान करून येते.'

गाजीपूरमध्ये ज्या सिद्धेश्वर बाबूंच्या घरी मोठ्या उत्साहाने लग्न सोहळा होत होता, ते लोक तिच्याच नात्यातील होते. त्या वृद्ध स्त्रीचे नाव नवीनकाली होते. तिच्या पतीचे नाव मुकुंदलाल होते. गेल्या काही दिवसांपासून ते काशीमध्येच राहत होते. हे लोक आपल्या समाजाचे निमंत्रण टाळू शकले नव्हते. त्यामुळे त्यांचा घरी रहावे लागू नये किंवा काही खावे लागू नये म्हणून ते छोट्या होडीतून गेले होते. लग्न घरच्या मालकीनीने त्यावर संताप व्यक्त केला होता. त्यांचे आरोग्य चांगले राहत नाही, हे तर तुला माहीत असल्याचे नवीनकलीने तिला सांगितले. शिवाय लहानपणापासून त्यांच्या तशाच सवयी आहेत. घरी गाय पाळून तिच्या दुधाने तयार केलेल्या पुऱ्या ते खातात. शिवाय त्या गायीला असा तसा चारा खाऊ घातला जात नाही. इ. इ.

नवीनकलीने विचारले, 'तुझे नाव काय आहे?'

कमला म्हणाली, 'माझे नाव कमला आहे.'

नवीनकली म्हणाली, 'तुझ्या हातात लोखंडी कडे आहे, तुला मालक आहे का?'

कमला म्हणाली, 'लग्नाच्या दुसऱ्या दिवसापासूनच पती गायब झाला आहे.'

नवीनकली म्हणाली, 'अरे देवा! ही काय घटना झाली? तुझे वय तर फार वाटत नाही.'

तिला पायापासून डोक्यापर्यंत चांगल्या प्रकारे न्याहळून पाहिल्यानंतर ती म्हणाली, 'हेच पंधरा एक वर्षे असेल.'

कमला म्हणाली, 'मलाही माझे नेमके वय माहीत नाही. असेच काही असेल.'

नवीनकली म्हणाली, 'तू ब्राह्मणाची मुलगी आहेस ना?'

कमला म्हणाली, 'होय.'

नवीनकलीने विचारले, 'तुझे घर कोठे आहे?'

कमला म्हणाली, 'अद्याप मी सासरी गेले नाही. माझ्या वडिलांचे घर विशुखालीमध्ये आहे.'

कमलाला हे माहीत होते की, आपल्या वडिलांचे घर विशुखाली इथे आहे.

नवीनकलीने विचारले, 'तुझे आई वडील?'

कमला म्हणाली, ‘माझे आई-वडील नाहीत.’

नवीनकली म्हणाली, ‘राम-राम! आता तू काय करशील?’

कमला म्हणाली, ‘काशीमध्ये एखाद्या चांगल्या व्यक्तीने मला आपल्या घरी ठेवून दोन वेळेला दोन मुठी भात दिला तर मी आनंदाने त्याचे स्वयंपाकघर सांभाळीन.’

पगाराशिवाय आपल्या स्वंयपाकासाठी एक ब्राह्मण स्त्री मिळाली म्हणून नवीनकली मनातून आनंदी झाली होती. ती म्हणाली, ‘माझ्या घरातील सर्व नोकर ब्राह्मण आहेत. आमच्या घरी असा तसा ब्राह्मण येऊ शकत नाही. जेवणामध्ये जरा जरी इकडे तिकडे झाले तरी घराचे मालक आगपाखड करतात. ब्राह्मणाला चौदा रूपये महिना दिला जातो. शिवाय जेवण आणि कपडेही दिले जातात. जे काही असेल ते असो, ‘तू ब्राह्मणाची मुलगी संकटात सापडली आहेस तेव्हा चल, माझ्याच घरी चल.’

पालामध्ये हवेचा जोर होता. त्यामुळे काशीला पोहचण्यासाठी जास्त वेळ लागला नाही. शहराच्या बाहेर लहानशी बाग असलेल्या एका दोन मजली घरात सर्व जण राहू लागले.

तिथे गेल्यावर चौदा रूपये महिना पगार असलेल्या ब्राह्मणाचा काही पत्ता लागला नाही. तो एक ओडिशी ब्राह्मण होता. काही दिवसांपूर्वीच नवीनकली त्याच्यावर प्रचंड संतापली होती आणि पगार न देताच त्याला हाकलून लावले होते. चौदा रूपये महिन्याने दुसरा ब्राह्मण मिळणे दुर्मिळ अशल्यामुळे अशा प्रकारचा ब्राह्मण मिळेपर्यंत स्वंयपाकधराची सर्व जबाबदारी कमलावर पडली.

सहज हातात आलेली कमला निसटून जाऊ नये म्हणून नवीनकलीने तिला अतिशय सावधपणे ठेवले होते. त्या आश्रयाच्या ठिकाणी कमलाचा प्राण जणू थोड्याशा पाण्यातील मोठ्या माशासारखा कासावीस होत होता. तिथून बाहेर पडल्यावर तिच्या जीवात जीव आला. अर्थात बाहेर जाऊन कुठे उभे राहणार? त्या रात्री मोकळ्या आकाशाखाली घर नसलेले बाह्य जग तिला कळले. त्याच प्रमाणे आता आत्मसमर्पण करण्याचे तिला धाडस होत नव्हते.

एके दिवशी कमलाला बोलावून नवीनकली म्हणाली, ‘अगं ए, महाराणी, आज स्वामीची प्रकृती बरी नाही. आज भात होणार नाही तर रोट्या होतील. पण त्यासाठी खूप मोठ्या प्रमाणात तूप वापरू नकोस. मला तुझ्या स्वंयपाकाची चव चांगली माहीत आहे. त्यासाठी इतके तूप कसे काय लागते ते मला कळत नाही. यापेक्षा तर तो ओडिसी ब्राह्मणच चांगला होता. तो तूप घेत असे आणि त्याच्या स्वंयपाकाला तुपाचा थोडा फार वास तरी येत असे.’

अशा बोलण्याला कमला काहीही उत्तर देत नसे. ती अशा प्रकारे शांतपणे काम करीत असे जणू तिने काहीच ऐकले नाही.

आज अपमान भरलेल्या हृदयाने कमला शांतपणे भाजी चिरीत होती. तिला सर्व

जग निरस आणि जीवन ओझे वाटू लागले. अशा वेळी गृहिणीच्या घरून एक आवाज तिच्या कानावर आला. त्यामुळे कमला आश्चर्यचकित झाली. नवीनकली आपल्या नोकराला बोलावून सांगत होती, 'अरे तुळशी, जा तर शहरातून नलिनाक्ष डॉक्टरला लवकर बोलावून आण. त्यांना बरे वाटत नाही.'

नलिनाक्ष डॉक्टर! कमळाच्या डोळ्यासमोर सर्व आकाशातील प्रकाश, वीणेचे सोनेरी तार झंकारत होते. ती भाजी चिरणे सोडून दारात येऊन उभी राहिली. तुळशी खाली उतरताच कमला त्याला म्हणाली, 'कुठे चालला आहेस, तुळशी?' तो म्हणाला, 'नलीनाक्ष डॉक्टरला बोलवायला.'

कमलाने विचारले, 'हे कोणते डॉक्टर आहेत?'

तुलशी म्हणाला, 'हे येथील एक मोठे डॉक्टर आहेत.'

कमला म्हणाली, 'ते इथे कुठे राहतात?'

तुलशी म्हणाला, 'शहरातच राहतात. इथून साधारणपणे एक कोस दूर असेल.'

वरून आवाज आला, 'स्वयपाकघराच्या दारात उभे राहून कोणाशी सल्ला मसलत चालली आहे? मला डोळे नाहीत, असे तुला वाटते की काय, तुलशी? शहरात जाण्याच्या वेळी एकदा स्वंयपाकघरात चक्कर मारल्याशिवाय तुझे भागतच नाही. अशाच प्रकारे सर्व वस्तू बाजूला केल्या जातात. महारानी, तू तर रस्त्यात पडली होतीस. तुझ्यावर दया करून तुला आसरा दिला. त्याची परतफेड अशा प्रकारे करतेस वाटते?'

सर्व लोक आपल्या वस्तू चोरतात, हा नवीनकलीचा संशय काही केल्या जात नसे. खरं तर तिला अशा चोरीचा काही पुरावा सापडत नसे तेव्हाही ती अंदाजाने नाराज होत असे. अंधारात टोला मारल्यावरही तो योग्य ठिकाणी लागतो, असे तिला वाटत होते. ती सदैव सतर्क राहत असे आणि आपल्याला कोणी फसवू शकत नाही, असे तिला वाटत होते. नोकरांनाही ही गोष्ट चांगल्या प्रकारे माहीत होती.

खाली स्वंयपाकघराच्या दारात उभ्या असलेल्या कमलाला खरं तर आश्रय हवा होता. अशाच प्रकारे तुलशी परत आला, पण एकटाच.

कमलाने विचारले, 'डॉक्टर बाबू आले नाहीत?'

तुलशी म्हणाला, 'त्यांचीच आई आजारी आहे.'

कमला म्हणाली, 'आई आजारी आहे? घरात दुसरे कोणी नाही का?'

तुलशी म्हणाला, 'नाही. त्यांनी अद्याप लग्न केलेले नाही. त्यांनी पत्नी नसल्याचे त्यांच्या नोकरांकडून मी ऐकले आहे.'

कमला म्हणाली, 'कदाचित, त्यांची पत्नी वारली असावी.'

तुलशी म्हणाला, 'असे होऊ शकते. त्यांच्या नोकरांचे असे म्हणणे आहे की, ते रंगपूरला डॉक्टरी करीत होते तेव्हाही त्यांना पत्नी नव्हती.'

वरून आवाज आला, 'तुलसी,' कमला घाईने स्वंयपाकघरात घुसली. तुळशी वर गेला.

नलिन रंगपूरमध्ये डॉक्टरी करीत होते. कमालच्या मनात आता काहीही संशय उरला नाही. त्यांच्याबद्दल कमलाला जोपर्यंत काहीही माहीत नव्हते, तोपर्यंत तिला धीर होता. आता मात्र तिच्यासाठी आणखी धीर धरणे अवघड झाले होते. त्याच शहरात तिचे पती होते. त्यामुळे एक क्षणही परक्याच्या घरी राहणे तिला असह्य झाले होते. कामामध्ये पावलो पावली तिच्याकडून चुका होऊ लागल्या.

नवीनकली म्हणाली, 'हे बघ महाराणी, तुझी लक्षणे काही मला चांगली दिसेना झालीत. तुला काय भूत लागले आहे का? तू खाणे-पिणे बंद करून टाकले आहेस, आता आम्हालाही उपवास करायला लाऊन मारून टाकणार आहेस की काय? आज काल तुझा स्वंयपाक तोंडात घालण्याच्या लायकीचा असत नाही.'

कमला म्हणाली, 'आता माझ्याच्याने येथील काम होत नाही. माझे मन काही केल्या लागत नाही. त्यामुळे माझी सुटका करून मला निरोप द्या.'

नवीनकली फणकाऱ्याने म्हणाली, 'अशी गोष्ट आहे तर? कलियुगामध्ये कोणाचे भले करता येत नाही. तुझ्यावर दया येऊन तुला आसरा देण्यासाठी मी इतक्या दिवसांच्या जुन्या ब्राह्मण नोकराला काढून टाकले. इतक्या दिवसात एकदाही त्याची चौकशी केली नाही. तू खरोखरच ब्राह्मणाची मुलगी आहेस की नाही? आज म्हणतेस की मला निरोप द्या. तू जर पळून जाण्याचा प्रयत्न केलास तर पोलिसांत तक्रार देईल. माझा मुलगा हकिम आहे. त्याच्या आदेशाने किती तरी जण फासावर लटकले आहेत. माझ्यासमोर तुझी हुशारी चालणार नाही. गदा मालकांच्या तोंडाला तोंड देत होता, तेव्हा त्याला अशी मजा दाखवली की तो आजही तुरुंगात खितपत पडला असल्याचे तू ऐकले असेलच. आम्हाला तू ऐरे-गैरे समजू नकोस.'

ही गोष्ट खरीच होती. गदा नोकरावर घोडी चोरल्याचा आरोप करण्यात आला. त्यामुळे त्याला तुरुंगगात पाठवले गेले. त्यामुळे मालकीणीच्या बोलण्यावर कमला चपापली.

२८

ज्या संध्याकाळी नलिन बाबूंशी विवाहाबद्दल आनंदा बाबू आणि हेमनलिनी यांच्यात बोलणी झाली तेव्हा त्या रात्री आनंदा बाबूंना पुन्हा शूल वेदना जाणवली.

रात्रभर त्रास झाला. सकाळी वेदना थोडी कमी झाल्यावर घराच्या बाहेर रस्त्याच्या कडेला असलेल्या बागेत हिवाळ्याच्या दिवसात कोवळ्या ऊन्हात एक तिपाई ठेवून बसले होते. हेमनलिनीने त्यांना तिथेच चहा देण्याची व्यवस्था केली. रात्री झालेल्या वेदनेमुळे आनंदाबाबूंचा चेहरा फिक्कट पडला होता आणि उतरला होता. त्यांच्या डोळ्याखाली काळी जागा झाली होती. जणू काही एकाच रात्रीत त्यांचे वय खूप वाढल्याचे जाणवत होते.

अशा वेळी काकांना सोबत घेऊन अक्षय तिथे आला. हेमनलिनीला घाईने जाताना पाहून अक्षय म्हणाला, 'तुम्ही कुठेही जाऊ नका. हे गाझीपूरचे चक्रवर्ती महोदय आहेत. पश्चिमेकडचे सर्व लोक त्यांना ओळखतात. तुम्हाला त्यांना काही विशेष सांगायचे आहे.'

तिथेच एक ओटा बांधलेला होता. अक्षय आणि काका त्यावरच बसले. काका म्हणाले, 'रमेश बाबूंसोबत तुमची चांगली मैत्री असल्याचे मी ऐकले आहे. त्यांच्या पत्नीची काही बातमी तुम्हाला कळली आहे का, हेच विचारण्यासाठी मी इथे आलो आहे.'

आनंदा बाबू एका क्षणासाठी गप्पच राहिले. त्यानंतर ते म्हणाले, 'रमेश बाबूंची पत्नी?'

हेमनलिनी खाली नजर झुकवून उभी होती. चक्रवर्ती म्हणाले, 'मुली, तू मला कदाचित जुन्या काळातील असभ्य व्यक्ती समजत असशील. थोडा धीर धरून सर्व गोष्टी ऐकल्यावरच मी विनाकारण तुमचा अपमान करण्यासाठी आलो नसल्याचे तुझ्या लक्षात येईल. रमेश बाबू पूजेच्या वेळी स्टीमरवर चढून आपल्या पत्नीसोबत पश्चिमेचा प्रवास करीत होते, तेव्हा त्या प्रवासात माझी त्यांची ओळख झाली. कमलाला एखाद्या व्यक्तीने एकदा पाहिल्यावर तो तिला परके समजत नाही, हे तर तुम्हाला माहीत आहे. या वयात खूप दुःख आणि त्रास सहन केल्यामुळे माझे हृदय कठोर झाले आहे. पण लक्ष्मीसारख्या माझ्या त्या मुलीला मात्र मी कोणत्याही प्रकारे विसरू शकत नाही. कुठे जायचे, हे काही रमेश बाबूंचे ठरलेले नव्हते. माझ्या म्हाताऱ्याच्या मनात दोन दिवसांच्या सहवासाने तिच्याबद्दल इतका स्नेह निर्माण झाला होता की, तिने रमेशला गाझीपूरमध्ये माझ्या घरी राहण्यासाठी तयार केले. ही कमला माझी मधली मुलगी शैलसोबत सख्या बहिणीपेक्षाही जास्त प्रेमाने राहू लागली. पण अचानक काय झाले ते कोणीही सांगू शकत नाही. माझी मुलगी आम्हा सर्वांना दुःखात लोटून कुठे तरी निघून गेली. आजपर्यंत मला त्या कारणांची माहिती मिळाली नाही. तेव्हापासून शैलच्या डोळ्यातील आसवे थांबली नाहीत.'

असे सांगता सांगता चक्रवर्तींच्या दोन्ही डोळ्यांतून आसवे टपकू लागली. आनंदा बाबू घाबरले. त्यांनी विचारले, 'तिला काय झाले? ती कुठे गेली?'

काका म्हणाले, 'अक्षय बाबू, तुम्ही तर सर्व गोष्ट ऐकली आहे. तुम्हीच सांगा. ते सर्व परत सांगताना माझे हृदय विदिर्ण होते.'

अक्षयने सुरूवातीपासून शेवटपर्यंत सर्व स्थिती विस्तारपूर्वक सांगितली. त्याने स्वतः त्याच्यावर काहीही टीका केली नाही, पण त्याच्या वर्णणातून रमेशचे चारित्र्य योग्य ठरत नव्हते.

आनंदा बाबू वारंवार म्हणत होते, 'आम्ही तर या सर्व गोष्टी कधीच ऐकल्या नाहीत. ज्या दिवशी रमेशने कलकत्ता सोडले, तेव्हापासून आजपर्यंत त्यांचे एक पत्रही आले नाही.'

अक्षयन त्याला जोडूनच सांगायला सुरुवात केली, 'इतकेच नाही तर त्यांचे कमलासोबत लग्न झाल्याची बातमीही आम्हाला माहीत नव्हती. बरं ठीक आहे, चक्रवर्ती महोदय, मी तुम्हाला असे विचारतो की, कमला रमेशची पत्नीच होती ना? बहिण किवा दुसरी एखादी जवळची नातेवाईक नव्हती ना?'

चक्रवर्ती म्हणाले, 'हे तुम्ही काय बोलता? अक्षय बाबू, ती पत्नी नाही तर मग दुसरे कोण होती? अशी सती लक्ष्मी स्त्री सर्वांच्या नशिबात असत नाही.'

अक्षय म्हणाला, 'पण आश्चर्याची गोष्ट अशी की, स्त्री जितकी चांगली असते तितका तिचा अनादरही जास्त होतो. परमेश्वर कदाचित चांगल्या लोकांनाच परीक्षा घेण्यासाठी वेगवेगळ्या संकटात टाकीत असावा.'

आनंदा बाबू बोटाने डोके खाजवित म्हणाले, 'ही बातमी अतिशय दुःखद आहे, याबद्दल काहीच संशय नाही. अर्थात जे व्हायचे होते ते झाले आहे, त्यामुळे आता उगीच दुःख करण्यात काय अर्थ आहे?'

अक्षय म्हणाला, 'कमलाने आत्महत्त्या केली नसून ती घर सोडून गेली असावी, असे मला वाटते. त्यामुळेच चक्रवती महाशयांना सोबत घेऊन काशीमध्ये तिचा शोध घेण्यासाठी मी इथे आलो आहे. तुम्हाला त्याची काहीही माहिती नसल्याचे मला चांगल्या प्रकारे कळले आहे. काहीही होवो, चार दिवस तिचा इथे शोध घ्यायला हवा.'

आनंदा बाबूने विचारले, 'रमेश सध्या कुठे आहे?'

काका म्हणाले, 'आम्हाला काहीही न सांगत ते कुठे गेले आहेत, काय माहीत?'

अक्षय म्हणाला, 'माझीही कुठे भेट झाली नाही. पण ते कलकत्त्याल गेले असल्याचे मला लोकांकडून कळले आहे. कदाचित अलिपूरमध्ये प्रॅक्टिस करतील. माणूस शेवटपर्यंत तर दुःखी राहू शकत नाही, विशेषतः या वयात. चक्रवर्ती महोदय, चला, जरा शहरामध्ये चांगल्या प्रकारे शोध घेऊ.'

काकांना सोबत घेऊन अक्षय निघून गेला.

आज हेमनलिनीने रमेशच्या जीवनातील जो भाग ऐकला, त्यामुळे त्याच्या मनावर खूप मोठा आघात झाला. या भयंकर आघातापासून तिचे रक्षण करण्यासाठी तिच्या शरीरातील सर्व प्रकारच्या शक्ती एकवटल्या. रमेशसाठी दुःख व्यक्त करणे सुद्धा तिला लाज वाटावे असे झाले होते, अशी तिची अवस्था झाली होती. तसेच रमेशचा विचार करून त्याला गुन्हेगार ठरविण्याचीही तिची इच्छा नव्हती. या जगामध्ये किती तरी व्यक्ती चांगल्या वाईट कामांमध्ये गुंतलेल्या असतात. या जगाचे चक्र सुरूच असते. हेमनलिनी त्यांच्या विचाराचे भाव स्वीकारू शकत नव्हती. रमेशचा विचार आपल्या मनात यावा असे हेमनलिनीला वाटत नव्हते. कधी कधी आत्मघात करणाऱ्या कमलाच्या विचाराने तिचे शरीर शहारत होते. त्या अभागी स्त्रीशी माझा काय संबंध आहे, असाही विचार तिच्या मनात येत होता. तेव्हा,लाज, तिरस्कार, करूणा यामुळे तिचे मन भरून जात

होते. तेव्हा ती हात जोडून म्हणत असे, 'हे देवा, मी तर काहीही गुन्हा केला नाही. मग अशा प्रकारे मला यामध्ये कशासाठी सामावून घेतले जाते? माझे हे बंधन तोडून टाक. एकदम कायमचे तोडून टाक. मला दुसरे काहीही नको आहे. मला या जगात सामान्य भावनेशी जुळवून घेऊन जगू दे.'

रमेश आणि कमलाची गोष्ट कळल्यावर हेमनलिनी आपल्या मनात काय विचार करीत आहे, हे जाणून घेण्यासाठी आनंदा बाबू उत्सुक होते. तरीही हे म्हणणे स्पष्टपणे मांडण्याचा त्यांना धीर होत नव्हता. हेमनलिनी व्हरांड्या बसून शांतपणे ऊन खात होती. तिथे अनेक वेळा जाऊन हेमनलिनीच चिंतेने व्यापलेला चेहरा ते अनेक वेळा पाहून आले होते.

संध्याकाळच्या वेळी डॉक्टरांनी सांगितल्याप्रमाणे जाऊन चूर्ण मिश्रत दूध आनंदा बाबूंना देऊन ती त्यांच्याजवळ बसली होती.

आनंदा बाबू म्हणाले, 'माझ्या चेहऱ्यावर पडणारा प्रकाश बंद कर.'

घरात थोडासा आंधार झाल्यावर आनंदा बाबू म्हणाले, 'सकाळी आलेले म्हातारे सदगृहस्थ ते दिसायला अगदीच साधे सोपे वाटत होते.'

या प्रसंगावर हेमनलिनी काहीही न बोलता गप्प राहिली. आनंदा बाबू आणखी पुढे आपली भमिका मांडू शकले नाहीत. ते म्हणाले, 'रमेशबद्दल ऐकल्यामुळे तर मी खूपच आश्चर्यात पडलो आहे. लोकांनी त्याच्याबद्दल बऱ्याच काही गोष्टी सांगितल्या होत्या, पण त्यापैकी कोणत्याच गोष्टीवर मी विश्वास ठेवला नव्हता. आज मात्र...'

हेमनलिनी विंनती करीत म्हणाली, 'बाबा, राहू द्या ना या सर्व गोष्टी.'

आनंदा बाबू म्हणाले, 'मुली, काही बोलण्याची किंवा गप्पा मारण्याची तर इच्छाच होत नाही. पण विधीच्या लिखितानुसार कोणत्या ना कोणत्या व्यक्तीसोबत आपले सुख-दुःख जोडले जाते. तेव्हा त्याच्या कोणत्याही वागण्यात बेजबाबदारपणा दाखविण्याला जागाच उरत नाही.'

हेमनलिनी वेगाने आणि जोरात म्हणाली, 'नाही, नाही. सुख-दुःखाच्या गाठी अशा तशा व्यक्तीशी कशा काय बांधल्या जातील? बाबा, मी खूप चांगल्या प्रकारे आहे. माझ्यासाठी उगीच परेशान होऊन मला लाजवू नका.'

आनंदा बाबू म्हणाले, 'बाळ हेम, माझे आता वय झाले आहे. अशा वेळी तुझ्यासाठी योग्य स्थळ पाहिले नाही तर माझे मन स्थीर राहणार नाही. तुला अशा प्रकारे एखाद्या तपस्वीणीसारखे सोडून मी जाऊ शकत नाही.'

हेमनलिनी गप्प राहिली. आनंदा बाबू म्हणाले, 'हे बघ बेटे, या जगात एखादी आशा सुटल्यावर या जगातील इतर वस्तूही त्याज्य मानायला हव्यात. मनातील क्षोभ तू अशा प्रकारे समजू शकणार नाही, असे होऊ शकते. पण आपले जीवन कशा प्रकारे सुखी आणि सार्थक होईल, हे तरी समजून घ्यायला हवे. मी नेहमीच तुझे मंगल व्हावे,

अशी सदिच्छा करतो. तुझे सुख कशात आणि कशामुळे तुझे मंगल होईल, हे मला माहीत आहे. माझ्या प्रस्तावाची तू उपेक्षा करू नकोस.'

हेमनलिनीचे डोळे भरून आले. ती म्हणाली, 'असे बोलू नका. मी तुमच्या कोणत्याही गोष्टीची कधीही उपेक्षा करीत नाही. तुम्ही जी आज्ञा द्याल, तिचे मी नक्कीच पालन करीन. फक्त एकदा माझे हृदय स्वच्छ करून त्याला चांगल्या प्रकारे तयार करू इच्छिते.'

आनंदा बाबूंनी त्याच आंधारात हेमनलिनीच्या आसवांनी ओल्या झालेल्या चेहऱ्यावरून हात फिरविला. तिच्या माथ्याचे चुंबन घेत. मग पुढे काहीही बोलणे झाले नाही.

२१

डॉक्टरांच्या सल्ल्यानुसार हवा-पाणी बदलण्यासाठी मुकुंदबाबू काशी सोडून मेरठला जाणार हे चांगलेच झाले. सामानाची बांधाबांध झाली. उद्या सकाळीच प्रवासाला निघायचे आहे. या दरम्यान अशी एखादी घटना घडावी की त्यामुळे त्या लोकांचे जाणे थांबेल, अशी कमला आशा धरून बसली होती.

प्रवासाला घाबरून महाराणी घाबरून पळून जाईल म्हणून नवीनकली गेल्या अनेक दिवसांपासून कमलाला आपल्या सोबतच ठेवीत होती. तिलाच त्यांना सामानाची बांधाबांध करायला लावले होते.

कमला मनातल्या मनात विचार करू लागली की आज रात्रीच तिला असा एखादा आजार व्हावा की त्यामुळे नवीनकली तिला सोबत न्यायला तयार होणार नाही. त्या भंयकर आजारावर कोणत्या डॉक्टरांचे औषध असेल, हेही तिने मनातल्या मनात नक्की करून टाकले होते. या भयंकर आजारात तिला मरण आले तरी मरण्याच्या आधी ती त्या डॉक्टरांच्या पायाची धूळ कपाळी लाऊन मरू शकेल. असा विचारही ती करीत होती.

रात्री कमलाला आपल्या सोबत घेऊन नवीनकली झोपली होती. दुसऱ्या दिवशी सकाळी स्टेशनवर जाण्याच्या वेळी तिने आपल्या सोबत कमलाला घोडा गाडीत चढविले. मुकुंदबाबू सेकंडक्लासमध्ये बसले. नवीनकली कमलाला सोबत घेऊन महिलांच्या इंटर वर्गाच्या डब्यात बसली.

शेवटी गाडीने काशी स्टेशन सोडले आणि कमलाच्या हृदयाला एक भयंकर दुःख देत ती मुगलसराय स्टेशनवर येऊन थांबली. कमलासाठी स्टेशनवरील गर्दी, आवाज सर्व काही एखाद्या काळ्या स्वप्नासारखे होते. ती लाकडाच्या पुतळ्याप्रमाणे एका गाडीतून दुसऱ्या गाडीत चढली.

गाडी सुटण्याची वेळ झाली तेव्हा अचानकपणे तिने ऐकले की कोण्या तरी ओळखीच्या आवाजाने तिला 'माते' म्हणून बोलावले आहे. कमलाने प्लॅटफार्मकडे तोंड फिरवून पाहिले. तो उमेश होता.

कमलाचा चेहरा चमकला, 'काय रे, उमेश?'

उमेशने गाडीचा दरवाजा उघडला आणि पाहता पाहता कमला खाली उतरली. उमेशने झटपट तिला प्रणाम करून तिच्या पायाची धूळ आपल्या कपाळी लावली. तिचा चेहरा आता आनंदाने फुलला होता.

त्याच वेळी गार्डने गाडीचा दरवाजा बंद केला. नवीनकली आरडो ओरडा करू लागली, 'हे स्वयंपाकिणी, इथे काय करीत आहेस? गाडी सुटत आहे. चल, लवकर आत चढ.'

तिचा आवाज जणू काही कमलाच्या कानांपर्यंत पोहचलाच नाही. ग़ाडीही शिटी देत खडखडाट करीत स्टेशनच्या बाहेर निघून गेली. मग उमेशने तिला काशीला जाणाऱ्या गाडीत बसविले.

काशीच्या स्टेशनवर उतरल्यावर कमलाने उमेशला विचारले, 'उमेश, तू कुठे निघाला आहेस ते मला सांग.'

उमेश म्हणाला, 'माते अजिबात काळजी करू नकोस. मी तुला योग्य ठिकाणी घेऊन जातो.'

असे म्हणून त्याने कमलाला एका भाड्याच्या गाडीत बसविले आणि आपण एका कोच बॉक्सवर बसला. एका ठिकाणी गाडी उभी राहिल्यावर उमेश म्हणाला, 'माते, इथे उतर.'

कमला गाडीतून उतरून उमेश सोबत घरामध्ये घुसली. त्याच वेळी उमेशने विचारले, 'दादा महोदय, घरी आहेत का?'

जवळच्याच खोलीतून आवाज आला, 'कोण? उमेश. तू कुठून आलास?'

त्यानंतर चक्रवर्ती काका हातात हुक्का घेऊन समोर आले. उमेश आनंदी चेहऱ्याने शांतपणे हासू लागला. आश्चर्याने भरलेल्या कमलाने जमिनीवर डोके टेकवून त्यांना प्रणाम केला. म्हाताऱ्याच्या तोंडून काही वेळ एक शब्दही फुटला नाही. आता आपण काय बोलावे आणि हुक्का कुठे ठेवावा,हे काही त्यांना कळत नव्हते. शेवटी कमलाची हनुवटी धरून तिचा लाजलेला चेहरा वर करीत म्हणाले, 'मुली, तू परत आलीस. चल, वर चल.'

'अग शैल, हे बघ कोण आले आहे?'

शैलजा झटपट आपल्या खोलीतून निघून व्हरांड्यातील जिन्याच्या समोर येऊन उभी राहिली. कमलाने तिच्या पायाची धूळ घेत तिला प्रणाम केला. शैलने तिला घट्ट मिठीत घेऊन तिचा कपाळाचे वारंवार चुंबन घेतले. आसवांनी चेहरा भिजवून ती म्हणाली, 'अरे देवा, अशा प्रकारे कोणी सर्वांना रडवून निघून जात असते का?'

काका म्हणाले, 'या सर्व गोष्टी राहू दे, शैल. आता तिच्या आंघोळीची आणि जेवणाची व्यवस्था कर.'

रात्री झोपायला गेल्यावर कमला शैलला म्हणाली, 'ताई, माझी सर्व गोष्ट तू ऐकशील?'

त्या आंधारात आंथरुणावर बसून कमला आपल्या लग्नापासून सुरू करून आपल्या जीवनाची कथा सांगू लागली. तसेच रमेशचे ते पत्रही तिने शैलला दिले.

त्यानंतर दोघींमध्ये गुपचूपपणे काही गोष्टी होतच राहिल्या.

दुसऱ्या दिवशी सकाळी कमलाला काका म्हणाले, 'चल मुली, आपण सर्व दशाश्वमेध स्नान करून येऊ.'

काका एका रस्त्यावरील घाटावर स्नान करण्यासाठी गेले. परत येताना दुसऱ्या मार्गाने निघाले. काही अंतर गेल्यावर एक स्त्री स्नान करून रेषमी वस्त्र नेसून हातात गंगाजल घेऊन हळूहळू चालत आहे.

कमलाला पुढे करून काका म्हणाले, 'मुली, त्यांना प्रणाम कर. त्या डॉक्टर बाबूंच्या आई आहेत.'

हे ऐकल्यावर कमलाने चमकून त्याच वेळी क्षेमकरींना प्रणाम केला. तसेच त्यांच्या चरणाची धूळ आपल्या कपाळी लावली.

क्षेमकरीने विचारले, 'तू कोण आहेस, मुली? आहा, काय रूप आहे! जणू काही लक्ष्मीची मूर्तीच आहे.' असे म्हणून त्यांनी कमलाचा बुरखा काढून नजर झुकविलेला तिचा चेहरा चांगल्या प्रकारे पाहून घेतला. मग पुन्हा विचारले, 'तुझे नाव काय आहे, मुली?'

कमलाने काही उत्तर द्यायच्या आधीच काका म्हणाले, 'हिचे नाव हरिदासी आहे. ती दूरच्या नात्यातली माझी पुतणी आहे. हिचे आई-वडील कोणीही नाहीत. आता तिचे सर्व काही माझ्यावरच अवंलबून आहे.'

क्षेमकरी म्हणाली, 'चला तर, चक्रवर्ती महोदय. आपण माझ्या घरी जाऊ.'

घरी गेल्यावर क्षेमकरीने एकदा नलिनाक्षला बोलावले. नलिनाक्ष त्यावेळी बाहेर गेले होते.

काका आंथरूण टाकून बसले. कमला जमिनीवरच बसली. काका म्हणाले, 'हे बघा, माझ्या या पुतणीचे नशीब खूपच वाईट आहे. लग्नाच्या दुसऱ्याच दिवशी हिचे पती सन्यांशी होऊन निघून गेले. परत काही मग त्यांची भेट झाली नाही. आपला धर्म कर्म वाचवून काशीमध्येच राहण्याची हरिदासीची इच्छा आहे. तिला धीर देण्यासाठी धर्माशिवाय दुसऱ्या कशाचाही आता आधार नाही. इथे काही माझे घर नाही. शिवाय तिकडे माझी नोकरी आहे. त्यावरच माझा संसार चालतो. इथे येऊन हिला सोबत घेऊन इथे राहू शकू, अशी माझी काही परिस्थिती नाही. त्यामुळेच मी तुम्हाला शरण आलो आहे. हिला आपली मुलगी समजून तुम्ही आपल्या सोबत ठेवले तर मी खूप निश्चिंत होईल. तुमची गैरसोय असेल तेव्हा तिला माझ्याकडे गाझीपूरला पाठवा. पण मला जसे वाटते त्या प्रमाणे तिला दोन-चार दिवस तुमच्या सोबत ठेवल्यावर मुलगी कशी रत्नासारखी

आहे ते तुम्हाला कळेल. त्यामुळे मग तुम्ही तिला एका क्षणासाठीही सोडणार नाहीत.'

क्षेमकरी आनंदी होऊन म्हणाली, 'अरे व्वा! ही तर खूपच चांगली गोष्ट आहे. हा तर माझ्यासाठी खूप मोठा फायदा आहे. त्यामुळे हरिदासी माझ्या सोबत राहील. तुम्ही काहीही काळजी करू नका. माझ्या मुलाबद्दलही तुम्ही चार लोकांकडून ऐकलेच असेल. नलिनाक्ष खूप चांगला मुलगा आहे. त्याच्याशिवाय घरात दुसरे कोणीही नाही.'

काका म्हणाले, 'नलिनाक्ष बाबूला सर्व जण ओळखतात. ही इथे तुमच्या सोबत राहणार आहे, हे कळल्यामुळे मी आता खरोखरच निश्चिंत झालो आहे.'

काका निघून गेल्यावर कमलाला आपल्या जवळ बसवून क्षेमकरी म्हणाली, 'माझ्या जवळ ये मुली. तुझे वय काही जास्त नाही. तुला सोडून जाणारे दगडही या जगात आहेत. मी तुला आशीर्वाद देते की तो परत येईल. परमेश्वराने असे रूप वाया जाण्यासाठी घडविले नाही. इथे तुझ्या वयाची कोणीही मैत्रिण नाही. तू एकटी माझ्या सोबत राहू शकशील?'

कमला आपल्या मोठ मोठ्या डोळयांनी पूर्णपणे आत्म निवेदन करीत म्हणाली, 'नक्कीच राहू शकते, आई.'

क्षेमकरी म्हणाली, 'तुझा दिवस कसा जाईल, याचीच मला काळजी पडली आहे.'

कमला म्हणाली, 'मी तुमचे काम करीत राहीन.'

क्षेमकरी म्हणाली, 'हे तर माझे अहोभाग्य होईल. माझे आणखी काम. या जगात माझा एक तर मुलगा आहे. तोही सन्यांसासारखा राहतो. कधी तरी तो म्हणतो, आई मला या गोष्टीची आवश्यकता आहे. मला अमूक एक खायचे आहे. मला हे आवडते. तेव्हा मी खरंच खूप आनंदी होते. पण तो असे कधीही काहीही मागत नाही. म्हणत नाही.'

असे म्हणून क्षेमकरीने आपल्या लहानशा गृहस्थी जीवनातील सर्व काही कमलाला दाखवून दिले. याच दरम्यान संधी साधून कमलाने आपली विनंती पुढे रेटली. ती म्हणाली, 'आई, आज मलाच स्वंयपाक बनवू द्या.'

क्षेममकरीने होकारार्थी मान हलवून काय करायचे आणि काय स्वंयपाक करायचा आहे हे सर्व कमलाला समजावून सांगितले आणि स्वतः पूजेच्या खोलीत जाऊन बसली. क्षेमकरीच्या समोर आज कमलाच्या गृहस्थीची परीक्षा सुरू झाली.

कमला आपल्या स्वाभाविक वेगाने लवकर लवकर स्वंयपाक घरातील सर्व पदार्थ तयार करू लागली. त्यापूर्वी तिने आपले केस बांधले होते आणि पदर कंबरेला खोचला होता.

नलिनाक्ष बाहेरून घरात आल्यावर आधी आपल्या आईला बघायला जात असे. आईच्या आरोग्याची काळजी त्याला नेहमीच लागलेली असायची. आज घरात येताच स्वंयपाकघरातील आवाज आणि सुगंधाने त्याचे मन आकर्षित केले. आईच स्वंयपाकाच्या कामाला लागली आहे, असे समजून नलिनाक्ष थेट स्वयपाकघराच्या दारात गेला.

पावलांच्या आवाजामुळे कमलाने मागे वळून पाहिले. त्याक्षणी नलिनच्या डोळयाला तिचे डोळे भिडले. तिने अतिशय घाईने हाताने आपल्या डोक्यावरील बुरख्या ओढण्याचा उगीच प्रयत्न

केला. पदर कमरेला खोवलेला होता. तो डोक्यावर घेईपर्यंत आश्चर्यचकित झालेला नलिन तिथून निघून गेला. त्यानंतर कमलाने कढई उचलली तेव्हा तिचा हात थरथरत होता.

लवकरच पूजा पूर्ण करून क्षेमकरी स्वंयपाकघरात आली तेव्हा सर्व स्वंयपाक झाल्याचे तिला आढळून आले. घरातील धूरही कमलाने बाहेर काढला होता. कुठे लाकडाचा तुकडा, भाजीचा देठ किंवा भाज्यांची सले तिला कुठे दिसली नाहीत. हे सर्व पाहून क्षेमकरी मनातल्या मनात आनंदी झाली. ती म्हणाली, 'मुली, तू नक्कीच ब्राह्मणाची मुलगी आहेस.'

नलिनाक्ष जेवण करायला बसल्यावर क्षेमकरी त्याच्या समोर बसली. एक लाजणारी स्त्री बाहेर कान लाऊन दाराच्या आड लपली होती. तिला आत डोकावण्याचे धाडस होत नव्हते. आपल्या स्वंयपाकात काही दोष तर निघणार नाही ना, म्हणून भीतीने ते घबरून गेली होती.

क्षेकरीने विचारले, 'नलिन, आज स्वंयपाक कसा झाला आहे?'

खरं तर जेवण आणि स्वंयपाकाच्या बाबतीत नलिन काही तितका समजूतदार नव्हता. त्यामुळे क्षेमकरी अशा प्रकारचा अनावश्यक प्रश्न क्षेमकरी त्याला कधी विचारीत नसे. आज तिने विशेष कुतुहलाने विचारले होते.

नलिनला स्वंयपाकघरातील नवीन रहस्य माहीत झाले आहे, हे त्यांना माहीत नव्हते. इकडे आईची तब्येत सारखी बिघडत असल्यामुळे स्वंयपाकासाठी एखादा आचारी नियुक्त करावा म्हणून त्याने आईच्या मागे भूणभूण लावली होती, पण कोणत्याही प्रकारे तो तिला त्यासाठी तयार करू शकला नव्हता. आज स्वंयपाकघरात नवीन व्यक्तीला पाहून तो मनातून खूपच आनंदला होता. त्यामुळे स्वंयपाक कसा झाला आहे, यावर त्याने विशेष लक्ष काही दिले नाही. तरीही तो उत्साहाने म्हणाला, 'स्वंयपाक खूपच छान झाला आहे, आई.'

दाराच्या आडोशाला लपलेली कमला हे शब्द ऐकल्यावर तिथे उभी राहू शकली नाही. ती वेगाने बाजूच्या एका खोलीत जाऊन वेगाने धडधडणारे आपले हृदय दोन्ही हातांनी धरून आनंदाने बसली होती.

जेवण झाल्यानंतर नलिन मनातल्या मनात कोणता तरी विचार स्पष्ट करण्याचा प्रयत्न करीत नेहमीच्या सरावाप्रमाणे आपल्या एकांतातील खोलीत गेला.

तिसऱ्या प्रहरी क्षेमकरीने आपल्या हाताने कमलाची वेणी घालून कपाळावर सिंदूर लावला. तिचा चेहरा एकदा इकडे फिरवून एकदा तिकडे फिरवून तिने त्याकडे चांगल्या प्रकारे पाहिले. कमला मात्र लाजून खाली मान घालून बसून राहिली. क्षेमकरी मनातल्या मनात म्हणाली, 'आहा! मलाही अशी एक सून मिळाली असती तर!'

दुसऱ्या दिवसापासून कमलानेच घरातील सर्व कामाच व्याप सांभाळला. नलिनने पूर्व दिशेचा एक भाग निवडून तेथील व्हरांड्यामध्ये मार्बल फरशी घालून एक लहानशी

खोली बनविली होती. ते त्याच्या उपासनेचे घर होते. दुपारी तिथे आसनावर बसून तो वाचन करीत असे. दुसऱ्या दिवशी सकाळी नलिनने त्या खालीत जाऊन पाहिले तेव्हा सर्व घर स्वच्छ केले होते. धूनी जाळण्यासाठी तिथे पितळेची एक धूपदाणी होती. आज ती सोन्यासारखी चकाकत होती. शेल्फवर त्याची अनेक पुस्तके चांगल्या प्रकारे सजवून रचण्यात आली होती. याा घराची स्वच्छता आणि निर्मलता यामुळे सकाळच्या वेळी खिडकीतून येणारे ऊन अधिकच चमकदार होऊन पसरले होते. हे सर्व पाहून स्नान करून आलेल्या नलिनच्या मनात विशेष आनंद झाला.

कमला सकाळीच लोटीमध्ये गंगाजल घेऊन क्षेमकरीच्या आंथरुणाजवळ आली. तिला स्वच्छ झालेली पाहून त्या म्हणाल्या, 'हे काय मुली, तू एकटीच घाटावर गेली होतीस? मी आज सकाळपासूनच विचार करीत होते की मला आज अस्वस्थ वाटत आहे. तू स्नानासाठी कोणासोबत जाणार? पण तुझे वय कमी आहे, अशा प्रकारे एकटीने...'

कमला म्हणाली, 'आई, माझ्या वडिलांच्या घरातील एक नोकर माझ्याशिवाय राहू शकत नाही. मला पाहण्यासाठी काल रात्रीच तो इथे येऊन पोहचला आहे. मी त्यालाच सोबत घेऊन गेले होते.'

कमलाने उमेशला तिथे बोलवले. उमेशने क्षेमकरीला प्रणाम केला. त्यावर त्यांनी विचारले, 'तुझे नाव काय आहे?'

तो म्हणाला, 'माझे नाव उमेश आहे.' असे म्हणून तो उगीचच हासला.

क्षेमकरीने आदर दिल्यामुळे उमेश आता तिथेच राहू लागला.

उमेशच्या मदतीने कमलाने दिवसाचे सर्व काम पूर्ण करून टाकले. आपल्या हाताने नलिनाक्षच्या खोलीत झाडू मारणे, त्यांच्या आंथरुणावरील धूळ स्वच्छ करणे, अशी कामे केली. नलिनाक्षने सोडून ठेवलेले एक मळके धोतर कोपऱ्यात पडले होते. कमलाने ते धुऊन, सुकवून दारातील दोरीवर टाकले. घरातील स्वच्छ असलेल्या वस्तूही तिने आणखी स्वच्छ करून आपापल्या जागी ठेवून दिल्या. आंथरूणाच्या उषाला भिंतीमध्ये एक कपाट बनविले होते. त्यामध्ये काय आहे ते तिने उघडून पाहिले. त्यामध्ये काहीही नव्हते. फक्त सर्वात खालच्या कप्प्यामध्ये नलिनाक्षच्या खडावा होत्या. तिने झटपट त्या खडावा उचलून आपल्या मस्तकावर धरल्या. लहान मुलासारख्या त्या खडावा कुशीत घेऊन आपल्या पदराने त्यांच्यावरील धूळ स्वच्छ केली.

तिसऱ्या प्रहरी कमला क्षेमकरीच्या पायाजवळ बसून आपल्या हाताने त्याचे पाय चोळीत होती. त्याच वेळी हेमनलिनी फुलांचा गुलदस्ता घेऊन तिथे आली. हेमने क्षेमकरीला प्रणाम केला.

क्षेमकरी उठून म्हणाल्या, 'ये, ये. हेम, ये बैस.आनंदा बाबू चांगले आहेत ना?'

हेमनलिनी म्हणाली, 'काल त्यांची प्रकृती बिघडल्यामुळे मी येऊ शकले नाही. आज ते बरे आहेत.'

क़मलाला दाखवित क्षेमकरी हेमला म्हणाल्या, 'हे बघ, बेटी. लहानपणीच माझी आई वारली. दुसरा जन्म घेऊन काल ही मला रस्त्यात भेटली. माझ्या आईचे नाव हरिभवानी होते, आता ती हरिदासी होऊन आली आहे. पण हेम, खरंच सांग, अशा प्रकारे लक्ष्मीच्या मूर्तीसारखी कन्या तू दुसरीकडे कुठे बघितली आहेस?'

कमलाने लाजून मान खाली घातली. हेमनलिनीशी हळूहळू तिची ओळख झाली.

थोड्या वेळानंतर क्षेमकरीने हेमला विचारले, 'ठीक आहे, आता हे सांग बेटी. त्या दिवशी तुझ्या वडिलांसमोर मी जो प्रस्ताव मांडला होता, त्या बद्दल ते तुझ्याशी काही बोलले का नाहीत?'

हेमनलिनी मान झुकवून म्हणाली, 'होय, सांगितले होते.'

क्षेमकरी म्हणाल्या, 'अर्थात त्या गोष्टीला तू नक्कीच तयार नसशील. तू तयार असतीस तर आनंदा बाबू त्याच वेळी धावत माझ्याकडे आले असते. बेटी हेम, तू काही आता लहान नाहीस. तू शिकलेली आहेस. नलिनकडूनच तू दीक्षा घेतली आहेस. नलिनच्या घरात तुला बसविल्यावर मला मरण आले तर मी सुखाने मरणाचा स्वीकार करील. मला याची खात्री आहे की मी मेल्यावर तो कधीच लग्न करणार नाही. त्यामुळे त्यावेळी त्याची काय अवस्था होईल, याचा जरा विचार कर.'

डोळे खाली झुकवून हेमनलिनी म्हणाली, 'आई, तुम्ही मला त्यासाठी योग्य समजत असाल तर माझी काही हरकत नाही.'

हे ऐकल्यावर क्षेमकरीने हेमला आपल्याकडे ओढले आणि तिच्या कपाळाचे चुंबन घेतले. या बाबतीत नंतर काही बोलणे झाले नाही.

'हरिदासी, ही सर्व फुले...' असे म्हणून तिने वळून पाहिले तेव्हा हरिदासी तिथे नव्हती. ती शांतपणे उठून निघून गेली होती.

३०

पहिल्यांदा बोलणे झाल्यावर हेमनलिनीला क्षेमकरीची लाज वाटू लागली. क्षेमकरीही संकोचली.नंतर मग हेम म्हणाली, 'आई, आज जरा लवकर परत जाऊ का? बाबांची प्रकृती योग्य नाही. ' असे म्हणून तिने क्षेमकरीला प्रणाम केला. क्षेमकरीने तिच्या डोक्यावरून हात फिरविला आणि म्हणाली, 'जा, बेटी, जा.'

हेमनलिनी निघून गेल्यावर क्षेममकरीने नलिनाक्षला बोलावले. म्हणाली, 'नलिन, आता मी आणखी थांबू शकत नाही.

नलिनाक्षने विचारले, 'काय गोष्ट आहे?'

क्षेमकरी म्हणाली, 'मी आज हेमनलिनीशी उघडपणे बोलले. ती तयार झाली आहे. आता मी तुझे काही एक ऐकणार नाही. लवकरात लवकर लग्न करून टाक.'

'ठीक आहे, आई. तू काळजी करू नकोस. तुला जसे हवे असेल तसेच होईल.' इतके बोलून नलिन बाहेर निघून गेला.

नलिनाक्ष निघून गेल्यावर क्षेमकरीने हरिदासीला बोलावले.

कमला शेजारच्या खोलीतून बाहेर आली. तेव्हा संध्याकाळच्या संध्या छाया पसरायला लागल्या होत्या. हरिदासीचा चेहरा चांगल्या प्रकारे स्पष्टपणे दिसत नव्हता. क्षेमकरी म्हणाली, 'बेटी, या फुलांवर थोडे पाणी शिंपडून घरात सजवून ठेव.' असे म्हणून तिने गुलाबाचे एक फूल घेतले आणि फांदी कमलाला दिली.

कमलाने त्यातील काही फुले निवडून एका फूलदाणीत सजवली. ती फुलदाणी तिने नलिनाक्षच्या उपासनागृहात त्याच्या आसनासमोर ठेवली. आणखी काही एका खोलीत सजवून नलिनाक्षच्या डोक्याकडील बाजूला एका टीपॉयवर ठेवली. उरलेली दोन-चार फुले घेऊन तिने कपाट उघडले आणि खडावांना वाहून त्यांना प्रणाम करताना तिच्या डोळ्यांतून आसवे ओघळली. खडावाशिवाय या जगात तिच्यासाठी दुसरे काहीही नव्हते. 'पाय पूजेचा हा सन्मानही आता जात आहे,' असे तिला वाटले.

त्याच वेळी अचनाक घरात कोणीतरी आल्यामुळे कमला झटपट उठून उभी राहिली. पटकन कपाटाचा दरवाजा बंद करून तिने पाहिले तेव्हा नलिनाक्ष समोर होते. कमलाला तिथून कुठे पळून जाण्यासाठी मार्ग सापडला नाही की लाजून चूर झाल्यामुळे कमला त्या संध्याकाळच्या आंधारात लोप पावली नाही.

आपल्या खोलीत कमलाला पाहून नलिनाक्ष परत गेला. हे पाहून कमला वेगाने दुसऱ्या खोलीत निघून गेली. तेव्हा नलिनाक्षने परत आपल्या खोलीत प्रवेश केला.कमला कपाट कशासाठी उघडत होती आणि तिने ते झटपट बंद का केले? कुतुहल वाटल्यामुळे नलिनाक्षने कपाट उघडून पाहिले तेव्हा त्याच्या खडावांवर ताजी फुले वाहिल्याचे त्याला आढळून आले. त्यामुळे मग त्याने पुन्हा कपाट बंद केले आणि तो आपल्या झोपायच्या खोलीत खिडकीजवळ येऊन उभा राहिला. बाहेरील आकाशात पाहता पाहता हिवाळ्यातील सूर्याच्या सायंकालीन प्रकाशासोबत आंधार पसरला.

नलिनाक्षोसबत विवाहाला समंती देऊन हेमनलिनी स्वतःचीच समजूत घालू लागली की, 'हा माझ्यासाठी सुदैवाचा विषय आहे.' तिने मनातल्या मनात हजार वेळा तरी म्हटले, 'माझे जुने बंधन आता तुटले आहे. माझ्या जीवनाच्या आकाशात जे वादळी ढग जमा झाले होते, ते आता निघून आकाश निरभ्र झाले आहे. आता मी स्वतंत्र आहे. माझ्या भूतकाळापासून मी मुक्त झाले आहे.' ही गोष्ट वारंवार बोलून तिने खूप मोठ्या आनंदाचा अनुभव घेतला.

घरी परत आल्यावर हेमनलिनीने विचार केला की, आज आई असती तर मी तिला माझी आनंदाची गोष्ट सांगून आणखी आनंदी केले असते. बाबांना सर्व परिस्थिती कशी सांगू?

शरीर अशक्त झाल्यामुळे आनंदा बाबू आज लवकरच झोपण्यासाठी निघून गेले होते. त्यावेळी हेमनलिनी एक वही घेऊन आपल्या निर्जन खोलीमध्ये टेबलाच्या काठावर बसून लिहू लागली, 'मी मृत्यूच्या जाळयात अडकून सर्व जगापासून वेगळी झाले होते. यापासून परमेश्वर माझा उद्धार करून ला पुन्हा एक नवीन जीवन प्रदान करील, याचा मी कधी विचारही केला नव्हता. आज मी त्याच्या चरणी वाकून प्रणाम करून नवीन कर्तव्य क्षेत्रात प्रवेश करण्यासाठी उत्सुक झाले आहे. कोणत्याही प्रकारे ज्या सौभाग्यासाठी मी उपयुक्त नाही, आज मी ते मिळविले आहे. परमेश्वराने मला जीवनामध्ये दीर्घकाळ त्याचे रक्षण करण्याची शक्ती देवो. ज्यांच्या जीवनासोबत माझे हे क्षुद्र जीवन एकरूप होणार आहे, तेच मला सर्व प्रकारची परिपूर्णता देतील. मी त्या परिपूर्णतेतील सर्व प्रकारचे ऐश्वर्य पूर्णपणाने त्यांना मी समर्पित करू शकेल, इतकीच मी प्रार्थना करते.'

दुसऱ्या दिवशी तिसऱ्या प्रहरी हेमनलिनीला घेऊन नलिनाक्षच्या घरी जाण्यासाठी आनंदा बाबू तयार झाले त्याच वेळी त्यांच्या दारात एक गाडी येऊन उभी राहिली. कोचबॉक्सच्या वर बसलेल्या नलिनच्या नोकराने आई इकडेच येत असल्याची सूचना दिली.

आनंदा बाबू लवकर दरवाजा जवळ आले तेव्हा क्षेमकरी गाडीतून उतरून आली. आनंदा बाबू म्हणाले, 'आज माझे हे परम सौभाग्य आहे की...'

क्षेमकरी म्हणाल्या, 'आज तुमच्या मुलीला पाहून आशीर्वाद देण्यासाठी मी इथे आले आहे.'

असे म्हणत ती घरात प्रवेश करती झाली. आनंदा बाबूने बैठकीत एका मोठ्या कोचावर त्यांना बसवून म्हणाले, 'तुम्ही बसा, मी आता हेमला बोलावून आणतो.'

बाहेर जाण्यासाठी हेमनलिनी कपडे बदलून तयार होती. क्षेमकरी आल्याचे कळल्यावर ती पटकन बाहेर आली आणि तिने त्यांना प्रणाम केला. क्षेमकरी म्हणाल्या, 'सौभाग्यवती हो. दीर्घायुषी हो. तुझा हात पाहू.' असे म्हणून त्यांनी तिच्या हातात सोन्याच्या मोठ्या मोठ्या पाटल्या घातल्या.कडे घातल्यावर हेमनलिनीने पुन्हा त्यांना प्रणाम केला. क्षेमकरीने दोन्ही हातांनी तिचे कपाळ धरून त्याचे चुंबन घेतले. हा आशीर्वाद आणि आदर यामुळे हेमनलिनीचे हृदय एक गंभीर गोडव्याने परिपूर्ण झाले.

क्षेमकरी म्हणाली, 'व्याही महोदय, उद्या सकाळी माझ्या घरी तुम्हा दोघांनाही निमंत्रण आहे.'

दुसऱ्या दिवशी सकाळी हेमनलिनीसोबत आनंदा बाबू चहा घेण्यासाठी बाहेर बसले होते.आनंदा बाबूचा आजारी चेहरा एकाच रात्री आनंदाने सरस आणि नवीन झाला होता. ते वारंवार हेमनलिनीच्या शांत आणि उज्ज्वल चेहऱ्याकडे पाहत होते. आज आपल्या स्वर्गीय पत्नीकडून मंगल-मधूर आविर्भावाने आपल्या मुलीला घेरून टाकले आहे. त्यामुळे ती मिळालेल्या सुखाला उज्ज्वल आणि स्निग्ध-गंभीर बनवित आहे, असेच जणू आनंदा बाबूंना वाटत होते.

त्याच वेळी अनेक ट्रंका आणि आंथरूणे वगैरेनी भरलेली एक भाड्याची घोडागाडी त्यांच्या बागेच्या समोरच्या फटकासमोर येऊन उभी राहिली.

अचानक हेमनलिनी 'दादा आले आहेत.' असे म्हणत पुढे आली. आनंदी चेहऱ्याचा योगेंद्र गाडीतून उतरून म्हणाला, 'काय हेम. चांगली आहेस ना?'

योगेंद्र हासून म्हणाला, 'मी बाबांसाठी मोठ्या दिवसांची एक मोठी भेट घेऊन आलो आहे.'

त्याच वेळी रमेश गाडीतून उतरला. हेमनलिनीने एका क्षणासाठी पाहिले आणि मग परत मागे वळून निघून गेली.

योगेंद्र म्हणाला, 'हेम, जाऊ नको. एक गोष्ट आहे. ऐकूनच जा.'

हा आवाज हेमनलिनीच्या कानापर्यंत पोहचला नाही. एखाद्या प्रेममूर्तीने चालविलेल्या आपल्या पाठलागापासून आत्मरक्षण करण्यासाठी जणू काही ती पळून गेली होती.

रमेश एका क्षणासाठी थांबला. पुढे जावे की परत जावे, याबद्दल तो काहीही ठरवू शकत नव्हता. योगेंद्र म्हणाला, 'ये रमेश, बाबा इथेच बाहेर बसले आहेत.' असे म्हणून त्याने रमेशचा हात धरला आणि आनंदा बाबूंच्या समोर आणून उभे केले.

दूरूनच रमेशला पाहून आनंदा बाबू हतबद्ध झाले होते. ते डोक्यावरून हात फिरवून फिरवून विचार करू लागले, 'आता हा कोणता अडथळा येऊन टपकला आहे.'

रमेशने आनंदा बाबूंना वाकून नमस्कार केला. आनंदा बाबूने त्याला खुर्चीवर बसण्याची इशारा केला. ते योगेंद्रला म्हणाले, 'योगेंद्र, तू अतिशय वेळेवर आला आहेस. मी तुला तार पाठवणारच होतो.'

योगेंद्रने विचारले, 'का?'

आनंदा बाबू म्हणाले, 'हेमसोबत नलिनचा विवाह नक्की झाला आहे. काल नलिनची आई हेमला आशीर्वाद देऊन गेली. '

योगेंद्र म्हणाला, 'हे काय सांगताहात, बाबा? लग्न अगदची एकदम नक्की ठरले आहे का? मला तुम्ही त्याआधी एकदाही विचारले नाही?'

आनंदा बाबू म्हणाले, 'योगेंद्र, तू कधी काय बोलशील सांगता येत नाही. जेव्हा मी नलिनला ओळखतही नव्हतो तेव्हा तुम्ही लोक या लग्नासाठी प्रयत्न करीत होतात.'

योगेंद्र म्हणाला, 'ते तेव्हा योग्य होते. काहीही होवो, अजून वेळ गेलेली नाही. अनेक गोष्टी सांगायच्या आहेत. आधी सर्व काही ऐकून घ्या. मग काय करायचे ते करा.'

आनंदा बाबू म्हणाले, 'वेळ मिळाल्यावर नंतर एखाद्या दिवशी ऐकेल. आज मात्र मला तितका वेळ नाही. आज मला बाहेर जायचे आहे.'

'नलिनाक्षच्या आईकडे आज मला आणि हेमला निमंत्रण आहे,' आनंदा बाबूंनी योगेंद्रला सांगितले, 'आता तुमच्या जेवणासाठी इथेच... '

योगेंद्र म्हणाला, 'नाही, नाही. आमची काळजी करण्याचे काहीच कारण नाही. मी रमेश सोबत येथील एखाद्या हॉटेलमध्ये जेवण घेईल.'

आनंदा बाबू कोणत्याही प्रकारे रमेशसोबत काहीही बोलू शकले नाहीत. त्याच्या चेहऱ्याकडे पाहणेही त्यांना अवघड होऊन बसले होते. रमेशही शांतपणे आनंदा बाबूंना नमस्कार करून निघून गेला.

क्षेमकरी घरी जाऊन कमलाला म्हणाली, 'बेटी, काल हेम आणि तिच्या वडिलांना मी जेवणाचे निमंत्रण देऊन आले आहे. काय तयारी करायची आहे ते सांग? आज तुझा चेहरा असा कोरडा कोरडा का वाटतो आहे? तुझी तब्येत ठीक नाही की काय?'

मलिन चेहऱ्यावर थोडेसे हास्य आणीत कमला म्हणाली, 'चांगली तर आहे, आई.'

या गोष्टीकडे फारसे लक्ष न देता क्षेमकरी म्हणाली, 'बरे वाटत नसेल तर काही दिवस आपल्या काकाकडे जाऊन रहा. मग इच्छा झाल्यावर परत ये. '

कमला घाबरून म्हणाली, 'आई, जोपर्यंत मी तुमच्याजवळ आहे, तोपर्यंत जगातील कोणत्याही गोष्टीची मला चिंता नाही. मी कधी तुमच्या पायांशी काही गुन्हा केला तर तेव्हा तुम्हाला वाटेल ती शिक्षा करा, पण एका दिवसासाठीही दूर पाठवू नका.'

क्षेमकरीने कमलाच्या गालावरून आपला उजवा हात फिरविला आणि म्हणाल्या, 'तेच तर मी सांगत आहे, बेटी. कोणत्या तरी जन्मात तू नक्कीच माझी आई होतीस. नाही तर फक्त पाहिल्याबरोबर असे नाते निर्माण झाले नसते. तर मग जा, बेटी. आज जरा लवकर झोपी जा.'

कमलाने आपल्या झोपण्याच्या खोलीत जाऊन दार आतून बंद केले. खोलीतील दिवा विझवून ती जमिनीवर बसली. बराच वेळ मनातल्या मनात विचार केल्यावर ती स्वतःशीच म्हणाली, 'हा नशिबाचा दोष आहे की ज्यावरील मी माझा अधिकार गमावून बसले आहे. त्याला समोर बसलेले फक्त पाहत राहणे माझ्यासाठी अशक्य आहे. मी उद्यापासून माझ्या मनात अशा कोणत्याही विचारांना थारा देणार नाही. त्यामुळे माझ्या चेहऱ्यावर एका क्षणासाठीसुद्धा उदासपणा पसरणार नाही. जो आशेच्या पलिकडे आहे, त्याच्याबद्दल मनात काही कामना करता कामा नये. मी फक्त सेवा करीन. दुसरी कशाची इच्छा करणार नाही. कशाचीच नाही.'

या कुशीवरून त्या कुशीवर वळता वळता कमलाला झोप आली. रात्री दोन-तीन वेळा जाग आली. जाग येताच तिने तोच मंत्र आपल्या मनाशी पुन्हा पुन्हा व्यक्त केला, 'मला कशाचीही इच्छा नाही. कशाचीही नाही, कशाचीसुद्धा नाही.' सकाळी ती उठल्यावर आंथरूणातच हात जोडून बसली. सर्व दिवसासाठी आपल्या मनावर प्रयोग करीत ती म्हणाली, 'मी मरेपर्यंत तुमची सेवा करीन. त्याशिवाय दुसऱ्या कशाची इच्छा करणार नाही. कशाचीही नाही.'

असे म्हणून तिने पटकन हात-तोंड धुतले. रात्रीचे कपडे बदलून नलिनाक्षच्या उपासनागृहात गेली. तिने आपल्या पदराने सर्व घर पुसून काढले. योग्य ठिकाणी आसन घालून वेगाने पाय टाकीत ती स्नान करण्यासाठी गंगेकडे निघाली. आज काल नलिनाक्षच्या खूप आग्रहामुळे क्षेमकरीने सूर्योदयापूर्वी गंगेवर स्नानाला जाणे सोडले

होते. त्यामुळे उमेशला सोबत घेऊन या असह्य थंडीत कमलाला स्नान करण्यासाठी जावे लागत होते.

स्नान करून परतल्यावर क्षेमकरीला कमलाने आनंदी चेहऱ्याचे प्रणाम केला. त्यावेळी ती स्नान करायला जाण्याची तयारी करीत होती. त्या कमलाला म्हणाल्या, 'इतक्या सकाळी स्नानासाठी का गेली होतीस? माझ्या सोबत आली असतीस?'

कमला म्हणाली, 'आई, आज काम आहे. काल संध्याकाळी आणलेली भाजी मी आता चिरून ठेवते. बाजारातून जे काही आणायचे राहिले आहे, ते सर्व उमेश जाऊन घेऊन येईल.'

क्षेमकरी म्हणाली, 'ठीक आहे, बेटी. व्याही जसे येतील, तसे त्यांना सर्व तयार मिळेल.'

त्याच वेळी नलिन बाहेरून आल्यामुळे कमला आपले ओले केस घाई घाईत बुरख्यात ओढून घरात निघून गेली. नलिन म्हणाला, 'आई, आजही तू स्नान करायला निघाली आहेस? फक्त कालच तुला थोडे बरे वाटत होते.'

क्षेमकरी म्हणाली, 'आता तुझी डॉक्टरकी राहू दे. सकाळीच गंगा स्नान न करणारे कधीही अमर होत नाहीत. तू यावेळी बाहेर जात आहेस? जरा लवकर परत ये. काल तुला सांगयचे विसरले. आज आनंदा बाबू तुला आशीर्वाद देण्यासाठी येणार आहेत.'

नलिनने विचारले, 'आशीर्वाद द्यायला येतील? का?'

क्षेमकरी म्हणाली, 'काल मी हेमनलिनीला एक जोडी पाटल्या देऊन आणि आशीर्वाद देऊन आले आहे. आता आनंदा बाबूंनी आर्शीद दिले नाहीत तर काम कसे होईल?'

असे म्हणून क्षेमकरी स्नान करण्यासाठी निघून गेली. नलिन काही विचार करीत बाहेर निघून गेला.

हेमनलिनी रमेशच्या समोरून पळून आपल्या खोलीत गेली. खोलीचा दरवाजा बंद करून आंथरुणावर बसली. पहिला आवेग संपल्यावर लाजेने तिला वेढून टाकले. 'मी रमेश बाबूंना सहजपणे का भेटू शकले नाही? मी ज्याची आशा सोडली होती, तो अशा प्रकारे अशोभनियरित्या कसा काय माझ्या समोर येऊन उभा राहिला होता? विश्वास नाही. कोणावरही विश्वास नाही. माझ्याच्याने अशा प्रकारचे काम होणार नाही.'

असे म्हणून तिने घाईघाईने उठून दरवाजा उघडला. ती बाहेर निघून आली. मनातल्या मनात ती विचार करू लागली, 'मी पळून जाणार नाही, तर विजयी होईल.' मग रमेश बाबूला भेटण्यासाठी गेली. अचानक तिला काय आठवले काय माहीत? मग परत ती खोलीमध्ये गेली. ट्रंक उघडून क्षेमकरीने दिलेल्या पाटल्या घातल्या आणि ठामपणाने मान वर करून ती बाहेर आली.

आनंदा बाबू म्हणाले, 'हेम, तू कुठे जात आहेस?'

हेमनलिनी म्हणाली, 'रमेश बाबूही नाहीत आणि दादाही नाहीत?'

आनंदा म्हणाले, 'नाही. ते लोक निघून गेले आहेत.'

थोड्या वेळानंतर खूप मोठ्या उत्साहाने आपल्या वडिलांसोबत ती नलिन बाबूंच्या घरी गेली.

आनंदा बाबू नलिनच्या घरी पोहचले तेव्हा त्यावेळी सकाळच्या साडे दहापेक्षा जास्त वेळ झाला नव्हता. त्या वेळेपर्यंत नलिनही आपले काम पूर्ण करून घरी परत आला नव्हता. लाचार आनंदा बाबूंचे स्वागत वगैरे क्षेमकरीलाच करावे लागले.

क्षेमकरी आनंदा बाबूंसोबत बोलता बोलता मधून मधून हेमनलिनीकडेही पाहत असे. तिच्या चेहऱ्यावर उत्साहाचे कोणतेही लक्षण का दिसत नाही? खरं तर हेमनलिनीच्या डोळयांमध्ये त्यांना एक प्रकारे भावनांचा आंधार दिसत होता.

बारीकशी गोष्टही क्षेमकरीच्या मनाला घायाळ करते. हेमनलिनीच्या चेहऱ्यावरील अशा प्रकारचे मलिन भाव पाहून त्यांचे मन संकुचित झाले. शिक्षणाच्या मस्तीमुळे मतवाली झालेली ही मुलगी माझ्या नलिनला आपल्या लायकीचा नसल्याचे तर समजत नाही ना? असाही त्या विचार करू लागल्या. इतकी चिंता अशा प्रकारची द्विधा स्थिती कशासाठी? हा माझाच दोष आहे. म्हातारी झाली आहे, तरीही मी धीर धरू शकले नाही. जशी इच्छा झाली तसा मी धीर धरू शकले नाही. जास्त वयाच्या मुलीसोबत नलिनचा विवाह ठरविला. तरीही तिला चांगल्या प्रकारे समजून घेण्याचा प्रयत्न केला नाही. आनंदा बाबूंसोबत बोलता बोलता क्षेमकरीच्या मनामध्ये अशा सर्व चिंता निर्माण होत होत्या. त्या आनंदा बाबूंना म्हणाल्या, 'हे बघा, लग्नाबाबत खूप घाई करण्याची काहीही आवश्यकता नाही. आपल्या दोघांचे वय आता इतके झाले आहे की, त्यामुळे आता हेच लोक विचार करून आपले कार्य पूर्ण करतील. आपण लोकांनी त्यांना बळजबरी करणे योग्य होणार नाही. मी हेमच्या मनातील भाव नक्कीच समजू शकत नाही, पण मी नलिनबद्दल बोलते. त्याचे मन अजून थाऱ्यावर आले नाही.'

ही गोष्ट क्षेमकरीने विशेषत्वाने हेमनलिनीला सूचविण्यासाठीच व्यक्त केली होती. हेमनलिनी आनंदहीन चेहऱ्याने काय विचार करीत आहे, हे तिला दुसऱ्या बाजूला कळू द्यायचे नव्हते. तसेच आपला मुलगा विवाहाच्या प्रस्तावाशी सहमत आहे, हेही स्पष्ट होऊ द्यायचे नव्हते.

हेमनलिनी आज इथे येण्याच्या वेळी उत्साहाने आली होती. त्यामुळे आता त्याचे उलट फळ तिला मिळाले होते. क्षणिक उत्साह खोलवरच्या उदासपणात रुपांतरीत झाला होता. हेमनलिनीच्या खोलीमध्ये क्षेमकरीने प्रवेश केला तेव्हा ज्या जीवन प्रवासात पाऊल ठेवण्यासाठी ती सज्ज झाली होती, तिच्या समोर आता त्या मार्गावरील दुर्गम डोंगराची जणू काही तिला एक झलक दिसली होती.

याच अवस्थेमध्ये क्षेमकरीने लग्नाचा प्रस्ताव बऱ्याच अंशी परत घेतला तेव्हा हेमनलिनीच्या मनात दोन परस्पर विरोधी भावना निर्माण झाल्या. लग्नाच्या बंधनात घाई घाईने बांधून घेऊन आपली संशयामुळे हालणारी दुबळी अवस्था पटकन दूर करावी या इच्छेमुळे हा प्रस्ताव झटपट पक्का करावा असे तिला वाटत होते. मग हा प्रस्ताव

तुटताना पाहून निर्माण झालेल्या विचाराने तिला थोडे सुखही मिळाले.

क्षेमकरीने ही गोष्ट पूर्ण केल्यावर आपल्या तीक्ष्ण नजरेने हेमनलिनीच्या चेहऱ्यावरील भाव समजून घेतले. आता जणू काही हेमनलिनीच्या चेहऱ्यावर जरा शांततेचा प्राकश पडला आहे, असे तिच्या मनात आले. त्यामुळे त्याच क्षणी तिचे मन हेमनलिनीच्या विरूद्ध केले. ती मनातल्या मनात म्हणाली, 'आपल्या नलिनला मी इतक्या स्वस्तात गमावायला निघाले होते.' नलिनला येण्यासाठी आज उशीर होत असल्याचे पाहून मनातल्या मनात आनंदी झाली.

असा विचार करीत जेवणाची तयारी पाहण्यासाठी क्षेमकरी थोड्या वेळासाठी आनंदा बाबूंकडून सुट्टी घेऊन उठली आणि स्वंयपाकघरात येऊन म्हणाली, 'अरे, मला तर वाटले होते, तू स्वंयपाक घरात खूप व्यस्त असशील.'

कमला म्हणाली, 'स्वंयपाक तर झाला आहे, आई.'

क्षेमकरी म्हणाली, 'मग इथे शांतपणे का बसली आहेस? आनंदा बाबू मोठी व्यक्ती आहेत. त्यांच्या समोर जाण्यात लाज कसली? हेम आली आहे. तिला आपल्या खोलीमध्ये बोलावून थोडा वेळ तिच्याशी गप्पा कर. तिचे मन मोकळे कर. मी म्हातारी आपल्या जवळ तिला बसवून कशाला त्रास देऊ?'

हेमनलिनीसोबत धडकल्यामुळे क्षेमकरीच्या मनात कमलाबद्दल जास्त प्रेम निर्माण झाले आहे.

कमला संकोचून म्हणाली, 'आई, त्यांच्यासोबत मी काय गप्पा करू? ती खूप शिकलेली आहे आणि मला काहीच येत नाही.'

क्षेमकरी म्हणाली, 'तू असे काय बोलतेस, बेटी? तूही कोणापेक्षा कशातही कमी नाहीस. लिहायला वाचायला शिकून कोणी स्वतःला कितीही मोठे समजत असले तरीही तुझ्यापेक्षा जास्त आदर मिळवू शकणारे किती आहेत? पुस्तके वाचल्याने काही सर्व विद्वान होत नाहीत. तुझ्यासारखी लक्ष्मी होणे सर्वांसाठीच अवघड असते. जा बेटी, जा. पण तुझे हे कपडे? चल, तुला आज उपयुक्त वस्त्र वापरायला देते.'

सर्व बाजूने क्षेमकरी आज हेमनलिनीचा गर्व नष्ट करण्याच्या मागे लागली होती. रूपाच्या बाबतीतही तिला एका कमी शिकलेल्या मुलीच्या समोर झुकवायचे होते. कमलाला नकार देण्याची संधी मिळाली नाही. क्षेमकरीने आपल्या निपूण हाताने मनासारखा कमलाचा साज शृंगार केला. फिरोजी रंगाची रेषमी साडी घालायला दिली. नव्या फॅशनप्रमाणे केशरचना केली. कमलाचा चेहरा इकडे तिकडे फिरवून सर्व काही योग्य असल्याची खात्री केली. नंतर मग मुग्ध होऊन तिच्या माथ्याचे चुंबन घेतले. म्हणाली, 'आहा! हे रूप तर राजाच्या घरासाठी योग्य आहे.'

मधून मधून कमला बोलत होती, 'आई, ते लोक एकटेच बसले आहेत, उशीर होत आहे.'

क्षेमकरी म्हणाली, 'होऊ दे उशीर. आज मी तुझा साज शृंगार केल्याशिवाय राहणार नाही.'

सर्व साज शृंगार झाल्यावर ती कमलाला सोबत घेऊन निघाली, 'ये मुली, ये. लाजू

नकोस. तुला पाहून कॉलेजमध्ये शिकविणारी विदुषी आणि सुंदरीलाही लाज वाटेल. तू सर्वांसमोर मान वर करून उभी राहू शकतेस.'

असे म्हणून क्षेमकरी कमलाला बळजबरीने ओढीत घेऊन आली. जाऊन पाहिले तर नलिन त्या लोकांशी गप्पा मारीत होता. कमलाने लगेच परत जाण्याचा विचार केला, पण क्षेमकरीने तिला धरून ठेवले होते, 'लाज कशाची, बेटी? हे सर्व आपलेच लोक आहेत.'

कमलाचे रूप आणि शृंगारामुळे क्षेमकरी आपल्याच मनात गर्व करू लागली. तिला पाहून सर्व लोकांनी आश्चर्यचकित व्हावे, अशी तिची इच्छा होती. पुत्राभिमानी माता आज नलिनबद्दल हेमनलिनीची अवज्ञा पाहून उत्तेजित झाली होती. आज नलिनच्या समोर हेमनलिनीला खाली पाहायला लाऊन ती खूप समाधानी आणि आनंदी झाली होती.

कमलाला पाहून सर्व जण चकित झाले. हेमनलिनीने पहिल्या दिवशी जेव्हा तिची ओळख करून घेतली होती, त्यावेळी कमलाने काहीही साज शृंगार केला नव्हता. ती साध्या रुपाने संकुचित होऊन एका कोपऱ्यात बसली होती. ती सुद्धा जास्त वेळ नाही. त्या दिवशी ती तिला चांगल्या प्रकारे पाहू शकली नव्हती. आज एका क्षणात तिला पाहून ती आश्चर्यात पडली. तिने उठून लाजणाऱ्या कमलाचा हात धरून तिला आपल्या जवळ बसविले.

आपली जीत झाली असल्याचे क्षेमकरीला कळले. त्यावेळी तिथे उपस्थित असलेल्या सर्वांना मनातल्या मनात ही गोष्ट मान्य करावी लागली की, असे रूप फक्त दैवी प्रसाद म्हणूनच मिळू शकते. त्यावेळी त्या कमलाला म्हणाल्या, 'जा बेटी, तू हेमला आपल्या खोलीत घेऊन जा आणि गप्पा कर. तोपर्यंत मी जेवणाची व्यवस्था पाहते.'

कमलाच्या मनात एक विचार निर्माण झाला. ती विचार करू लागली, 'हेमनलिनी मला काशी वाटेल, काय माहीत?'

हेमनलिनी हळूहळू कमलाला म्हणाली, 'तुझ्याबाबतचे सर्व काही मी आईकडून ऐकले आहे. ते ऐकून मला खूप वाईट वाटले. तू मला आपल्या बहिणीसारखे समज. तुझे काही म्हणणे आहे.'

हेमनलिनीचा करूण आणि आपलेपणाचा स्वर ऐकून कमला धीर धरून म्हणाली, 'मला सखी बहीण कोणीही नाही. फक्त एक चुलत बहीण आहे.'

हेमनलिनी म्हणाली, 'मलाही बहीण नाही. मी लहान असतानाच माझी आई वारली. किती तरी सुख-दुःखाच्या क्षणी आपली आई नसल्याची खंत जाणवली. तरीही आपली एखादी बहीण असती तर खूप बरे झाले असते. लहानपणापासून मन मोकळेपणाने मी काहीही बोलू शकले नाही. त्यामुळे लोक मला गर्विष्ठ समजतात. तू मात्र तुझ्या मनात कधी हा विचार आणू नकोस. माझे मन वेड्यासारखे झाले आहे. ते अजिबात स्थिर नाही.'

कमलाच्या मनातील सर्व अडथळे दूर झाले. ती म्हणाली, 'ताई, मी तुला चांगली वाटेल. मला तू ओळखतेस. मी अगदी मूर्ख आहे.'

हेमनलिनी हासून म्हणाली, 'जेव्हा तू मला चांगल्या प्रकारे ओळखायला लागशील आणि समजून घेशील तेव्हा मीही मूर्ख असल्याचे तुझ्या लक्षात येईल. मी फक्त काही पुस्तके पाठ केली आहेत. इतर काही माहीत नाही. तू आपल्या पतीला तर चांगल्या प्रकारे पाहिले नाहीस. त्याच्या काही आठवणी आहेत?'

कमलाने या गोष्टीचे स्पष्ट उत्तर न देता सांगितले, 'स्वामीची तर नेहमीच आठवण येते, हे मला माहीत नाही, ताई. मी माझ्या पतीला कधी पाहिले नाही, असे म्हणणेच जास्त योग्य होईल. माझ्या मनात त्यांच्याबद्दल भक्ती कशी काय निर्माण झाली ते मी सांगू शकत नाही. देवाने मला त्याच पूजेचे फळ दिले आहे. आता माझे पती माझ्या मनात स्पष्टपणे जागे झाले आहेत. त्यांनी मला स्वीकारले नाही तरी काही हरकत नाही, मी आता त्यांना मिळविले आहे.'

कमलाच्या या भक्तीने भारलेल्या गोष्टी ऐकल्यावर हेमनलिनीचे मन भरून आले. थोडा वेळ गप्प राहिल्यानंतर ती म्हणाली, 'तुझे म्हणणे मला चांगल्या प्रकारे समजले आहे. अशा मिळविण्यालाच काही मिळविणे म्हणतात. शिवाय काही मिळविणे म्हणे फक्त लोभ असतो आणि तो नष्ट होत असतो.'

ही गोष्ट कमलाला चांगल्या प्रकारे समजली की नाही ते काही सांगता येत नाही. ती हेमनलिनीकडे पाहतच राहिली. काही वेळानंतर ती म्हणाली, 'तू जे काही म्हणतेस, तेच सत्य आहे. मी मनात कोणतेही दुःख येऊ देत नाही. त्यामुळेच मी चांगल्या प्रकारे आहे. मला जे काही मिळाले आहे, तोच माझा लाभ आहे. पण ताई, तुला तर सर्व काही मिळेल. तुला तर कोणत्या गोष्टीची उणीव भासणार नाही.'

हेमनलिनी म्हणाली, 'जे काही मिळवायचे आहे, ते मिळाल्यावरच मी सुखी होऊ शकते. त्यापेक्षा जास्त काही मिळाल्यावर खूप ओझे आणि खूप दुःख होते. माझ्या तोंडून या सर्व गोष्टी तुला विचित्र वाटतील, पण तू भेटल्यामुळे माझे मन हलके झाले आहे. मला शक्ती मिळाली आहे. त्यामुळेच मी इतके बोलू शकले.'

मग दोघीही गप्प झाल्या आणि त्या दिवशीचा कार्यक्रम संपला.

क्षेमकरीकडून परत आल्यावर हेमनलिनीने आपल्या बैठकीतील टेबलावर एक पत्र पडलेले पाहिले. पाकिटावरील अक्षर पाहूनच ती समजून चुकली की हे पत्र रमेशने लिहिले आहे. थरथरत्या हाताने ते पत्र घेऊन ती आपल्या झोपायच्या खोलीत गेली. ता खोलीचे दार आतून बंद करून ती पत्र वाचू लागली.

पत्रात रमेशने कमलाची सर्व गोष्ट सविस्तर लिहिली होती. शेवटी त्याने लिहिले होते,

'तुझ्यासोबत माझे जे बंधन परमेश्वराने पक्के केले होते, ते या जगाने तोडून टाकले आहे. तू आता दुसऱ्याला आपले मन समर्पित केले आहे. यासाठी मी तुला काहीही दोष देऊ शकत नाही. तूही मला काही दोष देऊ नको. खरं तर एक क्षणही कमलासोबत मी पत्नीसारखा वागलो नाही, पण सहवासातून तिने माझे मन आकर्षित केले होते. ही

गोष्ट मी तुझ्या समोर स्वीकारायला हवी. आज माझे मन कोणत्या अवस्थेत आहे, ते मीही ठामपणाने सांगू शकत नाही. तू माझा त्याग केला नसतास तर मला तुझ्याकडे आश्रय मिळाला असता. याच आशेने मी माझे वेडे मन घेऊन तुझ्याकडे धावत धावत आलो होतो. आज मात्र मला स्पष्टपणे जाणवले की तू माझा तिरस्कार करीत असून माझ्या समोरून तोंड फिरवून निघून गेली आहेस. दुसऱ्यासोबत विवाह करण्यासाठी तू आपला होकार कळविला आहेस, हे कळल्यावर माझे मनही विजेसारखा शॉक लागून पुन्हा परतले आहे. त्यावेळी मनातल्या मनात मी एकच गोष्ट म्हणालो की मी दुर्दैवी आहे. आता मात्र मी हे स्वीकारणार नाही. मी सरळ मनाने आणि आनंदाने तुझा निरोप घेऊ इच्छितो. तू सुखी रहा. तुझे सर्व मंगल होवो. माझा मात्र तिरस्कार करू नको. माझा तिरस्कार करण्याचे तसे काही कारणही तर नाही.'

आनंदा बाबू खुर्चीवर बसून पेपर वाचीत होते. अचानक हेमनलिनीला पाहून ते दचकले, 'हेम, तुझी तब्येत बिघडली आहे का?'

हेमनलिनी म्हणाली, 'काही बिघडली नाही, बाबा. बाबा, रमेश बाबूंचे एक पत्र मिळाले आहे.हे घ्या. वाचून झाल्यावर मला परत करा.'

असे म्हणून हेमनलिनी पत्र देऊन निघून गेली. आनंदा बाबूंनी चष्मा लाऊन पुन्हा एकदा पत्र वाचले. त्यानंतर हेमनलिनीकडे परत पाठवून ते विचार करू लागले. शेवटी विचार करून जा झाले ते चांगलेच झाले, असे त्यांनी नक्की ठरविले. एक व्यक्ती म्हणून रमेशच्या तुलनेत नलिन जास्त योग्य आहे. यातून रमेश स्वतः होऊनच दूर झाला आहे, हे चांगलेच आहे.

ते असा विचार करीत असतानाच तिथे नलिन आला. त्याला पाहून आनंदा बाबूंना थोडे आशश्चर्य वाटले. आज त्या वेळी नलिनसोबत खूप वेळ गप्पा झाल्या होत्या. शिवाय अनेक तास त्यांच्याकडे घालविल्यानंतरही तो कसा काय आला? हेमनलिनीकडे नलिनचे मन आकर्षित झाले असल्याचे म्हाताऱ्याने मनातल्या मनात ठरविले.

काही तरी कारणाने हेमनलिनीसोबत नलिनची भेट घडवून आणण्याचा ते विचार करीत होते. त्याच वेळी नलीन म्हणाला, 'आनंदा बाबू माझ्या सोबत तुमच्या कन्येचे लग्न करण्याचा प्रस्ताव मांडण्यात आला आहे. या गोष्टी खूप पुढे जाण्यापूर्वी माझे जे कर्तव्य आहे, ते मला सांगायचे आहे.'

आनंदा बाबू म्हणाले, 'ठीक आहे. हे तर व्हायलाच हवे.'

नलिन म्हणाला, 'माझा या पूर्वीच विवाह झाला आहे, हे तुम्हाला माहीत नाही.'

आनंदा बाबू म्हणाले, 'मला माहीत आहे, पण...'

नलिन म्हणाला, 'तुम्हाला माहीत आहे. हे ऐकून मला आश्चर्य वाटले. पण तिचा मृत्यू झाला आहे. तुम्ही असाच अंदाज बांधला असेल. मी नक्की काहीच सांगू शकत

नाही. पण ती जिवंत असावी असा मला विश्वास आहे.'

आनंदा बाबू म्हणाले, 'देव करो नि हेच खरे होवो, हेम, हेम.'

हेमनलिनी बाहेर येऊन म्हणाली, 'काय आहे, बाबा?'

आनंदा बाबू म्हणाले, 'रमेशने तुला जे पत्र लिहिले आहे, त्याचा काही भाग...'

हेमनलिनीने ते पत्र नलिनच्या हातात दिले आणि म्हणाली, 'या पत्रातील सर्व काही त्यांनी वाचून पहायला हवे.' असे म्हणून हेमनलिनी निघून गेली.

पत्र वाचून झाल्यावर नलिन स्तब्धपणे बसून राहिला. आनंदा बाबू म्हणाले, 'अशा प्रकारच्या विशेष घटना या जगात काही नेहमी होत नाहीत. पत्र देऊन आम्ही तुमच्या मनावर आघात केला आहे. अर्थात हे सर्व लपविणे म्हणजे सुद्धा आमचा अन्याय झाला असता.'

थोडा वेळ थांबून नलिनने आनंदा बाबूंचा निरोप घेतला.

शैलजा आणि तिचे वडील नलिनच्या घरी आले होते. शैलजा कमलासोबत एका कोपऱ्यात शांतपणे बोलत बसली होती. क्षेमकरीसोबत चक्रवर्ती बोलत होते.

गप्पा करीत असताना चक्रवर्ती काळजी करीत म्हणाले, 'तेव्हा सर्व गोष्टी सोडून मी तुमच्यासमोर स्पष्टपणे बोलायला हवे. नलिनाक्ष बाबूंच्या विवाहाचा प्रस्ताव मांडला असल्याचे मी ऐकले आहे. मुलीचे वयही काही कमी नाही. शिवाय तिचे शिक्षणही आपल्या समाजासोबत जुळणारे नाही. त्यामुळेच असा विचार करीत होतो की कदाचित हरदासी...'

क्षेमकरी म्हणाली, 'मला इतके तर समजते. असे झाल्यामुळे कोणत्या गोष्टीची चिंता निर्माण होणार होती. पण आता हा विवाह होणार नाही.'

चक्रवर्ती म्हणाले, 'हा संबंध तुटला आहे?'

क्षेमकरी म्हणाली, 'संबंध झालाच नाही तर तुटण्याचा प्रश्नच येत नाही. नलिनची तर अजिबातच इच्छा नव्हती. मीच तसा हट्ट करीत होते. पण हा हट्ट आता मीही सोडून दिला आहे. जे होऊच शकणार नाही, ते बळजबरीने केल्याने कोणाचेच मंगल होऊ शकत नाही. परमेश्वराची काय इच्छा आहे, हे मला माहीत नाही. मरायच्या आधी सुनेचे तोंड पाहून जाण्याची इच्छा पूर्ण होते की नाही तेच बघायचे आहे.'

चक्रवर्ती म्हणाले, 'असे वाईट बोलू नका. आम्ही सर्व कशासाठी आहोत? लग्नातील निरोप दिल्याशिवाय आणि लाडू खाल्ल्याशिवाय मी कसा काय सोडील?'

क्षेमकरी म्हणाली, 'तुमच्या तोंडात तूप-साखर पडो, चक्रवर्ती महोदय. फक्त माझ्यामुळेच या वयातसुद्धा नलिन गृहस्थाश्रमात प्रवेश करीत नाही, यामुळे मी खूप दुःखी आहे. यामुळे खूप घाबरून चहुकडे पाहून मी एक संबंध करून बसले होते. मी आता ती आशा सोडून दिली आहे. पण आता तुम्ही लोक जराशी चिंता करा. उशीर करू नका. कारण मी काही फार काळ जगणार नाही.'

चक्रवर्ती म्हणाले, 'असे म्हटल्यावर कोण ऐकेल? तुम्हाला जगावेही लागेल आणि सुनमुख पाहवेही लागेल. तुम्हाला कशा प्रकारची सून हवी आहे, ते मला चांगल्या प्रकारे माहीत आहे. खूप लहान असूनही काम भागणार नाही. तरीही ती तुमची भक्ती करणारी आणि तुमच्यावर श्रद्धा ठेवणारी हवी. नाही तर ती आपल्याला पसंत पडणार नाही, असे समजून चालायला काही हरकत नाही. यासाठी तुम्ही काहीही काळजी करू नका. परमेश्वराच्या कृपेने सर्व काही ठीक आहे. आता तुम्ही आज्ञा दिली तर हरिदासीला तिच्या कर्तव्याबद्दल दोन-चार गोष्टींचा उपदेश करून मी निघतो. आता शैललाही इथे पाठवतो. तुम्हाला पाहिल्यापासून तिच्या तोंडून सारखे तुमचे कौतुकच केले जात आहे.'

क्षेमकरी म्हणाली, 'नाही. तुम्ही तिघेही एका खोलीमध्ये जाऊन बसा. मला जरा काम आहे.'

चक्रवर्ती हासून म्हणाले, 'या जगात तुम्हाला काम आहे म्हणूनच आमचे कल्याण आहे. कामाची ओळख नक्कीच योग्य वेळी होईल. नलिनाक्ष बाबूच्या पत्नीच्या कल्याणामुळे ब्राह्मणांच्या नशिबात गोड-धोड लिहिले आहे.'

शैल आणि कमलाकडे येऊन चक्रवर्तींनी पाहिले की कमलाचे दोन्ही डोळे आसवांनी डबडबलेले आहेत. शैलजाजवळ बसून चक्रवर्तींनी शांतपणे कमलाच्या चेहऱ्याकडे एकदा पाहिले. शैल म्हणाली, 'बाबा, मी कमलाला सांगत होते की नलिनाक्ष बाबूंना सर्व गोष्टी उघड करून सांगण्याची हीच वेळ आहे. त्यावर तुमची ही समज नसलेली हरदासी माझ्याशी भांडण करीत आहे. हिने शांत बसून रहावे आणि नलिनाक्ष बाबू-हेमनलिनीचा विवाह पार पडावा, असे कसे काय होईल?'

चक्रवर्ती म्हणाले, 'तू ज्या विवाहाबद्दल बोलत आहेस, तो विवाह होईलच याचा तुझ्याकडे काय पुरावा आहे?'

शैल म्हणाली, 'काय सांगता, बाबा? नलिनाक्ष बाबूंची आई आशीर्वाद देऊन आली आहे.'

चक्रवर्ती म्हणाले, 'विश्वेश्वराच्या आशीर्वादाने तो आशीर्वाद अडकून पडला आहे. मुली कमला, तुला काहीही भीती नाही. धर्म तुझ्या मदतीला आहे.'

सर्व गोष्टी स्पष्ट न समजल्यामुळे कमला दोन्ही डोळे फाडून चक्रवर्तींच्या चेहऱ्याकडे पाहत होती.

ते म्हणाले, 'त्या लग्नाचा संबंध आता मोडला आहे. त्या विवाहाला नलिनाक्ष बाबू तयार नाहीत. त्यांच्या आईच्या डोक्यातही सुबुद्धी आली आहे.'

त्याच वेळी हासत हासत उमेशने घरात प्रवेश केला.

काकांनी विचारले, 'काय रे उमेश, काय बातमी आहे?'

उमेश म्हणाला, 'रमेश बाबू खाली उभे आहेत. डॉक्टर बाबूंना विचारीत आहेत.'

कमलाचा चेहरा पिवळा पडला. काका घाईने उठून बसले. ते म्हणाले, 'काही हरकत नाही, बेटी. मी सर्व काही व्यवस्थित करतो.'

काका खाली येऊन रमेशचा हात धरून म्हणाले, 'या रमेश बाबू, वाटेने फिरता फिरता मी तुमच्याशी काही गप्पा करू शकेल.'

रमेश बाबू आश्चर्यचकित होत म्हणाले, 'काका, तुम्ही इथे कसे काय आलात?'

काका म्हणाले, 'तुमच्यासाठीच आलो आहे. आपली भेट झाली हे खूप चांगले झाले. चला, आता उशीर करणे कामाचे नाही. कामाच्या गोष्टी पूर्ण करायला हव्यात.' असे म्हणत रस्त्यावरून रमेशला क़ाही अंतर ओढीत नेले. म्हणाले, 'रमेश बाबू, तुम्ही या घरी कशासाठी आलात?'

रमेश म्हणाला, 'डॉ. नलिनाक्ष यांना भेटायला आलो आहे. मी ठरविले आहे की त्यांना कमलाची सर्व कथा सांगायची. माझे मन वारंवार सांगते की कमला जिवंत आहे.'

काका म्हणाले, 'जर कमला जिवंत असेल आणि जर तिची नलिनाक्षसोबत भेट झाली तर तुमच्या तोंडून सर्व इतिहास ऐकल्याने नलिनची काय सोय होईल? त्यांची म्हातारी आई आहे. त्यांनी कमलाबद्दलच्या या सर्व गोष्टी ऐकल्यावर कमलाच्या हिताचे होईल का? मला असे वाटते की आता या सर्व गोष्टीवरून उगीच वाद करणे फार योग्य होणार नाही. उद्या सकाळी तुम्ही माझ्या घरी येऊन कमलाला जे सांगायचे आहे ते सांगा.'

रमेश निघून गेल्यावर काकांनी सर्व गोष्टी कमलाला सांगितल्या आणि म्हणाले, 'सर्व स्वच्छता झाली आहे. आता काहीही संकोच करू नकोस. रमेशला भेटण्यात काहीही नुकसान नाही.'

त्याच वेळी पावलांचा आवाज ऐकून कमलाने मान वर करून दाराकडे पाहिले तर समोर नलिन होता. अचानक तिचे डोळे नलिनाक्षच्या डोळ्यांना भिडले. इतर दिवशी नलिनाक्ष जसा लगेच नजर फिरवून निघून जात असे, आज त्याने तसे केले नाही.

नलिनाक्षला तिथे बसवून कमला तिथून कधीच गायब झाली असल्याचे काकांच्या लक्षात आले. चक्रवर्तीने बोलायला सुरूवात केली, 'नलिनबाबू, तुम्ही माझ्या हरदासीला परकी समजून संकोच करू नका. त्या दुर्दैवी मुलीला मी तुमच्या घरीच सोडून निघून जातो. तिला परिपूर्ण रूपात आपलेसे करा. तिला दुसरे काहीही नको आहे, फक्त तुम्हा सर्वांची सेवा करण्याचा अधिकार द्या. ती जाणून बुजून काहीही गुन्हा करणार नाही, हे तुम्ही चांगल्या प्रकारे लक्षात ठेवा.'

त्याच वेळी कमलाला घेऊन क्षेमकरी तिथे आली. त्यांच्या बोलणाच्या उत्तरादाखल म्हणाली, 'चक्रवर्ती महाशय, तुम्ही अजिबात काळजी करू नका. हरिदासी आता माझ्या घरातली मुलगी झाली आहे. नोकर-चाकरही आता मला गृहिणी समजत नाहीत. माझ्या घराच्या अनेक चाब्या होत्या. आपल्या कौशल्याने हरदासीने त्या सर्व आपल्या ताब्यात घेतल्या आहेत. चक्रवर्ती महोदय, तुम्हाला आपल्या या मुलीसाठी आणखी काय हवे आहे? आता सर्वात मोठी लूट तर हीच असेल की जेव्हा तुम्ही म्हणाल की मी या मुलीला घेऊन जातो.'

चक्रवर्ती म्हणाले, 'मी म्हणालो तरीही ही मुलगी येईल का? असा विचार करू नका. तिला तुम्ही लोकांनी असे काही भरविले आहे की आज तुमच्याशिवाय या जगात ती दुसऱ्या कोणालाही ओळखत नाही. मनाच्या दुःखामध्ये इतक्या दिवसानंतर तुमच्याकडेच तिला शांतता मिळाली आहे. परमेश्वराने तिची शांतता निर्विघ्न करावी. हाच आमचा आशीर्वाद आहे.'

चक्रवर्तींचे डोळे आसवांनी डबडबले. नलिन काहीही न बोलता शांतपणे चक्रवर्तींचे बोलणे ऐकत होता. सर्व लोक तिथून निघून गेल्यावर तो हळूहळू आपल्या खोलीत गेला. त्यावेळी संध्याकाळच्या सूर्यास्तामुळे त्याच्या खोलीमध्ये नवीन विवाहाच्या रंग छटा विखुरल्या होत्या. त्या लालीने नलिनच्या अंगा अंगात प्रवेश करून त्याचे मन आनंदी करून टाकले होते.

३२

आज सकाळीच नलिनच्या कोणा तरी मित्राकडून एक टोपली भरून गुलाबाची फुले आली होती. घराची सजावट करण्यासाठी क्षेमकरीने ती टोपली कमलाच्या ताब्यात दिली. नलिनच्या झोपण्याच्या खोलीतील एका कोपऱ्याला असलेल्या फुलदाणीतून गुलाबांचा गंध येत होता. त्या निरव खोलीच्या खिडकीतून संध्याकाळी पसरलेल्या लालीसोबत आता येणारा गुलाबांचा सुगंध नलिनच्या मनाला उत्तेजित करीत होता. आता पर्यंत त्याच्यासाठी जगात चहुबाजूला फक्त शांतता होती. आज मात्र अचानक हे सुरेल संकट आले होते. त्याच अदृष्य नृत्यातील पायांच्या गीतांमुळे आणि घुंगरांच्या छनछनाटामुळे जणू काही सर्व वातावरण चंचल झाले होते.

सूर्यास्ताची आभा संध्याकाळच्या आकाशात विलिन झाली. नलिन घरातून बाहेर पडण्याच्या आधी नलिन एक वेळ आपल्या आंथरुणाजवळ गेला आणि त्याने तेथील चादर उलटी-पालटी केली. तसेच डोक्याखालच्या उशीवर काही गुलाबाची फुले ठेवली. अशा प्रकारे फुले ठेवून तो मागे वळताच पलंगाच्या त्या टोकाला जमिनीवर कोणी पदराने तोंड झाकून लाजून पायाने जमिन उकरीत होते. हाय रे, कमलाच्या लाजण्याला काही मर्यादाच उरली नव्हती. आज तिने फुलदाणीमध्ये फुले सजवून आणि आंथरूण सारखे करून परतत होती. त्याच क्षणी नलिनच्या पावलांचा आवाज ऐकून घाई घाईने ती पलंगाच्या पलिकडच्या कोपऱ्याआड लपली. त्यावेळी पळून जाणेही अशक्य होते आणि लपून राहणेही अवघड होते. त्यामुळे खूप साऱ्या लाजेसह ती जमिनीवर बसली आणि एकांतातील असे भाव तिने पकडले.

नलिनाक्ष त्या लाजून चूर झालेल्या कमलाला वेळ देण्यासाठी खोलीच्या बाहेर जायला तयार झाला. दरवाजापर्यंत जाऊन जरा वेळ थांबला. थोडा वेळ थांबल्यावर

काही तरी विचार करून हळूहळू परत फिरला. तो कमला समोर उभे राहून म्हणाला, 'तू उठ. तू असे लाजण्याचे काहीच कारण नाही.'

दुसऱ्या दिवशी सकाळीच कमला काकांच्या घरी पोहचली. एकांतात वेळ मिळताच ती शैलजाला चिकटून पडली. कमलाची हनुवटी धरून शैल म्हणाली, 'काय ताई, इतकी आनंदी कशामुळे आहेस?'

कमला म्हणाली, 'मला काही कळत नाही, ताई. पण मला असे वाटते आहे की माझ्या जीवनातील सर्व प्रकारचे ओझे आता दूर झाले आहे.'

शैल म्हणाली, 'सांग, मला सर्व काही घडले ते सांग. खरं तर काल संध्याकाळपर्यंत म तिथेच राहिले होते. नंतर काय काय घडले ते सांग.'

कमला म्हणाली, 'असे काही विशेष घडले नाही. पण माझे मन मला सांगते की मी त्यांना मिळविले आहे. परमेश्वर माझ्यावर प्रसन्न झाला आहे.'

शैल म्हणाली, 'असेच व्हावे, ताई. पण माझ्यापासून काही लपवू नकोस. मी तर असे म्हणते की तुझे भाग्य इतकेच सांगून मला धोका देणार नाही. तुला जे काही मिळायचे आहे, ते सर्व तुला मिळणारच आहे.'

कमला म्हणाली, 'नाही, नाही, ताई. असे काही बोलू नको. मला सर्व काही मिळाले आहे. मी परमेश्वराला काही दोष देत नाही.'

त्याच वेळी काका तिथे येऊन म्हणाले, 'बेटी, तुला एकदा थोडा वेळ बाहेर यावे लागेल. रमेश बाबू आले आहेत.' कमला त्यांचा सोबत बैठकीमध्ये गेली.

रमेश तोंड फिरवून खिडकीतून रस्त्यावर पाहत होता. काही वेळानंतर पावलाच्या आवाजामुळे सतर्क होऊन त्याने मागे फिरून पाहिले की कोणी तरी स्त्री जमिनीवर डोके टेकवून त्याला प्रणाम करीत आहे. जेव्हा ती प्रणाम करून उठली तेव्हा रमेश बसून राहू शकला नाही. झटपट उठून तो म्हणाला, 'कमला.' कमला शांतपणे उभी होती.

काका म्हणाले, 'रमेश बाबू, कमलाचे सर्व दुःख आता सौभाग्यामध्ये रुपांतरीत झाले आहे. परमेश्वराने तिची चहुबाजूची बंधने कापून टाकली आहेत. तुम्ही खूप मोठ्या संकटाच्या वेळी तिचे रक्षण केले आहे. त्यासाठी तुम्हाला खूप दुःख सहन करावे लागले आहे. त्यामुळे तुमच्याशी संबंध तोडताना काहीही न बोलता कमला निरोप घेऊ शकत नाही. आज ती तुमचा आशीर्वाद घ्यायला आली आहे. तुम्ही नक्कीच मनापासून तिला आशीर्वाद द्याल, अशी आशा आहे.'

थोडा वेळ शांत राहून रमेशने मोठ्याने घसा स्वच्छ केला आणि म्हणाला, 'तू सुखी रहा, कमला. कळत नकळत माझ्याकडून काही अपराध घडला असेल तर त्यासाठी मला क्षमा कर.'

याच्या उत्तरादाखल कमला काहीही बोलू शकली नाही. ती भिंतीच्या आधाराने शांतपणे उभी राहिली.

थोडा वेळ थांबून रमेश परत म्हणाला, 'कोणाला काही सांगण्यासाठी किंवा तुझ्या मार्गातील एखादा अडथळा दूर करण्याससाठी तुला माझी गरज पडत असेल तर मला सांग.'

कमला हात जोडून म्हणाली, 'माझी गोष्ट कोणालाही सांगू नका. माझ्या याच विनंतीचा स्वीकार करा.'

रमेश म्हणाला, 'खूप दिवस झाले. मी तुझी गोष्ट कोणालाही सांगितली नाही. खूप अवघड परिस्थिती निर्माण झाल्यावरही मी शांतपणे माझे दिवस घालविले आहेत. काही दिवस झाले. तुझी गोष्ट सांगितल्यामुळे आता काही फरक पडणार नाही, असे मला वाटल्यामुळे मी फक्त एका कुटुंबासमोर तुझी गोष्ट उघड केली आहे. त्यामुळेही तुझे काहीच वाईट होणार नाही. कदाचित काकांना ही बातमी कळली असावी, आनंदा बाबूंची मुलगी...'

काका म्हणाले, 'हेमनलिनीला मी ओळखतो. तुमच्या सर्व गोष्टी मी तिच्याकडूनच ऐकल्या आहेत.'

रमेश म्हणाला, 'होय, त्या लोकांना आणखी काही सांगण्याची तुम्हाला आवश्यकता वाटत असेल तर मी त्यांच्याकडे जातो, पण आता माझी इच्छा होत नाही. माझा खूप वेळ वाया गेला आहे. आणखीही खूप नुकसान झाले आहे. आता मला सुटका हवी आहे.' असे बोलताना रमेशचा गळा दाटून आला होता.

काका रमेशचा हात धरून प्रेमाने म्हणाले, 'नाही, रमेश बाबू. आता तुम्हाला काही करावे लागणार नाही. तुम्ही खूप भार पेलला आहे. आता ओझ्यापासून मुक्त होऊन स्वतःला वाटते तसे स्वातंत्र्यात जगा. तुमी सुखी व्हावे, सार्थक व्हावे, असा माझा आशीर्वाद आहे.'

जाता जाता रमेश कमलाकडे पाहत म्हणाला, 'मी जातो आता.'

कमला काहीही बोलली नाही. पुन्हा एकदा जमिनीवर डोके टेकवून तिने रमेशला प्रणाम केला.

रमेश बाहेर पडल्यावर एखाद्या स्वप्नात पडलेल्या माणसासारखा चालता चालता विचार करू लागला, 'कमलाची भेट झाली, चांगलेच झाले. भेट झाली नसती तर हे प्रकरण अर्धवटच राहिले असते. अर्थात मला हे अजून कळले नाही की काय जाणून आणि काय समजून कमला त्या रात्री अचानकपणे गाझीपूरच्या बंगल्यातून निघून गेली. पण आता तिला माझी काही गरज नसल्याचे माझ्या चांगले लक्षात आले आहहे. आता माझ्या जीवनालाच माझी आवश्यकता आहे. आता त्या जीवनासोबतच मी या जगातून बाहेर पडतो. आता मला मागे वळून पाहण्याची काहीही आवश्यकता नाही. '

कमलाने आपल्या घरी परत येऊन पाहिले की आनंदा बाबू आणि हेमनलिनी क्षेमकरीकडे आहेत. कमलाला पाहून क्षेमकरी म्हणाली, 'हरदासी, आपल्या मैत्रिणीला

घेऊन तू तुझ्या खोलीत जा. मी आनंदा बाबूंना चहा देते.'

कमला आपल्या खोलीत पोहचताच आनंदाने तिच्या गळयात हात घालून हेमनलिनी म्हणाली, 'कमला.'

कमला खूपच आश्चर्यचकित होऊन म्हणाली, 'माझे नाव कमला असल्याचे तुला कसे काय कळले?'

हेमनलिनी म्हणाली, 'एका माणसाकडून मी तुझ्या जीवनातील सर्व घटना ऐकल्या आहेत. त्याच वेळी माझ्या मनात आले की तूच कमला आहेस. कसे काय ते मला सांगता येणार नाही.'

कमला म्हणाली, 'माझे ते नाव कोणाला कळावे, अशी माझी अजिबात इच्छा नाही. मला स्वतःलाच माझ्या नावाचा राग येतो.'

हेमनलिनी म्हणाली, 'पण आपल्या पतीला तुझी ही ओळख करून देण्यापासून तू कशी काय वंचित राहशील? आपले भले-बुरे सर्व काही तू त्याला सांगणार नाहीस? त्यांच्यापासून काही लपविल्याने काम चालेल का?'

अचानक कमलाचा चेहरा उतरला. काहीही उत्तर न सूचल्यामुळे ती निरुपाय होऊन हेमनलिनीचा चेहरा न्याहळू लागली. हळू हळू कमला जमिनीवर टाकलेल्या चटईवर बसून म्हणाली, 'परमेश्वराला हे माहीत आहे, की मी काहीही गुन्हा केलेला नाही. मग देव मला कशासाठी अशा अडचणीत आणील? मी पापच केले नाही तर मला शिक्षा तरी कशाची मिळेल? मी त्यांच्यासमोर सर्व गोष्टी कशा काय व्यक्त करू? हे माझ्याच्याने होणार नाही.'

हेमनलिनी कमलाचा हात धरून म्हणाली, 'शिक्षा नाही, तर तुझे मन सुटका मिळविल. आतापर्यंत तू स्वतःला एका खोट्या बंधनात अडकवून टाकले होतेस. त्याला आपल्या तेजाने कापून टक परमेश्वर तुझे भले करीन.'

कमला म्हणाली, 'कदाचित नंतर मी शुद्ध तर हरवून बसणार नाही ना? हीच भीती मनात येते तेव्हा सर्व सामर्थ्य नाहीसे होते. पण तू जे काही बोलत आहेस, ते मला समजत आहे. नशिबात जे काही लिहिले आहे, ते हेच आहहे. पण त्याच्या समोर स्वतःला लपविल्याने काम भागणार नाही. त्यांना माझ्याबद्दल सर्व काही कळणारच आहे.' असे म्हणत म्हणत तिने जोराने आपले दोन्ही हात झाकून घेतले.

हेमनलिनी म्हणाली, 'हीच गोष्ट योग्य आहे. आता या पुढे तुझ्याशी माझी भेट होईल की नाही ते मला माहीत नाही. आम्ही आता इथून कलकत्याला जाणार आहोत. तुला हेच सांगण्यासाठी आले आहे.'

असे बोलून हेम निघून गेली. दुःखामुळे कमला तिला काहीही बोलू शकली नाही. ती तशीच बसून राहिली.

थोड्या वेळानंतर क्षेमकरी तिच्या जवळ येऊन बसली आणि एक थंड उसासा

टाकून म्हणाली, 'आहा बेटी, हेम आज मला प्रणाम करून गेली. त्यावेळी माझ्या मनाची घालमेल झाली. काहीही झाले तरी हेम चांगली मुलगी आहे. आज माझ्या मनात येत आहे की मी तिला आपली सून करून घेतले असते तर सुखी झाले असते. थोडा वेळ आधी हे कळले असते तर सर्व काही झाले असते, पण आपल्या मुलावर विजय मिळविणे अवघड आहे. त्याने काय समजून तोंड फिरविले आहे, ते त्याचे त्यालाच माहीत.'

बाहेर पावलांचा आवाज ऐकून क्षेमकीर म्हणाली, 'ए नलिन, ऐक ना जरा...'

कमलाने झटपट पदरात फूल आणि माला झाकून डोक्यावर पदर ओढून घेतला. नलिन आल्यावर क्षेमकरी म्हणाली, 'हेम तर आज गेली आहे. तुझी अन तिची भेट झाली नाही का?'

नलिन म्हणाला, 'मी तर त्यांना गाडीत बसवूनच आलो आहे.'

क्षेमकरी म्हणाली, 'काहीही असो, बाबा. हेमसारख्या मुली जगात जास्त प्रमाणात आढळत नाहीत.'

जणू काही नलिन या गोष्टीवर वाद घालीत आला होता. नलिन गालातल्या गालात हासला.

क्षेमकरी म्हणाली, 'तू का हासलास? मी तुझ्यासोबत हेमचा संबंध नक्की केला होता, पण तू बाजूला होऊन सर्व काही नाहीसे केले आहेस. आता तुझ्या मनात त्या बद्दल काही पश्चाताप होत नाही.'

नलिनने एकदा आश्चर्याने कमलाच्या चेहऱ्याकडे पाहिले. कमला उत्सुकतेने त्याच्याकडे पाहत होती. डोळ्याला डोळे भिडल्यावर कमलाने लाजून मान खाली घातली.

नलिन म्हणाला, 'आई, तुझा मुलगा इतका काही गुणी नाही की तू संबंध जोडल्यावर त्यासाठी तयार होईल. माझ्यासारख्या निरस व्यक्तीला कोणी सहजा सहजी पसंत करील का?'

क्षेमकरी म्हणाली, 'जा,जा. उगी गप्पा मारू नकोस. तुझे बोलणे ऐकून मला संताप येतो.'

कमलाने हेमनलिनीने दिलेल्या सर्व फुलांचा एक हार बनविला. फुलांच्या डालीमध्ये तो हार ठेवून त्यावर पाण्याचे शिंतोडे टाकून तिने ती नलिनच्या उपासना-गृहात ठेवली. आज निरोप घेऊन जायच्या दिवशी हेमनलिनी टोपलीभरून फुले घेऊन आली होती. हा विचार करून तिच्या डोळ्यात पाणी आले.

दुसऱ्या दिवशी सकाळीच कमला उठून स्नान करण्यासाठी गेली. स्नान केल्यावर रोजच ती लोट्यामध्ये गंगाजल भरून नलिनच उपासना गृह धुऊन पुसून मग दुसरे काम करीत असे. आजही सकाळचे काम करण्यासाठी ती गेली तेव्हा नलिन आज सकाळी लवकरच उठून त्या खोलीमध्ये गेल्याचे तिला आढळून आले. असे तर कधीच होत नसे. अचानक नलिन त्याच्या खोलीच्या बाहेर येऊन तिच्या समोर उभे राहिल्याचे तिला दिसले. कला दुसऱ्याच क्षणी उभे राहून जमिनीवर गुढगे टेकवले आणि नलिनच्या पायावर आपले डोके ठेवले. स्नान केल्यामुळे ओले झालेले तिचे केस नलिनचे पाय झाकून

जमिनीवर लोळत होते. नलिनने हळू हळू तिचा हात आपल्या हातात घेतला आणि म्हणाला, 'तू माझी कमला आहेस, हे मला माहीत आहे. चल, माझ्या खोलीत चल.'

उपासना गृहात गेल्यावर नलिनने तिने तिच्या हाताने गुंफलेला हार तिच्या गळयात घातला आणि म्हणाला, 'चल, आपण आता त्यांना प्रणाम करू.' दोघांनीही जवळ जवळ उभे राहून जमिनीवर डोके झुकविले त्यावेळी खिडकीतून सूर्याची किरणे येऊन दोघांच्या डोक्यावर पडत होती, जणू काही त्यांना ती आशीर्वादच देत होती.

प्रणाम केल्यानंतर आणखी एकदा नलिनच्या पायाची धूळ आपल्या कपाळी लाऊन कमला उभी राहिली तेव्हा तिची असह्य लाज तिला त्रास देत नव्हती. हर्षाचा उल्हास नव्हता तरीही एका खूप मोठ्या मुक्तीच्या शांततेने तिच्या अस्तित्वाला सकाळच्या स्वच्छ प्रकाशासोबत व्यापून टाकले होते. पाहता पाहता तिचे डोळे आसवांनी कधी भरून आले ते तिलाही कळले नाही. मोठ मोठे थेंब तिच्या गालावरून ओघळले. कितीही अडवले तरीही ते थांबत नव्हते. तिच्या अनाथ जीवनातील दुःखाचे सर्व ढग जणू काही आनंदाचा वर्षाव करीत होते. नलिन तिला आणखी काहीही न बोलता फक्त एकदाच त्याने आपल्या उजव्या हाताने तिच्या गालावर आलेल्या बटा मागे सारल्या. नंतर तो बाहेर निघून गेला.

कमलाने नुकतीच आपली पूजा पूर्ण केली होती.तिला आपल्या हृदयाचा संपूर्ण प्रवाह बदलायचा होता. त्यामुळे ती त्याच्या खोलीत गेली आणि आपाल्या गळयातील माला तिने खडावांवर गुंडाळली. त्यांना आपल्या कपाळी लाऊन श्रद्धेने पुन्हा योग्य ठिकाणी ठेवल्या.

आज कमला दिवसभर अशा प्रकारे कामाला भिडली होती, जणू काही ती काहीच काम करीत नव्हती. तिच्या प्रसन्नतेमुळे सर्व कामे जणू आपोआपच होत आहेत, असे वाटत होते.

त्याच वेळी क्षेमकरी येऊन म्हणाली, 'बेटी, आजच सर्व घर झाडून पुसून स्वच्छ करायचे आहे का? झाले ते खूप झाले. जा, आता विश्रांती घे.'

आज तिसऱ्या प्रहरी कमला शिलाई न करता कमला आपल्या खोलीमध्ये जमिनीवर शांतपणे बसली होती. त्याच वेळी नलिनने एका टोपलीत कमळाची फुले घेऊन घरात प्रवेश केला. तो कमलाला म्हणाला, 'कमला, यातील अनेक फुलांवर थोडेसे पाणी मारून त्यांना ताजे करून ठेव. आज संध्याकाळी आपण दोघे आईला प्रणाम करण्यासाठी जाणार आहोत.'

कमला खाली मान घालून म्हणाली, 'पण माझी सर्व गोष्ट तर तुम्ही ऐकली नाही.'

नलिनाक्ष म्हणाला, 'तुला आता काहीही सांगावे लागणार नाही. मला सर्व काही कळले आहे.'

कमला एका हाताच्या मागे तोंड लपवित म्हणाली, 'आई आपला प्रणाम स्वीकार करतील का?'

नलिन तिच्या चेहऱ्यावरील हात बाजूला करीत म्हणाला, 'आई, माझ्या जीवनातील अनेक अपराधांना क्षमा करीत आली आहे. आता जो अपराधच नाही, त्याला तर ती नक्कीच क्षमा करेल.'

***

मराठी डायमंड बुक्स

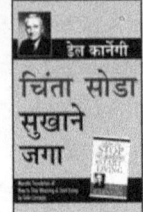

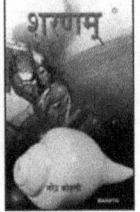

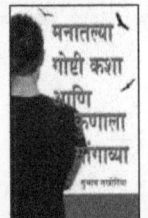

डायमंड बुक्स X-30, ओखला इंडस्ट्रियल एरिया, फेज- II, नयी दिल्ली- 110 020
फोन : 011- 40712100, www.diamondbook.in, sales@dpb.in